സൈമൺ ബ്രിട്ടോ

പോരാളികളുടെ പോരാളി

Simon Britto
Poralikalude porali
Memories

Collected and Edited by
Noufal N

CHINTHA PUBLISHERS
Thiruvananthapuram

First Edition
January 2021

Second Impression
August 2022

Second Edition
December 2023

Published & Typesetting
Chintha Publishers, Thiruvananthapuram

Printed at
Repro India Ltd, Mumbai

Cover Design
Vinod Mangoes

ISBN : 978-93-90301-20-1

CR - 3396 / 6744

₹ 260

Email: chinthapublishers@gmail.com
Website: www.chinthapublishers.com

A version is available at National Libraries
Kolkata, Mumbai, Chennai and Delhi

Distribution
DESHABHIMANI BOOKHOUSE
H O Thiruvananthapuram 695035

Branch
Head Office Kunnukuzhi • Statue Thiruvananthapuram
KSRTC Bus Terminal Thampanoor • Saphalyam Complex Thiruvananthapuram
KSRTC Bus Station Alappuzha • KSRTC Bus Station Ernakulam
Machingal Lane Thrissur • IG Road Kozhikode
Mavoor Road Kozhikode • NGO Union Building Kannur
Central Bus Terminal Complex Thavakkara Kannur

സൈമൺ ബ്രിട്ടോ
പോരാളികളുടെ
പോരാളി

സമാഹരണം

നൗഫൽ എൻ

ചിന്ത പബ്ലിഷേഴ്സ്
തിരുവനന്തപുരം-695 035
വില : ₹ 260

നൗഫൽ എൻ

കേരള യൂണിവേഴ്സിറ്റി പൊളിറ്റിക്കൽ സയൻസ് വിഭാഗം ഗവേഷകൻ. കൊല്ലം ശ്രീനാരായണ കോളേജ്, കാര്യവട്ടം കാമ്പസ് എന്നിവിടങ്ങളിൽ മാഗസിൻ എഡിറ്റർ ആയിരുന്നു. മാതൃഭൂമി സ്പീക്ക് ഫോർ ഇന്ത്യ പ്രസംഗ പുരസ്കാരം, സുകുമാർ അഴീക്കോട് പ്രസംഗ പുരസ്കാരം, കെ ആർ നാരായണൻ സ്മാരക പ്രസംഗ പുരസ്കാരം, സി കേശവൻ സ്മാരക പ്രസംഗ പുരസ്കാരം, ആർ ശങ്കർ സ്മാരക പ്രസംഗ പുരസ്കാരം, ഡോ. ജയദേവൻ സ്മാരക പുരസ്കാരം, സി ചന്ദ്രപ്പൻ സ്മാരക പ്രസംഗ പുരസ്കാരം, നെഹ്റു സ്മാരക സംവാദ പുരസ്കാരം, തോപ്പിൽ രവി സ്മാരക സംവാദ പുരസ്കാരം, സംഘശബ്ദം കഥാ പുരസ്കാരം, കാക്കനാടൻ സ്മാരക കാമ്പസ് കഥാ പുരസ്കാരം, മലയാളം സർവ്വകലാശാല സാഹിതി കഥാപുരസ്കാരം എന്നിവ ലഭിച്ചു. കേരള യൂണിവേഴ്സിറ്റി കലോത്സവം, സംസ്ഥാനതല കേരളോത്സവം എന്നിവയിൽ പ്രസംഗ മത്സര വിജയി, കൈരളി ടി വിയിലെ മാന്യമഹാജനങ്ങളെ, ഫ്ളവേഴ്സ് ടി വിയിലെ ഒരു നിമിഷം എന്നീ പരിപാടികളിൽ പങ്കെടുത്തു.

കേരള സർവ്വകലാശാല സെനറ്റ് അംഗം, കേരള സംസ്ഥാന യുവജനകമ്മീഷൻ ജില്ലാ കോ-ഓർഡിനേറ്റർ, എസ് എഫ് ഐ സ്റ്റുഡന്റ് മാസിക എഡിറ്റോറിയൽ ബോർഡ് അംഗം എന്നീ നിലകളിൽ പ്രവർത്തിക്കുന്നു.

കൃതികൾ: *കാലം സാക്ഷി, ഇരുണ്ട കാലത്തെ വാക്കുകൾ, ഇനി പറയുമോ ജീവിതത്തിൽ ഒരല്പവും ജീവിതം ബാക്കിയില്ലെന്ന്.*

ഫോൺ : 9142460144, 8891616889

E-mail : naavumaram@gmail.com

ഉള്ളടക്കം

പ്രസാധകക്കുറിപ്പ്

പോരാട്ടവഴികളിൽ അടയാളപ്പെടുത്തപ്പെട്ട അവിസ്മരണീയ ജീവിതമാണ് സൈമൺ ബ്രിട്ടോയുടേത്. സംഘടനാ പ്രവർത്തനങ്ങൾക്കിടയിൽ രാഷ്ട്രീയ എതിരാളികളുടെ ആക്രമണത്താൽ ശയ്യാവലംബിതനായ ബ്രിട്ടോയുടെ ജീവിതവും ഇടപെടലുകളും സമാനതകളില്ലാത്തതാണ്. എഴുത്തിലൂടെയും പ്രഭാഷണങ്ങളിലൂടെയും കേരളീയ പൊതുമണ്ഡലത്തിൽ ഇടപെടലുകൾ നടത്തിയ ബ്രിട്ടോയുടെ വിയോഗം സമരപഥങ്ങളിലെ ഏതൊരു വ്യക്തിക്കും തീരാനഷ്ടമാണ്. അസാധാരണമായ ജീവിതം നയിച്ച ബ്രിട്ടോയുടെ ജീവിതത്തിലെ അസാധാരണമായ ഓർമ്മകളും അനുഭവങ്ങളും അതോടൊപ്പം ബ്രിട്ടോയെക്കുറിച്ചുള്ള അനുസ്മരണങ്ങളും എല്ലാം ചേർന്ന ഈ ഗ്രന്ഥം വായനാ സമൂഹത്തിനായി സമർപ്പിക്കുന്നു.

ചിന്ത പബ്ലിഷേഴ്സ്

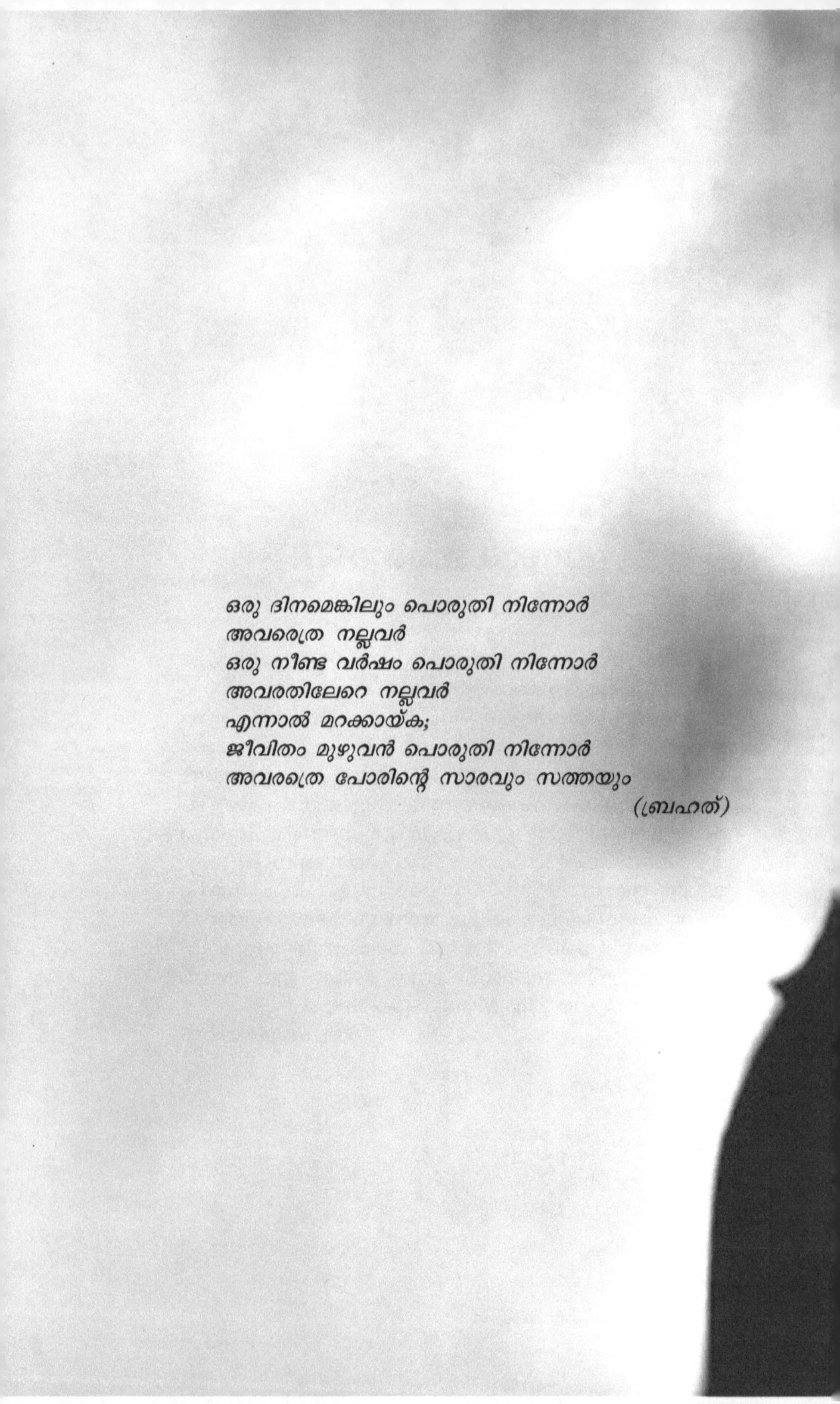

ഒരു ദിനമെങ്കിലും പൊരുതി നിന്നോർ
അവരെത്ര നല്ലവർ
ഒരു നീണ്ട വർഷം പൊരുതി നിന്നോർ
അവരതിലേറെ നല്ലവർ
എന്നാൽ മറക്കായ്ക;
ജീവിതം മുഴുവൻ പൊരുതി നിന്നോർ
അവരത്രെ പോരിന്റെ സാരവും സത്തയും

(ബ്രഹത്)

സഖാവ് സൈമൺ ബ്രിട്ടോയ്ക്ക് ഒരു ആമുഖം

മരിച്ചു കഴിഞ്ഞാൽ പിന്നെ എന്താണ് മനുഷ്യന്റെ അസ്തിത്വം? ആൾക്കൂട്ടവും കണ്ണീരും വാഴ്ത്തുപാട്ടുകളും എത്ര വേഗത്തിൽ നിലയ്ക്കുമെന്ന് നമുക്കറിയാം. തെരുവിലെ പ്രതിമയായോ അനുഷ്ഠാനം പോലെ എല്ലാ ആണ്ടിലും തുടർന്ന് പോരുന്ന അനുസ്മരണ പ്രഭാഷണങ്ങളായോ നിലനില്ക്കാൻ വിധിക്കപ്പെടുന്നവരാണ് പ്രബലമായ സാമൂഹിക ജീവിതം നയിച്ചവരിൽ പലരും. മരണം ജീവിതത്തിന്റെ കൊടിപ്പടം താഴ്ത്തുമ്പോൾ താഴ്ന്നു പോകാവുന്നതേയുള്ളൂ പലരുടെയും ജീവിതത്തിന്റെ കർട്ടൻ എന്നു സാരം.

അങ്ങനെ തീർന്നുപോകാത്ത, മരണത്തിനു മണ്ണിട്ട് മൂടാനാവാത്തത്ര അതിജീവന ക്ഷമതയുള്ള ജീവിതം നയിക്കുക എന്നത് അത്രയെളുപ്പമുള്ള കാര്യമല്ല. ജീവിക്കുമ്പോൾ ആഘോഷിക്കപ്പെട്ട എത്ര മനുഷ്യരെ നമ്മൾ അവരുടെ മരണാനന്തരം ഓർക്കുന്നുണ്ട്? അവരുടെ ജീവിതത്തെ, അവർ നടത്തിയ ഇടപെടലുകളെ, അവർ ജീവിച്ച ജീവിതത്തിന്റെ ദർശനസാഫല്യത്തെ (അങ്ങനെയൊന്ന് ഉണ്ടെങ്കിൽ) തങ്ങളുടെ മരണത്തിനുമപ്പുറം പുനർ വായനകൾക്കായി ബാക്കി വയ്ക്കാൻ എത്ര പേർക്കാകുന്നുണ്ട്? ആലോചിക്കുമ്പോൾ തോന്നുന്നു, ഒരാളുടെ ജീവന്റെ മൂല്യമോ, അനന്യതയോ നിർണ്ണയിക്കേണ്ടത് മരണാനന്തരകാലത്തിന്റെ വിരൽ തൊട്ട് മാത്രമാവണമെന്ന്.

സൈമൺ ബ്രിട്ടോ എന്ന മനുഷ്യൻ, രാഷ്ട്രീയ നേതാവും പോരാളിയും എഴുത്തുകാരനും ഒക്കെയായിരുന്ന ഒരാൾ ജീവന്റെ ഒടുവിലത്തെ ശ്വാസവും ഉപേക്ഷിച്ചിറങ്ങി പോയിട്ട് ഒരു കൊല്ലം കഴിയുന്നു. സൈമൺ ബ്രിട്ടോ കേരളത്തിന്റെ സാംസ്കാരിക രാഷ്ട്രീയ സ്മരണയിൽ ബാക്കിവയ്ക്കുന്നത് എന്താണ് എന്ന് നിഷ്പക്ഷമായ

അന്വേഷണത്തിന് ഇനിയാണ് യഥാർത്ഥ ഇടം ലഭിക്കുക. ഈ പുസ്തകം അത്തരമൊരു ശ്രമമാണ്. പ്രബുദ്ധനായ ഒരു മനുഷ്യൻ ബാക്കി വച്ച ഓർമ്മകളുടെ പിന്നാലെയാണ് ഈ പുസ്തകത്തിന്റെ സഞ്ചാരം. സഖാവ് ബ്രിട്ടോയ്ക്ക് പ്രിയപ്പെട്ട മനുഷ്യരാണ് ഈ ഓർമ്മകളുടെ യാത്രയെ നയിക്കുന്നത്. അമ്പരപ്പിക്കുന്ന ജീവിതംകൊണ്ട് നമ്മുടെ കാലത്തെ അത്ഭുതപ്പെടുത്തിയ ഉജ്ജ്വല പോരാളിയോടുള്ള സാംസ്കാരിക കേരളത്തിന്റെ വിനീത പ്രണാമം കൂടിയാണ് ഈ പുസ്തകം.

സൈമൺ ബ്രിട്ടോ ജീവിച്ച കാലം വൈയക്തികമായി മാത്രമാവില്ല ചരിത്രത്തിൽ അടയാളപ്പെടുത്തപ്പെടുക. അത് കേരളത്തിന്റെ രാഷ്ട്രീയ ചരിത്രം കൂടിയാണ്. എസ് എഫ് ഐയുടെയും പുരോഗമന വിദ്യാർത്ഥി പ്രസ്ഥാനത്തിന്റെ നിരന്തരമായ രാഷ്ട്രീയ പോരാട്ടങ്ങളുടെയും അനശ്വരനായ ബ്രാൻഡ് അംബാസിഡർ കൂടിയായി വായിക്കുമ്പോഴേ ബ്രിട്ടോയുടെ രാഷ്ട്രീയ ജീവിതത്തോട് നമുക്ക് നീതി പുലർത്താനാവൂ. 1983 ഒക്ടോബർ 14 ന് ആണ് ബ്രിട്ടോ രാഷ്ട്രീയ എതിരാളികളുടെ ആയുധത്തിന് ഇരയായി വീൽചെയറിലേക്കും ചരിത്രത്തിലേക്കും മറിഞ്ഞുവീഴുന്നത്. അന്ന് എറണാകുളം ലോ കോളേജ് വിദ്യാർത്ഥിയും എസ് എഫ് ഐയുടെ സംസ്ഥാന വൈസ് പ്രസിഡന്റുമായിരുന്നു ബ്രിട്ടോ. ശരീരത്തിലേറ്റ നാല് കുത്തുകൾ ബ്രിട്ടോയുടെ ജീവിതത്തെ വീൽചെയറിലാക്കി. അരയ്ക്ക് താഴേക്ക് ജീവിത കാലം മുഴുവൻ തളർന്നു പോയിട്ടും ജീവിതത്തിനു മുന്നിൽ തളരാൻ ബ്രിട്ടോ തയ്യാറായില്ല. ജീവൻ നിലനിർത്താൻ നിരവധി ശസ്ത്രക്രിയകൾ. ഇതിനിടെ മൂർച്ചയുള്ള ബ്രിട്ടോയുടെ ജീവിതത്തിലേക്ക് സഖാവ് സീന ഭാസ്കർ കൂട്ട് ചേർന്നു. ബ്രിട്ടോയ്ക്ക് നിലാവ് എന്ന മകൾ പിറന്നു. 2006 ൽ പന്ത്രണ്ടാം കേരള നിയമസഭയിൽ ആംഗ്ലോ ഇന്ത്യൻ പ്രതിനിധിയായി. എഴുത്തിലും രാഷ്ട്രീയത്തിലും വായനയിലും സജീവമായ ബ്രിട്ടോ ജീവിതത്തിന്റെ അവസാന നിമിഷംവരെ അടിമുടി സർഗ്ഗാത്മകനും കാലത്തോട് തോല്ക്കാൻ തയ്യാറല്ലാത്ത പോരാളിയുമായിരുന്നു. മരണം വരെയും രാജ്യത്തിലുടനീളം ബ്രിട്ടോ സഞ്ചരിച്ചു. തെരുവുകളിൽ പ്രസംഗിച്ചു. സമരങ്ങളിൽ നായകനായി. മുറിവേറ്റ മനുഷ്യരോടും അവരുടെ ജീവിതങ്ങളോടും ഐക്യപ്പെട്ടു. കഥയും നോവലും യാത്രയും നാടകവും എഴുതി. 2018 ഡിസംബർ 31 ന് തൃശൂരിലെ ദയ ആശുപത്രിയിൽ വച്ച് മരണമടയുന്നതിന് തൊട്ടു മുൻപും അദ്ദേഹം എഴുത്തിൽ സജീവമായിരുന്നു. മരിക്കുമ്പോൾ സഖാവിന് 64 വയസ്സായിരുന്നു. ജീവിതത്തിന്റെ സിംഹഭാഗവും വീൽച്ചെയറിലായിരുന്ന ഈ മനുഷ്യൻ ഇന്നും കേരളത്തിന്റെ കലാലയങ്ങളെ ജ്വലിപ്പിക്കുന്നുണ്ട്.

മുക്കാൽ ജീവനും പോയ ഒരു പോരാളി വീൽചെയറിൽ താണ്ടിയ ദൂരങ്ങളുടെ പരപ്പ് എത്രയെന്ന് കൗതുകപ്പെടാൻ ഈ പുസ്തകം നമ്മെ സഹായിക്കും. ബ്രിട്ടോയുടെ രാഷ്ട്രീയ സുഹൃത്തുക്കളും സഖാക്കളും മാത്രമല്ല, പല നിലയിൽ ബ്രിട്ടോ ജീവിച്ച ജീവിതത്തിന്റെ ഒപ്പം കൂടിയ

മനുഷ്യരുടെ വൈവിധ്യമുള്ള ഓർത്തെടുക്കലുകളാണ് ഈ പുസ്തകത്തിന്റെ ചൈതന്യം. എൽ ഐ സി ഏജന്റ് ആയ ബ്രിട്ടോയെ ഓർത്തെടുക്കുന്ന സുഹൃത്ത് മുതൽ മറിയാമ്മ ഉമ്മൻ വരെ ഏതേതോ വേറിട്ട തുരുത്തുകളിൽ ജീവിക്കുന്ന മനുഷ്യർ, ബ്രിട്ടോയുടെ ജീവിതത്തെ പലമട്ടിൽ പ്രബലപ്പെടുത്തിയവർ ബ്രിട്ടോയ്ക്ക് ഹൃദയ ഗാനം പാടുന്നു, ബ്രിട്ടോയുടെ ഓർമ്മകൾ നീട്ടി നമ്മളെ വിനീതരാക്കുന്നു. മിക്കപ്പോഴും സ്തബ്ധരാക്കുന്നു.

ബ്രിട്ടോയുടെ രാഷ്ട്രീയ ജീവിതത്തെ കേരളത്തിന്റെ വർത്തമാന രാഷ്ട്രീയത്തിലെ പ്രധാന മുഖങ്ങൾ അടയാളപ്പെടുത്തുമ്പോൾ സാഹിത്യ ജീവിതവും വൈയക്തിക ജീവിതവും നമുക്ക് പരിചിതരും അപരിചിതരുമായ മനുഷ്യരിലൂടെ ഉറക്കെ വായിക്കപ്പെടുന്നു.

ബ്രിട്ടോയുടെ പല കാലങ്ങളിലെ അഭിമുഖങ്ങളും അപ്രകാശിതങ്ങളായ കുറിപ്പുകളും പുസ്തകത്തിൽ ചേർത്തത് അവ എക്കാലവും പ്രസക്തമാണ് എന്ന ബോദ്ധ്യത്താലാണ്.

ബ്രിട്ടോയുടെ ജീവിതത്തിന്റെ ഏറ്റവും സൂക്ഷ്മമായ അടയാളപ്പെടുത്തലാണ് ഈ പുസ്തകം എന്നു കരുതാൻ വയ്യ. അത്രയെളുപ്പത്തിൽ വിവർത്തനത്തിനും വ്യാഖ്യാനത്തിനും വഴങ്ങുന്നതല്ല ബ്രിട്ടോ ജീവിച്ച ജീവിതം എന്നത് തന്നെയാണ് കാരണം. സീനയുടെ ജീവന്റെ പാതി, നിലാവിന്റെ പ്രിയപ്പെട്ട അബ്ബാ, എസ് എഫ് ഐക്കാരുടെ അനശ്വര സഖാവ്, കേരളത്തിന്റെ പ്രിയപ്പെട്ട രാഷ്ട്രീയ മുഖം, *അഗ്രഗാമി*യുടേത് അടക്കം എണ്ണം പറഞ്ഞ പുസ്തകങ്ങളുടെ എഴുത്തുകാരൻ, ഉടൽ അഴിച്ചിട്ട് ഉലകം ചുറ്റിയ യാത്രക്കാരൻ.. ഇങ്ങനെ എത്ര മുഖങ്ങളാണ് ബ്രിട്ടോയ്ക്ക്. ബ്രിട്ടോ ജീവിച്ച ജീവിതം, കൊളുത്തി വച്ചുപോയ ഓർമ്മകൾ ഒന്നും തന്നെ എളുപ്പത്തിൽ ഫ്രെയിമിൽ പകർത്തുക സാദ്ധ്യമല്ല. അതിനാൽത്തന്നെ ബ്രിട്ടോയുടെ ജീവിതത്തിലേക്ക് ഒരു ആമുഖം മാത്രമാണ് ഈ പുസ്തകം. ബ്രിട്ടോ എന്ന മനുഷ്യൻ സഞ്ചരിച്ച ദൂരങ്ങളുടെ വിദൂര ചിത്രം മാത്രമാണിത്.

പുസ്തകങ്ങളിൽ ഒതുങ്ങാത്ത ഒതുക്കാനാവാത്ത ജീവിതം നയിച്ച പ്രിയ ബ്രിട്ടോയ്ക്ക് കേരളത്തിന്റെ ഹൃദയം സമർപ്പിക്കുന്ന എളിയ ആദരവും സ്നേഹവുമാണ് ഈ പുസ്തകം. വിപ്ലവകാരിക്ക് മരണമില്ല എന്ന സത്യവാങ്മൂലം ഈ പുസ്തകത്തിന്റെ ഏടുകളിൽ ഹൃദയ രക്തത്താൽ മുദ്രണം ചെയ്യപ്പെട്ടിരിക്കുന്നു.

നൗഫൽ എൻ

ഓർമ്മ

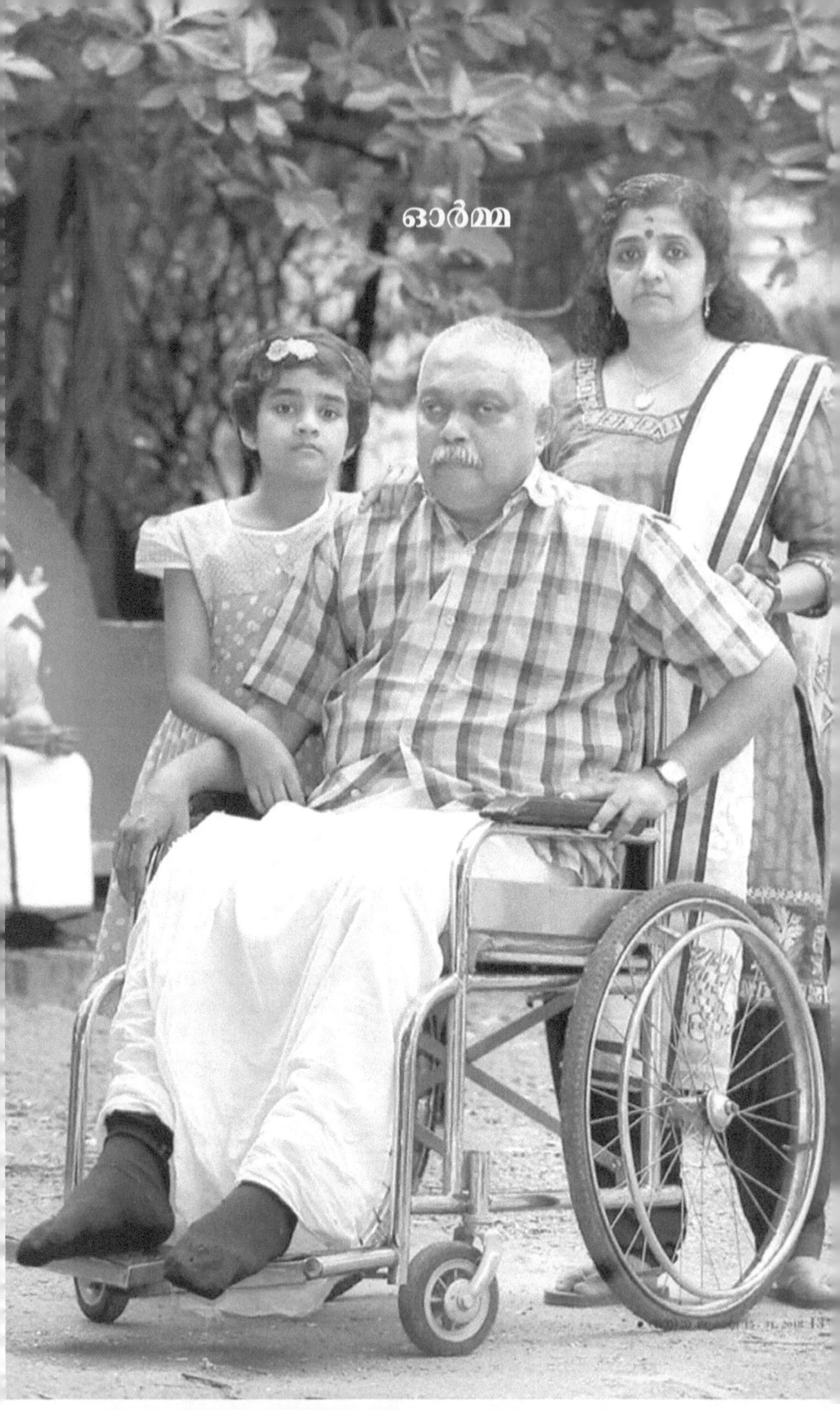

ആ വെളിച്ചത്തിൽ ഞാനും നിലാവും

സീന ഭാസ്കർ

ആ പ്രൗഢമായ യന്ത്ര വീൽചെയർ ഉപേക്ഷിച്ചതെന്തേ എന്ന മട്ടിൽ ആകാംക്ഷയോടെ എന്നെ നോക്കി. ഷർട്ടൂരിയിടുന്നതുപോലെ അത്ര അനായാസമായി ബ്രിട്ടോ എന്നെ ഊരിയിടുന്നത് പതിവില്ലല്ലോ എന്നെന്നോട് ആ വീൽചെയർ ചോദിച്ചു. പതുക്കെ ഒരു വെളുത്ത തൂവാലകൊണ്ട് ആ കൈപ്പിടിയിൽ ഞാനൊന്ന് തലോടി. ഓർമ്മകളുടെ നനുത്ത പൊടിഗന്ധം എന്നിലേക്ക് ഇരച്ചുകയറി. ബ്രിട്ടോ അതിൽ നിന്നിറങ്ങി, ഞങ്ങളില്ലാതെ നടന്നുതുടങ്ങിയിട്ട് മൂന്നാഴ്ചയാകുന്നല്ലോ. പതിവുപോലെ ആ യന്ത്രവീൽചെയർ ചാർജ് ചെയ്യാൻ വച്ചു. സ്വിച്ചിട്ട് മടങ്ങിയപ്പോൾ ബ്രിട്ടോയെപോലെ അതെന്നോട് ചോദിച്ചു... സീനാ എല്ലാം റെഡിയല്ലേ?

ബ്രിട്ടോ, ഇന്നലെ നമ്മുടെ കൂട്ടുകാരി ബിജി ഹിലാൽ വന്നിരുന്നു. കടലാസുപോലെ വിളറി വെളുത്ത് ഒരുകൈയിൽ കരിക്കുമായി തേങ്ങിയാണ് അവളുടെ വരവ്. അവളിന്നലെ ബ്രിട്ടോയെ സ്വപ്നം കണ്ടുവത്രേ! സ്വന്തം അമ്മയെപോലും സ്വപ്നത്തിൽ കാണാത്ത അവൾ രാത്രിയുടെ ഏതോ യാമത്തിൽ ബ്രിട്ടോയോട് സംസാരിച്ച് വിവശയായാണ് വരവ്. 'മകൾ നിലാവ് കരിക്ക് വേണമെന്ന് പറയുന്നു. നീയത് വാങ്ങി വീട്ടിലേക്ക് പോകാത്തതെന്തേ?'.. ആ സ്വപ്നത്തിൽ ബ്രിട്ടോ അങ്ങനെ പറഞ്ഞുവത്രെ. ശരിക്കും ഞാൻ ചിരിച്ചുപോയി. അത്രമേൽ ഭൗതികവാദിയായ നീ സ്വപ്നദർശനം നല്കിയെന്ന് പറയുന്നതുപോലുള്ള തമാശ വേറെയെങ്ങുണ്ട്. ബ്രിട്ടോ, നീ പോയിട്ടും നിലാവിന്റെ കാര്യമൊന്നും മറക്കുന്നില്ലല്ലോ. അവൾ നമ്മുടെ ജീവിതത്തിൽ വന്നതുമുതൽ, എന്റെമേൽ നിനക്കുണ്ടായിരുന്ന മുടിഞ്ഞ പിശുക്കെല്ലാം നീ കളഞ്ഞതാണല്ലോ. അന്ന് വിവാഹം കഴിഞ്ഞവാറെ, ഒരു

റോസാത്തണ്ട് വാങ്ങാൻ അഞ്ചുരൂപ ചോദിച്ചിട്ട് തരാത്ത നിന്നെയും അന്ന്, മുള ചിന്തുംപോലെ നിലവിളിച്ച എന്നെയും നീയിപ്പോൾ ഓർക്കുന്നുണ്ടോ? ഞാൻ തീർച്ചയായും ഓർക്കുന്നുണ്ട്. കഴിഞ്ഞ 20 ദിവസങ്ങളായി ഓർമ്മയുടെ കയത്തിലാണ് ഞാനും നിലാവും. ഇടയ്ക്കവൾ 'അബ്ബയെ' ചോദിക്കും. ആ അഞ്ചാം ക്ലാസുകാരിയുടെ പകച്ച ചോദ്യം എന്നെ വീണ്ടും സങ്കടക്കയത്തിലാക്കും. അന്നേരമവൾ നിന്നോളം പക്വതയോടെ കണ്ണുതടവി പറയും. വിഷമിക്കല്ലെ.. അമ്മാ, അബ്ബ ഇവിടെയൊക്കെത്തന്നെയുണ്ടല്ലോ!

ജീവിതാസക്തൻ

35 വർഷം മുമ്പൊരു ഒക്ടോബർ 14 ന് ജീവിതം അവരിൽനിന്ന് പിടിച്ചുവാങ്ങിയാണല്ലോ ബ്രിട്ടോ 'നടന്നു' തുടങ്ങിയത്. കൃത്യം 10 വർഷവും ഒരുദിവസവും കഴിഞ്ഞാണ്, അതുവരെ ചങ്ങാതിയായ എന്നെ ഒപ്പം കൂട്ടുന്നത്. ഞങ്ങളുടെ സൗഹൃദം പൂത്തത്, ബ്രിട്ടോയുടെ ഭാര്യ യായി മാറണം എന്ന ലക്ഷ്യംവച്ചായിരുന്നില്ല. അതങ്ങനെ സംഭവിച്ചു. എങ്ങനെയായാലും ബ്രിട്ടോയുടെ പ്രിയപ്പെട്ടവൾ ആകണം എന്ന എന്റെ ചിന്ത തന്നെയായിരിക്കണം ഞങ്ങളുടെ വിവാഹത്തിൽ എത്തിച്ചത്. അക്കാലം ഒരുനാൾ ബ്രിട്ടോ ചോദിച്ചത് ഓർമ്മയുണ്ട്. 'സീനാ.. നീ വേറൊരാളെ വിവാഹം കഴിച്ചാലും നമ്മുടെ ഇപ്പോഴത്തെ സൗഹൃദം ഇതേപോലെ ഊഷ്മളമാകുമെന്ന് നിനക്കുറപ്പുണ്ടോ?'... അങ്ങനെ ഉറപ്പുണ്ടാകണമെന്ന് എനിക്ക് നിർബ്ബന്ധമുണ്ടായതിനാലാണ്, ഒരു തണൽക്കീഴിൽത്തന്നെ ജീവിതസഖാവായി മാറാൻ ഞാൻ ക്യാമ്പസും വീടും വിട്ടിറങ്ങിയത്; ബ്രിട്ടോയുടെ ദുരിതജീവിതം പകുത്തെടുത്ത് ആനന്ദിച്ചത്.

ഇന്നിപ്പോൾ ശൂന്യതയുടെ വലിയ കയത്തിലാണെങ്കിലും എത്ര ധന്യമായിരുന്നു നമ്മുടെ യാത്രകളും ജീവിതപ്രേമം നിറഞ്ഞ നിന്റെ ദിനങ്ങളും. എന്തുവന്നാലും ജീവിച്ചേ തീരൂ എന്ന് ഇത്രമാത്രം ശാഠ്യമുള്ള മറ്റൊരാളെ ഞാൻ കണ്ടിട്ടേയില്ല. ഒരുനിമിഷം അധികം ലഭിച്ചാൽ അത്രയ്ക്കും ആനന്ദിക്കുന്ന നീ, ഒരു ചോക്കുവര മായ്ച്ചപോലെ നിസ്സാരമായി എന്റെയും നിലാവിന്റെയും ജീവിതത്തിൽനിന്ന് മാഞ്ഞുപോയത് എന്തിനാണ്? അതും ഞാനും മോളും ഇല്ലാത്ത സമയം നോക്കി. നീ തൃശൂരിൽനിന്ന് എന്നെന്നേക്കുമായി യാത്രതിരിച്ചപ്പോൾ ഞാനും മോളും ബീഹാറിലെ നളന്ദ സർവ്വകലാശാലയിലേക്ക് മറ്റൊരു യാത്രയിലായിരുന്നു. പാറ്റ്ന മനീറിലെ നമ്മുടെ സഹായി അർജുൻ ദാസിനെ നാട്ടിലേക്ക് വിളിക്കാനാണല്ലോ ഞങ്ങൾ പോയത്. അവിടെ നളന്ദ സർവ്വകലാശാലയിൽ ഹുയാൻ സാങ്ങിന്റെ *ഇന്ത്യൻ യാത്രകൾ* എന്ന പുസ്തകം തപ്പിയെടുക്കാൻ ബ്രിട്ടോയല്ലേ പറഞ്ഞത്. ആ പുസ്തകം പറയുന്നപോലുള്ള യാത്ര 2020 ൽ നടത്തണമെന്നും ബ്രിട്ടോ

സൈമൺ ബ്രിട്ടോ, സീന (പഴയകാല ചിത്രം)

മോഹിച്ചതല്ലേ? ഇനി നമ്മളൊന്നിച്ച് എങ്ങനെ യാത്രപോകും?. അതിലെ അനുഭവങ്ങൾ കൊരുത്ത പുസ്തകം ആരെഴുതും? അത് വായിച്ച് ഞാനെങ്ങനെ അന്ധാളിച്ചുനില്ക്കും? നിലാവ് ഇനി ആരോട് യാത്രകളെപ്പറ്റി സംശയം ചോദിക്കും?

കയത്തിലെ നിലാവ്

ഞങ്ങളുടെ സ്വകാര്യജീവിതത്തിൽ നീറ്റൽ കൂടിയപ്പോഴാണ് വടുതലയിൽ പുതിയ വീടുവച്ചത്. ചിന്തയുടെ ആഴം പ്രതിഫലിപ്പി ക്കാനാകണം അതിന് ബ്രിട്ടോ 'കയം' എന്നുപേരിട്ടു. അവിടേക്ക് മകൾ കൂടിവന്നപ്പോൾ അവൾ ഞങ്ങളുടെ നിലാവായി. കയത്തിലെ നിലാവ് - കയീ നിലയായി. ഒടുങ്ങാത്ത പ്രതിസന്ധികളിലൂടെയുള്ള യാത്രയാണ് ഞങ്ങളുടെ ജീവിതമെന്ന് മുമ്പേ തിരിച്ചറിഞ്ഞവളാണ് നിലാവ്. വീൽചെയറിൽ ഇരുന്ന് വായിക്കുമ്പോൾ പുസ്തകം താഴെ വീണാൽ, കഴിക്കുന്ന പാത്രമൊന്ന് തെന്നിയാൽ, ഇഴഞ്ഞുവന്ന് എടുത്തുതരാൻ പോലുമുള്ള കരുത്തുള്ളവളായിരുന്നു ആറുമാസംമുതൽ നിലാവ്. അന്നവൾ, ഞങ്ങളെ ഒരുതരത്തിലും ബുദ്ധിമുട്ടിക്കരുത് എന്ന് കരുതിയിട്ടാകണം, ഒരുകുഞ്ഞു നിലവിളിപോലും ഉണ്ടാക്കിയിരുന്നില്ല. വളർന്നുവലുതായി ബ്രിട്ടോയെ പോലെ ഗൗരവക്കാരിയായതിനു ശേഷമാണ് അവളിപ്പോൾ ചിലപ്പോളൊക്കെ കുറുമ്പുകാരിയാകുന്നത്.

സെൻട്രൽ സ്കൂളിലെ പഠനമായതിനാൽ, നിലാവിന് മലയാളം പഠിക്കാനില്ലാത്തതും ബ്രിട്ടോയെ ഏറെ വിഷമിപ്പിച്ചു. സോവിയറ്റ് കുട്ടിക്കഥകൾ വാങ്ങി നിലാവിനെ ബ്രിട്ടോ പഠിപ്പിച്ചു. നെഞ്ചിൽ കിടത്തി മധുരമുള്ള മലയാളം നിരന്തരം പറഞ്ഞുകൊടുത്തു. 'ഡുക്ക' എന്നാണ്

സൈമൺ ബ്രിട്ടോ, സീന (പഴയകാല ചിത്രം)

അവളെ ബ്രിട്ടോ വിളിക്കുന്നത്. രണ്ടുപേരും ഫുട്ബോൾ കളിഭ്രാന്തരാണ്. ആ വീൽചെയറിലിരുന്ന് വലിയ വലിയ ജീവിതമൈതാനങ്ങളാണല്ലോ ബ്രിട്ടോ സ്വപ്നം കണ്ടതും. ബ്രിട്ടോ പോർച്ചുഗൽ പ്രേമിയും നിലാവ് ബ്രസീൽ ഫാനുമാണ്. അവരുടെ നീണ്ട തർക്കങ്ങൾക്കിടയിൽ ഞാൻ പലപ്പോഴും കളിനിയമമറിയാത്ത പൊട്ട റഫറിയായി.

യാത്രയ്ക്കും ചെറിയ പ്രായംമുതൽ നിലാവ് ഞങ്ങൾക്കൊപ്പംകൂടി. ഹിമാലയംവരെ ഇത്ര ചെറുപ്രായത്തിൽ യാത്രചെയ്ത വേറെ കുട്ടിയുണ്ടാകില്ലെന്ന് ബ്രിട്ടോതന്നെ പലപ്പോഴായി പറഞ്ഞു. അലങ്കാരങ്ങളില്ലാതെ യാത്രപോകുക എന്നതാണ് ബ്രിട്ടോയുടെ എക്കാലത്തെയും മോഹം. അത്തരം അലങ്കാരങ്ങളില്ലാത്ത ഒടുവിലത്തെ യാത്ര, പക്ഷേ, എന്നെയും മോളെയും അറിയിക്കാതെയായിരുന്നു. ബ്രിട്ടോ പറയും: വെറുതെ യാത്രചെയ്യരുത്. അത് ജനറൽ കമ്പാർട്ട്മെന്റിലെ അസൗകര്യമുള്ള യാത്രപോലെയാകണം. പോയ സ്ഥലങ്ങളെക്കുറിച്ച് പഠിക്കണം. പറ്റുമെങ്കിൽ എഴുതണം. പോയ സ്ഥലങ്ങളെക്കുറിച്ചുള്ള റഫറൻസ് ഗ്രന്ഥങ്ങൾ നീട്ടി ബ്രിട്ടോ തുടരും.

മടുക്കാത്ത കേൾവിക്കാരൻ

ബ്രിട്ടോയുടെ ഭാര്യ എന്ന വിശേഷണം ബ്രിട്ടോയും ഞാനും ഇഷ്ടപ്പെടുന്ന സ്ഥാനപ്പേരല്ല. സഖാവ്, കൂട്ടുകാരി, അതായിരുന്നു ഞാൻ.

ചിലപ്പോഴൊക്കെ ആണധികാരത്തിന്റെ സ്വരം വരുമ്പോൾ, ഞാൻതന്നെ ഓർമ്മിപ്പിക്കും "ബ്രിട്ടോ.. വേണ്ട!!" മറ്റൊരു തുടരുന്ന പുഞ്ചിരിയാകും അപ്പോൾ എതിർഭാഗം. ബ്രിട്ടോ വലിയൊരു കേൾവിക്കാരനാണ്. ഞാൻ ബ്രിട്ടോയിൽ കാണുന്ന ഏറ്റവും വലിയ ഗുണവും അതുതന്നെ. മീൻ വില്ക്കാനും മറ്റും വരുന്ന സ്ത്രീകളുമായി മണിക്കൂറുകളോളം ബ്രിട്ടോ സംസാരിച്ചിരിക്കും. അവരുടെ പായാരങ്ങൾ കേൾക്കും. സങ്കടങ്ങൾക്ക് കുട പിടിക്കും, പരിഹാരങ്ങൾക്ക് തണലാകും. 'അതാരാ ബ്രിട്ടോ.. പഴയ കാമുകിയാണോ?' എന്ന എന്റെ കളിയാക്കലിൽ, അതേ കൗതുക ത്തോടെ ബ്രിട്ടോ പറയും. 'അതല്ല സീനാ.. നാം അവരെ കേൾക്കുമ്പോൾ അവർക്കുണ്ടാകുന്ന സന്തോഷമുണ്ടല്ലോ, ആരെല്ലാമോ തനിക്കുമുണ്ട് എന്ന ആശ്വാസം അവരിൽ ഉണ്ടാക്കുക എന്നതാണ് വലിയ കാര്യം.' ബ്രിട്ടോ എം എൽ എയായിരിക്കുമ്പോഴും ഞാനത് ശ്രദ്ധിച്ചിട്ടുണ്ട്. ഭിന്ന ശേഷിക്കാരുടെ സവിശേഷപ്രശ്നങ്ങൾ കേരളം വലിയതോതിൽ ചെവി കൊടുക്കാൻ ബ്രിട്ടോയുടെ ഇടപെടലും കാരണമായി. നിയമസഭ യിലടക്കം വീൽചെയറിനുള്ള റാമ്പ് നിർമ്മിക്കുന്നത് ബ്രിട്ടോ എം എൽ എ ആയതിനുശേഷമാണ്. ജാതിരഹിത മതരഹിതരായ ആൾക്കാർ മരിച്ചാൽ ചടങ്ങൊന്നുമില്ലാതെ സംസ്കാരം നടത്താൻ ശ്മശാനം വേണമെന്നൊരു ബിൽ എം എൽ എ കാലത്ത് ബ്രിട്ടോ അവതരിപ്പിച്ചു. അത് തള്ളിപ്പോയെങ്കിലും മരണാനന്തരം തനിക്കെന്ത് സംഭവിക്കുന്നു എന്നതിൽ ബ്രിട്ടോയ്ക്കും വലിയ ആശങ്കയുണ്ടായിരുന്നു. അഭിമന്യു വിന്റെ കൊലപാതകത്തിനുശേഷം ആ ചിന്ത വല്ലാതെ കൂടി. തന്റെ ദേഹം മെഡിക്കൽ കോളേജിന് പഠിക്കാൻ നല്കണമെന്നും റീത്ത്, അനുസ

സൈമൺ ബ്രിട്ടോയും മകളും

ʼമരണസമ്മേളനം പോലുള്ള ആചാരങ്ങൾ പാലിക്കേണ്ടതില്ലെന്നും ബ്രിട്ടോ എന്നോട് അക്കാലം ആവർത്തിച്ചു. വേണ്ടത് ദേഹത്തൊരു പാർട്ടി പതാക മാത്രമെന്നും പറഞ്ഞു. വളരെ ദൂരെക്കാലത്തെ ഒരു കറുത്ത ഫലിതംമാത്രമായിരിക്കും അതെന്നാണ് അപ്പോഴൊക്കെ ഞാൻ കരുതിയത്.

പൂക്കട്ടെ ആ പാഷൻഫ്രൂട്ട് പന്തൽ

കയത്തിന്റെ മുറ്റത്ത് ബ്രിട്ടോ പാഷൻഫ്രൂട്ട് ചെടി നട്ടിട്ടുണ്ട്. നിലാവ് ഏഴാം ക്ലാസിലെത്തുമ്പോൾ അത് വളർന്ന് മുറ്റമാകെ പന്തലൊരുക്കും. തൊട്ടപ്പുറമുള്ള എല്ലാക്കാലത്തും കായ് തരുന്ന മാവും അപ്പോഴേക്കും പൂക്കും. ആ പാഷൻഫ്രൂട്ട് പന്തലിൽ ഇരുന്ന് മാങ്ങ ചെത്തിത്തിന്നുന്ന അച്ഛനും മകളും വരച്ചുതീരാത്ത മനോഹരമായ ഒരു പെയിന്റിങ്ങാണത്. നിറക്കൂട്ടുകൾ ഒരുക്കിയ തട്ട് എന്നെ ഏല്പിച്ചാണ് ബ്രിട്ടോ മറ്റൊരു യാത്രപോയത്. ആ ചിത്രം എനിക്ക് പൂർത്തിയാക്കണം. ഇപ്പോൾ മനസ്സിൽ വലിയൊരു ശൂന്യതയാണ്. വന്മരം പിഴുതുവീണപ്പോൾ ഉണ്ടായ ഞെട്ടൽ ബാക്കിവച്ച വലിയൊരു ശൂന്യത. അതങ്ങനെ തുടരാൻ ബ്രിട്ടോ ഒരിക്കലും വിടില്ലല്ലോ. പുതുമുകുളങ്ങൾ ആ വന്മരത്തിനടിയിലും ഉണ്ടാകുമല്ലോ. പുഷ്പിക്കട്ടെ ബ്രിട്ടോ എന്നിലും നമ്മളിലും നട്ടുവച്ചൊരു മഞ്ഞ പാഷൻഫ്രൂട്ട് പന്തൽ. എന്നിട്ട് വേണം സന്ധ്യകളിൽ എനിക്കും മകൾക്കും അതിലിരുന്ന് നിലാവു കായാൻ...

ബ്രിട്ടോയ്ക്ക് തുല്യം ബ്രിട്ടോ മാത്രം

ഡോ. ടി എം തോമസ് ഐസക്

മഹാരാജാസിലെ എസ് എഫ് ഐ കാലത്താണ് ബ്രിട്ടോയെ എന്റെ വിദ്യാർത്ഥിയും സുഹൃത്തുമാക്കിയത്. എത്രയോ കാലം പിന്നീട് ഞങ്ങൾ സഹപ്രവർത്തകരായിരുന്നു. രാഷ്ട്രീയപഠനത്തിന് മഹാരാജാസിൽ ഞങ്ങളാവിഷ്കരിച്ച പദ്ധതി എഴുത്തിന്റെയും വായനയുടെയും സംവാദത്തിന്റെയും ലോകം ഇഷ്ടപ്പെട്ടിരുന്ന ധാരാളം പേരെ ആകർഷിച്ചിരുന്നു. ഈ അന്തരീക്ഷത്തിലേക്ക് പങ്കുചേരാനായി മാത്രം പ്രീഡിഗ്രി രണ്ടാം വർഷം ഡിസ്കണ്ടിന്യൂ ചെയ്ത് മഹാരാജാസിൽ ഒന്നാം വർഷ പ്രീഡിഗ്രിക്കു ചേർന്നവരുണ്ടായിരുന്നു

എന്തായിരുന്നു അത്രയ്ക്ക് പ്രത്യേകത എന്ന് സംശയിക്കുന്നവരുണ്ടാകാം. അവർക്കുവേണ്ടി ആ പ്രവർത്തനങ്ങളെ ചുരുക്കി വിശദീകരിക്കാം. വിദ്യാർത്ഥികൾക്കുവേണ്ടി സഖാവ് പി സുന്ദരയ്യ തയ്യാറാക്കിയ വിശദമായ ഒരു രാഷ്ട്രീയ പഠന സിലബസ് ഉണ്ടായിരുന്നു. പൊതു പാർട്ടി വിദ്യാഭ്യാസത്തിനുവേണ്ടി തയ്യാറാക്കിയതാണ് എന്നുതോന്നുന്നു. അന്ന് എറണാകുളം *ദേശാഭിമാനി*യിൽ പത്രാധിപരായി ജോലി ചെയ്തിരുന്ന സഖാവ് പി ഗോവിന്ദപ്പിള്ളയുടെ സഹായത്തോടെ നാലു മോഡ്യൂളുകളിൽ തനതായൊരു രാഷ്ട്രീയപഠന സിലബസ് ഞങ്ങൾ മഹാരാജാസിനുവേണ്ടി തയ്യാറാക്കി.

കുട്ടികളെ മാർക്സിസം പഠിപ്പിക്കുകയായിരുന്നു ലക്ഷ്യം. *മോറീസ് കോൺഫോർത്തിന്റെ* മൂന്നു വാല്യങ്ങളെ അടിസ്ഥാനമാക്കി വൈരുദ്ധ്യാത്മക ഭൗതികവാദം, ചരിത്രപരമായ ഭൗതികവാദം, ജ്ഞാനസിദ്ധാന്തം എന്നിങ്ങനെ മൂന്നു ക്ലാസുകൾ സംഘടിപ്പിച്ചു. വിപ്ലവങ്ങളുടെ ചരിത്രം പഠിക്കാൻ അഞ്ചു ക്ലാസുകൾ. അമേരിക്കയിലും ഫ്രാൻസിലും റഷ്യ

ടി ആർ തോമസ് ഐസക്, മേഴ്സിക്കുട്ടിയമ്മ സീനയ്ക്കും നിലാവിനുമൊപ്പം

യിലും ചൈനയിലും ക്യൂബയിലും നടന്ന വിപ്ലവങ്ങളുടെ ചരിത്രമായിരുന്നു ഈ ക്ലാസുകളിൽ കൈകാര്യം ചെയ്തത്. ഇന്ത്യയുടെയും കേരളത്തിന്റെയും ചരിത്രപഠനത്തിന് നാലു മോഡ്യൂളുകൾ. സി പി ഐ (എം), സി പി ഐ, സി പി ഐ (എം എൽ) എന്നീ പാർട്ടികളുടെ താരതമ്യപഠനത്തിന് മറ്റൊരു മോഡ്യൂൾ.

പി ഗോവിന്ദപ്പിള്ളയായിരുന്നു കോഴ്സ് ഉദ്ഘാടനം ചെയ്തത്. പി ജി തന്നെയായിരുന്നു കോഴ്സിന്റെ മുഖ്യപ്രചോദനവും. ഡോ. കെ എൻ ഗണേശടക്കം സ്ഥിരമായി പങ്കെടുക്കുന്ന 20–25 പേർ ഉണ്ടായിരുന്നു. ഇതിനുപുറമെ മറ്റൊരു അമ്പതോളം പേർ ഇടയ്ക്കിടയ്ക്ക് ക്ലാസുകളിൽ ഹാജരായിരുന്നു.

നേരത്തെ പറഞ്ഞുവല്ലോ ഈ അന്തരീക്ഷം ധാരാളം പേരെ എസ് എഫ് ഐയിലേക്ക് ആകർഷിച്ചു. അതിലെ പ്രധാനിയായിരുന്നു ബ്രിട്ടോ. പിന്നീടദ്ദേഹം ഉറ്റ സുഹൃത്തായി. അവധി ദിവസങ്ങളിൽ അതായിരുന്നു എന്റെ സങ്കേതം. സ്വസ്ഥമായിരുന്നു വായിക്കാൻ കായൽക്കരയിലെ ബ്രിട്ടോയുടെ വീട്ടിലേക്കാണ് ഞാനെത്തിയിരുന്നത്. ആ വീട്ടിലിരുന്ന് ഞങ്ങൾ എത്രയോ പുസ്തകം വായിച്ചു. എത്രയോ ലേഖനങ്ങളെഴുതി. വായിച്ചതിനെയും എഴുതിയതിനെയുംകുറിച്ച് ഉള്ളു തുറന്നു ചർച്ച ചെയ്തു.

പാഠ്യപദ്ധതിയും പഠനവും തുടർന്നു കോളേജിൽ സംഘടിപ്പിച്ച സംവാദങ്ങളുമെല്ലാം മഹാരാജാസിന്റെ ക്യാമ്പസിന് ഒരു ബൗദ്ധിക പരിവേഷം നല്കി. ഫോർട്ട് കൊച്ചിയിൽ നിന്നുള്ള ടി വി ഗോപിനാഥനായിരുന്നു എസ് എഫ് ഐയുടെ യൂണിറ്റ് സെക്രട്ടറി. കോളേജിന്റെ പടിഞ്ഞാറെ കവാടത്തിനരികിൽ ലൈബ്രറിക്കു സമീപമായി കല്ലുകെട്ടിയ ഒരുതണൽ വൃക്ഷമുണ്ടായിരുന്നു. ആഴ്ചയിൽ ഒന്നോ രണ്ടോ തവണ ഇവിടെ ചർച്ചയിൽ ആരെങ്കിലും എന്തെങ്കിലും വിഷയം അവതരിപ്പിച്ചുകൊണ്ടുള്ള പ്രഭാഷണങ്ങളുണ്ടായിരുന്നില്ല. അതിനുപകരം ഏതെങ്കിലും വിഷയം സംബന്ധിച്ച് കുറച്ചുപേർ മുൻകൂട്ടി തയ്യാറെടുത്തുവരും. തികഞ്ഞ ആശയവ്യക്തതയോടെതന്നെ വ്യത്യസ്തനിലപാടുകളായിരിക്കും സ്വീകരിക്കുക. രൂക്ഷമായ വാദപ്രതിവാദം എസ് എഫ് ഐക്കാരല്ലാത്ത മറ്റു കുട്ടികളെയും ആകർഷിക്കുമായിരുന്നു. മിക്കവാറും ആ ആഴ്ചയിലെ *ചിന്ത* വാരികയിലെ ഇ എം എസിന്റെ ചോദ്യോത്തരത്തെയോ അല്ലെങ്കിൽ മറ്റേതെങ്കിലും തെരഞ്ഞെടുത്ത ലേഖനത്തെയോ ആസ്പദമാക്കിയായിരുന്നു ഈ ചർച്ചകൾ സംഘടിപ്പിച്ചിരുന്നത്.

അതുവരെ എസ് എഫ് ഐയ്ക്ക് ആകെ 500 വോട്ടു കിട്ടിയിരുന്ന മഹാരാജാസിൽ 1973 ലാണ് സംഘടനയ്ക്ക് യൂണിയൻ ഭരണം ലഭിച്ചത്. ആ കാലത്തെക്കുറിച്ചൊക്കെ വിശദമായി പ്രതിപാദിക്കുന്ന പുസ്തകത്തിന്റെ പണിപ്പുരയിലായിരുന്നു ബ്രിട്ടോ. അതേക്കുറിച്ചൊക്കെ സംസാരിക്കാനാണ് ഞങ്ങൾ അവസാനമായി കണ്ടത്.

തീവ്രമായ രാഷ്ട്രീയപഠനവും അതു സൃഷ്ടിച്ച മതിപ്പും മഹാരാജാസിലെ എസ് എഫ് ഐയുടെ വിജയത്തിന് കാരണമായിരുന്നു. സ്വാധീനം വർദ്ധിപ്പിക്കുന്നതിനു വേണ്ടിയുള്ള പ്രവർത്തനങ്ങൾ വളരെ ചിട്ടയായി സംഘടിപ്പിച്ചിരുന്നു. സാഹിത്യകാരന്മാർ, കലാകാരന്മാർ, കായികതാരങ്ങൾ, പ്രഗത്ഭമതികളായ വിദ്യാർത്ഥികൾ തുടങ്ങി ഒട്ടേറെ സവിശേഷ വ്യക്തിത്വങ്ങൾ മഹാരാജാസിൽ അന്നുണ്ടായിരുന്നു. ഇന്നത്തെ സൂപ്പർസ്റ്റാർ മമ്മൂട്ടി അന്നു കോളേജിന്റെ കലാവേദികളിൽ സജീവമായിരുന്നു. കുങ്കുമം അവാർഡ് ജേതാവ് പി എൻ വിമല, വനമന്ത്രിയായിരുന്ന ബിനോയ് വിശ്വം, അഹമ്മദ് കബീർ എം എൽ എ എന്നിവർ സമകാലീനരാണ്. ഇവരുടെയൊക്കെ നേതൃത്വത്തിൽ ഒട്ടേറെ കൊച്ചു

വിദ്യാർത്ഥിക്കൂട്ടങ്ങളുമുണ്ടായിരുന്നു. അവയോരോന്നിനെയും വിലയിരുത്തി അവരുമായി സംവദിക്കുകയും ബന്ധം വളർത്തിയെടുക്കുകയും ചെയ്യുന്നതിന് ബോധപൂർവ്വം പരിശ്രമിച്ചു. സജീവമായ ചർച്ചാവേദിയുണ്ടായിരുന്നു. ഒരു യോഗത്തിൽ ഗുന്തർഗ്രാസായിരുന്നു പ്രസംഗകൻ. മഹാരാജാസ് വിദ്യാർത്ഥി അല്ലാതിരുന്നിട്ടും പലതിന്റെയും സംഘാടനത്തിൽ ബ്രിട്ടോയും പങ്കുചേർന്നിരുന്നു.

1973 ലെ തിരഞ്ഞെടുപ്പ് സുവനീർ ഒന്നുമാത്രം പരിശോധിച്ചാൽ മതി ഈ വ്യത്യസ്തത മനസ്സിലാക്കാൻ. കടമ്മനിട്ടയുടെ *കണ്ണൂർക്കോട്ട,* കെ ജി ശങ്കരപ്പിള്ളയുടെ *കഷണ്ടി,* സച്ചിദാനന്ദന്റെ *ഹോചിമിൻ* എന്നിവ ഇതിലൂടെയാണ് ആദ്യമായി പ്രകാശനം ചെയ്യപ്പെട്ടത്. ടി ആറിന്റെ ചെറുകഥയും സാനുമാസ്റ്ററിന്റെ ചെറുലേഖനവും ഡി വിനയചന്ദ്രന്റെ കവിതയും. പിന്നെ വിദ്യാർത്ഥികളുടെ ചെറുലേഖനങ്ങളും. ഇതിന്റെ കവർ വരച്ചത് സി എൻ കരുണാകരനായിരുന്നു. *യാഗം* എന്നായിരുന്നു പേർ. സുവനീർ ചിട്ടപ്പെടുത്തുന്നതിൽ എസ് രമേശൻ വലിയ പങ്കുവഹിക്കുകയുണ്ടായി. കലാഭവനിലെ ഗായകനായിരുന്ന വി എസ് വില്യംസ് ആയിരുന്നു അന്നത്തെ ആർട്സ് ക്ലബ് സെക്രട്ടറി. വില്യംസിന്റെ ഗാനങ്ങൾ ക്യാമ്പസിനെ ഇളക്കി മറിച്ചു. കോളേജ് യൂണിയൻ പ്രവർത്തനം തികഞ്ഞ വ്യത്യസ്തത പുലർത്തി. ജനാധിപത്യപരമായും നിഷ്പക്ഷമായും എല്ലാ വിഭാഗം വിദ്യാർത്ഥികളെയും പ്രവർത്തനങ്ങളിൽ പങ്കാളികളാക്കി. അന്ന് ഹൈസ്കൂൾ വിദ്യാർത്ഥിനിയായിരുന്ന പ്രശസ്ത ഗായിക സുജാതയായിരുന്നു മഹാരാജാസിലെ ആർട്സ് ക്ലബ് ഉദ്ഘാടനം ചെയ്തത്.

മഹാരാജാസ് അല്ലാതിരുന്നിട്ടും ഈ കാലം വിവരിക്കുന്ന പുസ്തകം പുറത്തിറക്കാൻ ഡി സി ബുക്സ് ചുമതലപ്പെടുത്തിയത് ബ്രിട്ടോയെ ആയിരുന്നു. അത്രയ്ക്കാണ് ആ ക്യാമ്പസുമായി ബ്രിട്ടോയ്ക്കുണ്ടായിരുന്ന ബന്ധം. ഏറ്റവുമൊടുവിൽ അഭിമന്യു, മഹാരാജാസിന്റെ ആ പ്രിയങ്കരനും ബ്രിട്ടോയ്ക്കൊരു സഹോദരനായിരുന്നു.

ബ്രിട്ടോയുടെ ആത്മധൈര്യവും ജീവിതാഭിലാഷവുമെല്ലാം സുഹൃത്തുക്കൾക്കും സഖാക്കൾക്കും നന്നായി അറിയാം. നിരാശ തീണ്ടാത്ത ആ മനസ്ഥൈര്യം ഒപ്പമുള്ളവർക്ക് എന്നും അത്ഭുതമായിരുന്നു. അരയ്ക്കു കീഴെ തളർന്ന് പത്തുവർഷത്തോളമാണ് ബ്രിട്ടോ വീട്ടിലിരുന്നത്. അതിനുശേഷമാണ് തൊണ്ണൂറുകളുടെ തുടക്കത്തിൽ എസ് എഫ് ഐയുടെ അഖിലേന്ത്യാ സമ്മേളനത്തിൽ പങ്കെടുക്കാൻ വടക്കേ ഇന്ത്യയിലേക്കുള്ള യാത്രാ സൗഹൃദങ്ങൾ.

2006 മുതൽ എം എൽ എ ആയിരുന്നു ബ്രിട്ടോ. എന്റെ ആദ്യത്തെ ബഡ്ജറ്റിനെക്കുറിച്ച് ധനാഭ്യർത്ഥന ചർച്ചയിൽ ബ്രിട്ടോ പറഞ്ഞ വാചകം ഇന്നും മനസ്സിലുണ്ട്. 'മനുഷ്യന് ഈ മണ്ണിൽ നിലവിളിക്കാതെ ജീവിക്കുന്നതിനു വേണ്ടിയാണ് ഈ ബഡ്ജറ്റ്.' ജോസഫ് സ്റ്റിഗ്ലിസിനെക്കുറിച്ചും *ക്രോധത്തിന്റെ മുന്തിരിപ്പഴങ്ങൾ* എന്ന നോവലിനെക്കുറിച്ചുമൊക്കെ

ആ പ്രസംഗത്തിൽ ബ്രിട്ടോ പരാമർശിച്ചിട്ടുണ്ട്. Politics is the root essence of economics എന്ന് പ്രതിപക്ഷത്തെ ഓർമ്മിപ്പിക്കുകയും ചെയ്തു.

വായനയുടെയും ചിന്തയുടെയും പഴക്കമുള്ള വാക്കുകൾ. ചെല്ലുന്നിടത്തെല്ലാം ആവേശം വിതറാൻ അസാമാന്യമായ കഴിവുണ്ടായിരുന്നു അദ്ദേഹത്തിന്. ചുറ്റും സുഹൃത്തുക്കളായിരുന്നു. ഇന്ത്യയുടെ നാനാഭാഗത്തുനിന്നും അവരെ ബ്രിട്ടോ കണ്ടെത്തി. ചുറ്റും നിന്നവർക്കെല്ലാം അതിജീവനത്തിന്റെ ഊർജ്ജം പകർന്ന് പ്രതിസന്ധികളെ ഒട്ടും ഗൗനിക്കാതെ ബ്രിട്ടോ ജീവിച്ചു.

ബ്രിട്ടോയ്ക്ക് തുല്യം ബ്രിട്ടോ മാത്രം.

പോരാളികളുടെ പോരാളി

പി രാജീവ്

'**പോ**രാളികളുടെ പോരാളി, വീര സഖാവ് സൈമൺ ബ്രിട്ടോ, സൈമൺ ബ്രിട്ടോ മരിക്കുന്നില്ല, ജീവിക്കുന്നു ഞങ്ങളിലൂടെ' എന്ന് നൂറു കണക്കിന് കണ്ഠങ്ങളിൽനിന്നും ഇടിമുഴക്കം പോലെ മുദ്രാവാക്യങ്ങൾ ഉയരുമ്പോൾ സഖാവിന്റെ ഭൗതികശരീരം മെഡിക്കൽ കോളേജിലെ വിദ്യാർത്ഥികൾക്ക് പഠിക്കാനായി യാത്രയാവുകയായിരുന്നു. മൂന്നര ദശകമായി ആ ശരീരം മെഡിക്കൽ സയൻസിനെ അത്ഭുതപ്പെടുത്തിക്കൊണ്ടിരുന്നു. 1983 ൽ കെ എസ് യു പ്രവർത്തകരുടെ കത്തിമുനയ്ക്കിരയായപ്പോൾ ദിവസങ്ങൾ മാത്രമാണ് ഡോക്ടർമാർ ബ്രിട്ടോവിന് ആയുസ്സ് പ്രവചിച്ചത്. എന്നാൽ ബ്രിട്ടോ മരണത്തിനോടൊപ്പം സഞ്ചരിച്ച്, മരണത്തെ തോല്പിച്ച്, ജീവിതത്തെ ആഘോഷിച്ച് ജീവിതത്തെ പോരാട്ടമാക്കി പിന്നിട്ടത് മൂന്നര ദശകങ്ങൾ. ഇരുപത്തിയൊന്നാം വയസ്സുമുതൽ മരണത്തിനോടൊപ്പം സഞ്ചരിച്ച്, തന്റെ ധൈഷണികതകൊണ്ട് ലോകത്തെ നിരന്തരം അമ്പരപ്പിച്ച സ്റ്റീഫൻ ഹോക്കിങ്സിന് ഡോക്ടർമാർ പ്രവചിച്ചത് രണ്ട് വർഷത്തെ ആയുസ്സായിരുന്നു. രോഗത്തെയും മരണത്തെയും തോല്പിച്ച് അദ്ദേഹം വിടവാങ്ങുമ്പോൾ 76 വയസ്സായിരുന്നു. ഹോക്കിങ്സിനെ വീൽചെയറിലാക്കിയത് രോഗമായിരുന്നു. ബ്രിട്ടോയെ കത്തിമുനയും. വീൽചെയറിലിരുന്ന് ഹോക്കിങ്സ് പ്രപഞ്ചത്തിന്റെ ഉല്പത്തിയെക്കുറിച്ചുള്ള വലിയ ചോദ്യങ്ങൾക്ക് ഉത്തരങ്ങൾ തേടി. ആരും ദൈവത്തെ വിളിച്ചുപോകുമെന്നൊക്കെ പലരും പറയുന്ന കാലത്ത് ഹോക്കിങ്സ് സയൻസിൽ വിശ്വസിച്ചു. താരതമ്യം ശരിയല്ലെങ്കിൽപോലും ബ്രിട്ടോയും തന്റെ വീൽചെയറിലിരുന്ന് മനുഷ്യനിൽ വിശ്വസിച്ചു. അവന്റെയും സമൂഹത്തിന്റെയും മോചനത്തിനായുള്ള പോരാട്ടത്തിനായി ജീവിതം മാറ്റിവച്ചു.

സൈമൺ ബ്രിട്ടോ: പോരാളികളുടെ പോരാളി

സമാഹരണം: നൗഫൽ എൻ

സൈമൺ ബ്രിട്ടോ

വീൽചെയറിൽ ബ്രിട്ടോ സഞ്ചരിച്ച ദൂരമെത്രയായിരിക്കും? അറിയില്ല. പക്ഷേ, തന്റെ അസാധാരണമായ ആത്മധൈര്യംകൊണ്ടും ഇച്ഛാശക്തി കൊണ്ടും അതിർത്തികളെയും ഭാഷകളെയും പരിമിതികളെയും ബ്രിട്ടോ അതിജീവിച്ചു. അടുത്തിടെ ഷാർജയിൽ ഒരു പരിപാടിക്ക് പോയപ്പോൾ, ബ്രിട്ടോ അവിടെ വന്ന് പരിപാടികളിൽ പങ്കെടുത്ത കാര്യം സഖാക്കൾ പറഞ്ഞു. ഒരു എമിരേറ്റിൽനിന്നും മറ്റൊന്നിലേക്ക്, ഒരു സൗഹൃദവലയ ത്തിൽനിന്നും മറ്റൊന്നിലേക്ക്, ഒരു പ്രഭാഷണത്തിൽനിന്നും വേറെയൊ ന്നിലേക്ക് അദ്ദേഹം സഞ്ചരിച്ചുകൊണ്ടിരുന്നു. വീൽചെയറിൽ ബ്രിട്ടോ നടത്തിയ ഭാരതപര്യടനം അസാധാരണമായ തീരുമാനത്തിന്റെ ധീരമായ പ്രയോഗമായിരുന്നു. ബാക്കിയുള്ള പതിനൊന്നു സംസ്ഥാനങ്ങളിലേ ക്കുള്ള യാത്രയുടെ ആലോചനകൾക്കിടയിലാണ് അദ്ദേഹം യാത്രയാ യത്.

ആദ്യമായി കാണുന്നതിനായി വടുതലയിലെ വീട്ടിലെത്തുമ്പോൾ ബ്രിട്ടോ കട്ടിലിൽ കിടക്കുകയാണ്. ഞങ്ങളെ കണ്ടതോടെ മുകളിൽ കെട്ടി യിട്ടിരിക്കുന്ന രണ്ടു വളയങ്ങളിൽ കൈകൾ പിടിച്ച് അതിൽ ശരീരത്തിനു ബലം നല്കി ബ്രിട്ടോ കിടക്കയിലേക്ക് എഴുന്നേറ്റിരുന്നു. മുമ്പിലേക്ക് ആഞ്ഞുള്ള ഇരുപ്പിലിരുന്ന് സംസാരിക്കുമ്പോൾ ബ്രിട്ടോയുടെ കണ്ണുക ളിൽ തീയായിരുന്നു. അന്നു കണ്ട ആ അഗ്നി ഒടുവിൽ ആഴ്ചകൾക്ക് മുമ്പ് ബ്രിട്ടോയെ കാണുമ്പോഴുമുണ്ടായിരുന്നു. നിരാശയെന്ന ഭാവം

മഹാരാജാസ് കോളേജിൽ

ബ്രിട്ടോയുടെ വാക്കിലോ പ്രവൃത്തിയിലോ ഒരിക്കലും കാണാൻ കഴിയില്ല. കണ്ണുകളിൽ പ്രതീക്ഷയുടെ മഹാതിളക്കമായിരുന്നു. വാക്കുകളിൽ അഗ്നിപടരുന്ന ഊർജ്ജമായിരുന്നു. കുത്തേല്ക്കുമ്പോൾ ബ്രിട്ടോ എസ് എഫ് ഐ നേതാവായിരുന്നു. മൂന്നര ദശകത്തിനുശേഷം മരണത്തിലേക്ക് നടക്കുമ്പോഴും ബ്രിട്ടോ എസ് എഫ് ഐ ആയിരുന്നു. ക്യാമ്പസുകൾ ബ്രിട്ടോയ്ക്ക് നിലയ്ക്കാത്ത ഊർജ്ജം പ്രദാനം ചെയ്തുകൊണ്ടിരുന്നു.

ഞങ്ങളുടെ കാലത്തെ എസ് എഫ് ഐ സമ്മേളനങ്ങളിൽ ബ്രിട്ടോയുടെ അഭിവാദ്യം ഒഴിവാക്കാനാവാത്തതായിരുന്നു. ചിലപ്പോൾ നേരിട്ടും മറ്റു ചിലപ്പോൾ സന്ദേശങ്ങളിലൂടെയും ബ്രിട്ടോയെത്തും. ബ്രിട്ടോയുടെ സാന്നിദ്ധ്യം സമ്മേളനത്തിൽ കടലിരമ്പങ്ങൾ തീർക്കും. പിന്നെയുള്ള അഗാധ നിശ്ശബ്ദതയിൽ ബ്രിട്ടോയുടെ വാക്കുകൾ പെരുമഴ തീർക്കും. കണ്ണീരോടെ കേട്ടുതുടങ്ങുന്നവർ ആവേശത്തിലേക്കും പ്രതീക്ഷകളിലേക്കും നടന്നുകയറും. ഇങ്ങനെ ബ്രിട്ടോ എല്ലാവരിലേക്കും വിപ്ലവത്തിന്റെ ആവേശങ്ങൾ കൈമാറിക്കൊണ്ടിരുന്നു.

ബ്രിട്ടോ വീണിട്ടും പലപ്പോഴും വാക്കുകൾകൊണ്ട് ശത്രുക്കൾ അദ്ദേഹത്തെ ആക്രമിക്കാൻ ശ്രമിച്ചുകൊണ്ടിരുന്നു. എന്നാൽ, അതൊന്നും ബ്രിട്ടോയെ തളർത്തിയില്ല. ക്യാമ്പസ് സമാധാനത്തിന്റെ വക്താക്കളെന്ന വിശേഷണം ചില മാധ്യമങ്ങളാൽ ചാർത്തി നല്കപ്പെട്ട കെ എസ് യുവിന്റെ പ്രവർത്തകരാണ് ബ്രിട്ടോയെ കൊലപ്പെടുത്താൻ ശ്രമിച്ചത്. അവർ തന്നെയാണ് നിരവധി ഉശിരന്മാരായ വിദ്യാർത്ഥി സംഘടനാ

പ്രവർത്തകരെയും ഇല്ലാതാക്കിയത്. ക്യാമ്പസുകളിൽ ഒരു വിദ്യാർത്ഥി യെയും എസ് എഫ് ഐ കൊലപ്പെടുത്തിയിട്ടില്ല. മഹാരാജാസ് എസ് എഫ് ഐയ്ക്ക് ഏറ്റവും ശക്തിയുള്ള ക്യാമ്പസുകളിലൊന്നാണ്. ആ ശക്തി ഉപയോഗിച്ചുകൊണ്ട് ഒരിക്കലും ഒരാളുടെ ജീവനും എസ് എഫ് ഐ കവർന്നിട്ടില്ല. ഈ ക്യാമ്പസിൽ എസ് എഫ് ഐ ഇതുപോലെ ശക്തമല്ലാതിരുന്ന കാലത്താണ് കെ എസ് യു വിനുവേണ്ടി കോൺഗ്ര സിന്റെ തുറമുഖത്തെ യൂണിയനായ സി സി ടി യുവിന്റെ ഗുണ്ടകൾ തോമസ് ഐസക്കിനെ കൊലപ്പെടുത്താൻ എത്തുന്നത്. ഐസക്കിനെ കിട്ടാതെ വന്നപ്പോഴാണ് ക്യാമ്പസിൽ വിദ്യാർത്ഥിപോലുമല്ലാതിരുന്ന ലക്ഷദ്വീപുകാരനായ മുത്തുക്കോയയെ കൊലപ്പെടുത്തുന്നത്.

മഹാരാജാസിൽ ആക്രമിക്കപ്പെട്ട എസ് എഫ് ഐ പ്രവർത്തകരെ കാണുന്നതിനായി ജനറൽ ആശുപത്രിയിലെത്തിയ ബ്രിട്ടോയെ കൊല പ്പെടുത്താനാണ് കെ എസ് യു ശ്രമിച്ചത്. എപ്പോഴും കെ എസ് യു തന്നെ യാണ് കലാലയങ്ങളെ കൊലപാതക കേന്ദ്രങ്ങളാക്കുന്നത്. പിന്നീട് എ ബി വി പിയും ക്യാമ്പസ് ഫ്രണ്ടുമൊക്കെ അതിൽ കണ്ണിച്ചേർന്നു. അഭി മന്യുവിനെ കൊലപ്പെടുത്തിയത് ക്യാമ്പസ് ഫ്രണ്ടായിരുന്നു. എറണാ കുളത്ത് തന്നെ ആയുർവ്വേദ കോളേജിലെ എസ് എഫ് ഐ പ്രവർത്ത കനായിരുന്ന പി കെ രാജനെ കൊലപ്പെടുത്തിയതും കോൺഗ്രസായി രുന്നു.

ആശയം ദരിദ്രമാകുന്നവനേ ആയുധം ആദ്യം എടുക്കേണ്ടതുള്ളൂ. കാലത്തെ മുമ്പോട്ടു നയിക്കാൻ ശ്രമിക്കുന്ന പുരോഗമന ചിന്തയുടെ വക്താക്കൾക്ക് തങ്ങളുടെ രാഷ്ട്രീയവും ആശയപരവും സാംസ്കാരിക വുമായ ഇടപെടലുകൾ മതിയാകും. അങ്ങനെ തന്നെയാണ് ഇന്നും എസ് എഫ് ഐ കേരളത്തിലെ മഹാഭൂരിപക്ഷം വരുന്ന വിദ്യാർത്ഥികളുടെ അംഗീകാരമുള്ള സംഘടനയായി നിലനില്ക്കുന്നത്. സംവാദാത്മകവും സർഗ്ഗാത്മകവുമായ ക്യാമ്പസുകൾ രൂപപ്പെടുത്തുന്നതിനും ശക്തിപ്പെടു ത്തുന്നതിനും എക്കാലത്തും എസ് എഫ് ഐ ശ്രമിച്ചുകൊണ്ടിരിക്കുന്നു. സംവാദാത്മക ക്യാമ്പസിലൂടെ മാത്രമേ സർഗ്ഗാത്മക ക്യാമ്പസിലേക്ക് വളരാൻ കഴിയുകയുള്ളൂ.

ബ്രിട്ടോ വിടവാങ്ങിയ സന്ദർഭത്തിലെങ്കിലും തങ്ങളുടെ തെറ്റ് ഏറ്റു പറയുന്നതിന് കെ എസ് യുവും അന്നത്തെ കെ എസ് യു നേതാക്കളും തയ്യാറാവുമോ? ക്യാമ്പസുകൾ ശക്തമായ പ്രതികരണത്തിന്റെ വേദിക ളാകേണ്ട സന്ദർഭമാണിത്. കേന്ദ്രം ഭരിക്കുന്നവർ ക്യാമ്പസുകളെ ലക്ഷ്യം വയ്ക്കുന്നു. അഭിപ്രായ സ്വാതന്ത്ര്യത്തിന് വിലങ്ങിടാൻ ശ്രമിക്കുന്നു. പ്രതി കരിക്കുന്നവരെ രാജ്യദ്രോഹക്കുറ്റം ചുമത്തി ജയിലിലടയ്ക്കുന്നു. ഇത്തരം സന്ദർഭങ്ങളിലെ പോരാട്ടങ്ങൾക്ക് ആത്മധൈര്യവും സമർപ്പണവും പ്രധാ നമാണ്. ശരിയായ രാഷ്ട്രീയപ്രത്യയശാസ്ത്ര തിരിച്ചറിവ് ക്യാമ്പസുക

ളിൽ ശക്തിപ്പെടേണ്ട കാലം നിലയ്ക്കാത്ത പോരാട്ടങ്ങൾ അനിവാര്യമാക്കുന്നു. അവിടെ സൂര്യവെളിച്ചമായി ബ്രിട്ടോ നില്ക്കുന്നു.

മരിച്ചവർ പിന്നീട് ജീവിക്കില്ലെന്ന് കരുതുന്നവരാണ് വിപ്ലവകാരികൾ. എന്നാൽ, അവർ ജീവിക്കുക തന്നെ ചെയ്യും. അത് ജീവിച്ചിരിക്കുന്നവരുടെ പ്രവൃത്തികളിലൂടെയും പോരാട്ടങ്ങളിലൂടെയുമാണ്. ബ്രിട്ടോയെ അനശ്വരനാക്കുന്ന ഇന്നിന്റെ പോരാട്ടങ്ങളുടെ കനൽവഴികളിലൂടെ നമുക്ക് മുന്നോട്ടുപോകാം. ബ്രിട്ടോയുടെ കണ്ണുകളിലെ നക്ഷത്രങ്ങളെ നമുക്ക് സ്വന്തമാക്കാം. മുറിഞ്ഞുപോയ വാക്കുകളിലെ തീയെ നെഞ്ചേറ്റാം. നിലച്ചുപോയ നിശ്വാസത്തെ തീക്കാറ്റാക്കാം. റെഡ് സല്യൂട്ട്.

ബ്രിട്ടോയെ ഓർക്കുമ്പോൾ

കെ എൻ ഗണേഷ്

സൈമൺ ബ്രിട്ടോയെക്കുറിച്ചുള്ള എന്റെ ഓർമ്മകൾ വിദ്യാർത്ഥി ജീവിതത്തിലേതാണ്.

അടിയന്തരാവസ്ഥ പ്രഖ്യാപിച്ചതിനുശേഷം പൊലീസ്- കെ എസ് യു സംഘടിത നായാട്ടിൽനിന്നും രക്ഷപ്പെടാൻ എസ് എഫ് ഐ പ്രവർത്തകർ ചിതറിയ കാലം. അപ്പോൾ സി പി ജീവനാണ് ബ്രിട്ടോയെ എനിക്ക് പരിചയപ്പെടുത്തുന്നത്. സെന്റ് ആൽബർട്സ് കോളേജിലെ വിദ്യാർത്ഥി, ഉശിരൻ, കോളേജിൽ കെ എസ് യു മാനേജ്മെന്റ് ഭീഷണികളെ അതിജീവിച്ച് ആൽബർട്സ് കോളേജിൽ എസ് എഫ് ഐ യൂണിറ്റുണ്ടാക്കിയയാൾ. ക്രമേണ ഞങ്ങൾ സുഹൃത്തുക്കളായി.

വിദ്യാഭ്യാസ സംബന്ധമായി കേരളത്തിനു പുറത്തുപോകേണ്ടി വന്നതുകൊണ്ട് ബ്രിട്ടോയുമായി സ്ഥിരമായി ബന്ധപ്പെടാൻ കഴിഞ്ഞില്ല. എങ്കിലും കേരളത്തിൽ വരുമ്പോൾ ബ്രട്ടോയെ കാണും. സമകാലീന രാഷ്ട്രീയം ചർച്ച ചെയ്യും. കേരളത്തിനു പുറത്തു നടക്കുന്ന കാര്യങ്ങളെക്കുറിച്ചറിയാൻ ബ്രിട്ടോയ്ക്കു താല്പര്യമുണ്ടായിരുന്നു. മാർക്സിസത്തെക്കുറിച്ചു മാത്രമല്ല കലയിലും സാഹിത്യത്തിലുമെല്ലാം ബ്രിട്ടോ താല്പര്യം പ്രകടിപ്പിച്ചിരുന്നു.

സെന്റ് ആൽബർട്സിലെ പഠനത്തിനുശേഷം ബ്രിട്ടോ നിയമപഠത്തിന് ബീഹാറിൽ പോയി. തിരിച്ചുവന്നതിനുശേഷം ബ്രിട്ടോ പ്രസ്ഥാനത്തിൽ സജീവമായി. ആ സമയത്തു നടന്ന കെ എസ് യു - എസ് എഫ് ഐ സംഘട്ടനത്തിൽ പരിക്കുപറ്റിയവരെ കാണാൻ ചെന്ന ബ്രിട്ടോ തിരിച്ചുവരുമ്പോഴാണ് ഒരു കെ എസ് യു പ്രവർത്തകന്റെ കുത്തേറ്റത്.

ഏതാനും മാസങ്ങൾ മരണത്തോട് മല്ലടിച്ച ബ്രിട്ടോ പിന്നീട് നടത്തിയത് ജീവിക്കാനുള്ള ശ്രമമായിരുന്നു. വടുതലയിലെ വീട്ടിൽ ഞാൻ

സൈമൺ ബ്രിട്ടോ കൂട്ടുകാരോടൊപ്പം

കാണാൻ ചെന്നപ്പോൾ മുഴുവൻ സംസാരിച്ചത് വായിക്കാനും പഠിക്കാനുമുള്ള ശ്രമങ്ങളെപ്പറ്റിയാണ്. ബ്രിട്ടോയുടെ അച്ഛൻ നിക്കോളാസ് റോഡ്രിഗ്സിനെയും അമ്മയെയും അന്നാണ് പരിചയപ്പെട്ടത്. ബ്രിട്ടോയുടെ ദുരന്തം അച്ഛന്റെ സാമൂഹ്യ വീക്ഷണത്തെ തന്നെ മാറ്റിക്കളഞ്ഞതായി തോന്നി. പള്ളിപരിസരത്തുള്ള ഒരു സാധാരണ ആംഗ്ലോ ഇന്ത്യൻ കുടുംബത്തിൽ ജീവിച്ചയാൾ കേരള രാഷ്ട്രീയത്തിന്റെ കരാളമുഖം അപ്പോഴാണ് കാണുന്നത്. ആ മനുഷ്യന്റെയും അമ്മയുടെയും അസാമാന്യമായ പിന്തുണകൊണ്ടാണ് ബ്രിട്ടോ ജീവിതത്തിലേക്ക് തിരിച്ചുവന്നത്. ബ്രിട്ടോയുടെ വീട്ടിൽ സദാ കയറിയിറങ്ങിയ വടുതലക്കാരും അല്ലാത്തവരുമായ നിരവധി സുഹൃത്തുക്കളും ഈ തിരിച്ചുവരവിൽ വലിയ പങ്കുവഹിച്ചു. തിരിച്ചുവരവിൽ പുതിയ വഴിത്താരകൾ തേടുന്ന ബ്രിട്ടോയെ കണ്ടത് വിവാഹശേഷം വീണ്ടും കാണാൻ ചെന്നപ്പോഴായിരുന്നു.

പിന്നീട് ഞങ്ങൾ കോഴിക്കോട്ടായി. ബ്രിട്ടോ എറണാകുളത്തും. ബ്രിട്ടോയുടെ ഭാരതപര്യടനങ്ങളെക്കുറിച്ച് ഞാൻ കേട്ടറിഞ്ഞു. തിരുവനന്തപുരം വിമൻസ് കോളേജിലെ എസ് എഫ് ഐ സംഘാടകയെന്ന നിലയിൽ സീന ഭാസ്കറിനെ ചെറിയ പരിചയമുണ്ടായിരുന്നു. സീന ബ്രിട്ടോയ്ക്കൊപ്പം ജീവിക്കാൻ തീരുമാനിച്ചതിൽ സന്തോഷിച്ചു. ബ്രിട്ടോയുടെ നോവലുകൾ മുഴുവൻ വായിച്ചിട്ടില്ല. *അഗ്രഗാമി* ഖണ്ഡശഃ പ്രസിദ്ധീകരിച്ചപ്പോൾ കുറച്ചുഭാഗം വായിച്ചിരുന്നു, അത്രമാത്രം. അഭിമന്യുവിന്റെ കൊലപാതകത്തെക്കുറിച്ചെഴുതിയ കുറിപ്പ് വായിച്ചു. സ്വയം മര

ണത്തെ നേരിട്ട ഒരാൾക്ക് മറ്റുള്ളവർ ക്രൂരമായി കൊലയ്ക്കിരയാകുമ്പോൾ അനുതപിക്കാൻ കഴിയും.

കൂടുതൽ എഴുതുന്നില്ല. നല്ലൊരു സുഹൃത്തിനെ, സഖാവിനെ നഷ്ടപ്പെട്ടതിൽ ഖേദമുണ്ട്. ബ്രിട്ടോയുടെ ജീവിതം ഇത്രയും ക്രൂരമായ ആഘാതമേറ്റിട്ടും പാഴായിപ്പോയില്ലെന്ന് അറിയുന്നതിൽ ആശ്വാസമുണ്ട്. ജീവിതം സ്വന്തം കാമനകളും ശേഷികളുമനുസരിച്ച് ജീവിച്ചു തീർക്കുകയാണല്ലോ പ്രധാനം.

ജോൺ, ആഫ്റ്റർ ഓൾ വാട്ടീസ് ലൈഫ്?

സി പി ജോൺ

നാലു പതിറ്റാണ്ടു കാലത്തെ ബന്ധമാണ് എനിക്കും ബ്രിട്ടോയ്ക്കും തമ്മിലുള്ളത്. എസ് എഫ് ഐയുടെ പ്രവർത്തകരായി, ഞാൻ കോഴിക്കോട്ടും എറണാകുളത്ത് ബ്രിട്ടോയും പ്രവർത്തിച്ചിരുന്നപ്പോഴാണ് ആ ബന്ധം ആരംഭിച്ചത്. പിന്നീടത് സൗഹൃദവും സൗഹൃദത്തിലപ്പുറമുള്ള ബന്ധവുമായി വളരുകയായിരുന്നു.

കലുഷിതമായ രാഷ്ട്രീയ അന്തരീക്ഷമാണ് അന്ന് കലാലയത്തിൽ ഉണ്ടായിരുന്നത്. സംഘർഷങ്ങളും സംഘട്ടനങ്ങളും പതിവായിരുന്നു. ഏതു പ്രശ്നത്തിന്റെ മുന്നിലും ധീരതയുടെ പര്യായപദം പോലെ ഉയർന്നുനിന്ന ഒരു വ്യക്തിയായിരുന്നു ബ്രിട്ടോ. നിരന്തരം സംഘടനാ പ്രവർത്തനം നടത്തുകയും ഒരുദിവസം നൂറുകണക്കിനാളുകളുമായി സംസാരിക്കുകയും പുസ്തകങ്ങൾ വായിക്കുകയും വായിപ്പിക്കുകയും പിന്നീട് എഴുതുകയും ചെയ്ത അപൂർവ്വ വ്യക്തിത്വം.

അതിനിടയിലാണ് ബ്രിട്ടോയ്ക്ക് മാരകമായ കുത്തേറ്റത്. പഠനത്തിൽ ശ്രദ്ധിക്കാൻ സംഘടനയടക്കം ആവശ്യപ്പെട്ടതിന്റെ അടിസ്ഥാനത്തിൽ ബാക്കിവന്ന പരീക്ഷകൾ എഴുതുന്നതിനിടയിലാണ് മഹാരാജാസിലെ സംഘട്ടനത്തിൽ ബ്രിട്ടോയ്ക്ക് കുത്തേറ്റത്. ബ്രിട്ടോയെ കുനിച്ചു നിർത്തി കുത്തുകയായിരുന്നു. കെ എസ് യുവും എസ് എഫ് ഐയും തമ്മിലായിരുന്നു സംഘർഷം എന്ന് എടുത്തുപറയേണ്ടതില്ല.

1983 ൽ കുത്തുകൊള്ളുമ്പോൾ എസ് എഫ് ഐ സംസ്ഥാന കമ്മിറ്റി അംഗമായിരുന്നു ബ്രിട്ടോ. പക്ഷേ, 1985 ൽ എസ് എഫ് ഐയുടെ കൊല്ലം സംസ്ഥാന സമ്മേളനമാണ് മരണത്തോട് മല്ലടിച്ചു കൊണ്ടിരുന്ന ബ്രിട്ടോയെ സംസ്ഥാന വൈസ്പ്രസിഡന്റായി തിരഞ്ഞെടുത്തത്.

അതിനുശേഷം ബ്രിട്ടോയുടെ ജീവിതം തുലാസിലാടി. ബ്രിട്ടോ

മരിക്കുമെന്ന് എല്ലാവരും വിധിയെഴുതി. പക്ഷേ, ബ്രിട്ടോ മെഡിക്കൽ ട്രസ്റ്റ് ആശുപത്രിയുടെ പ്രത്യേക പരിചരണയിൽ മാസങ്ങൾ തള്ളിനീക്കി. ബ്രിട്ടോയുടെ പിതാവ്, (അദ്ദേഹം പിന്നീട് എം എൽ എയായി), നല്കിയ ചില ഹോമിയോ മരുന്നുകളും കൂട്ടിനുണ്ടായി. എല്ലാത്തിന്റേയും ഫലമായിട്ടാവണം ബ്രിട്ടോ മരണത്തിന്റെ പടവുകളിൽനിന്നും മുകളി ലേക്ക് കയറിവന്നത്.

പക്ഷേ, പിന്നീടങ്ങോട്ട് ബ്രിട്ടോ കേവലം കുത്തുകൊണ്ട ഒരു രോഗിയായിട്ടല്ല, വീണ്ടും ആയിരങ്ങളെ തന്നിലേക്ക് അടുപ്പിക്കുന്ന ഒരു കാന്തമായിട്ടാണ് ജീവിച്ചത്. വർഷങ്ങൾ നീണ്ടുനിന്ന കിടപ്പ്, ഒരു മുറിയിൽനിന്നും മറ്റൊരു മുറിയിലേക്ക് പോകാനാവാത്ത തരത്തിൽ പത്തുവർഷത്തോളം ബ്രിട്ടോ ജീവിച്ചപ്പോൾ, ഞങ്ങളെപ്പോലുള്ള നൂറുകണക്കിനാളുകൾ ബ്രിട്ടോയുടെ വീട്ടിൽ ആ മുറിയിലെത്തി. പ്രാഥമിക കാര്യങ്ങളിലടക്കം ശ്രദ്ധിച്ചു. ബ്രിട്ടോയുടെ ഡാഡിയും മമ്മിയും വീണ്ടും അവർക്കു ജനിച്ച ഒരു കുഞ്ഞു കുട്ടിയെപ്പോലെ ബ്രിട്ടോയെ പരിചരിച്ചു. ബ്രിട്ടോയുടെ സഹോദരങ്ങൾ, അവരുടെ കുടുംബാംഗങ്ങൾ, പാർട്ടി സഖാക്കൾ എല്ലാവരും ബ്രിട്ടോയുടെ ചുറ്റും വലിയൊരു കൂടുതീർത്തു. ആ കൂട്ടിനുള്ളിലാണ് ബ്രിട്ടോ പിന്നീട് എല്ലാ വേദനകളും കടിച്ചമർത്തിക്കൊണ്ട് ജീവിച്ചത്.

പക്ഷേ, പത്തു വർഷത്തിനുള്ളിൽ അദ്ദേഹം പ്രണയിച്ചു എന്നുള്ള താണ് ഏറ്റവും വലിയ ഒരു മഹാസംഭവം. ഇന്ന് ബ്രിട്ടോയുടെ ഭാര്യയായി ട്ടുള്ള സീനയെ പ്രണയിച്ച് വിവാഹം കഴിക്കണമെന്ന് പറഞ്ഞപ്പോൾ ഈ കൂട്ടുകാരുടെയും സുഹൃത്തുക്കളുടെയും വൃന്ദങ്ങളിൽ പലരും അകന്നുപോകുന്നതു കണ്ടയാളാണ് ഞാൻ. ഇതിനിടയിൽ ഞാൻ സി എം പിയെന്ന പാർട്ടി രൂപീകരിക്കുന്നതിനു വേണ്ടി സി പി ഐ (എം)ൽ നിന്നും ഇറങ്ങിപ്പോന്നു കഴിഞ്ഞിരുന്നു. അത് 86 ലാണ്. ബ്രിട്ടോയ്ക്ക് കുത്തു കൊണ്ടിട്ട് വർഷങ്ങൾ കഴിഞ്ഞിരുന്നുവെങ്കിലും ഒരിക്കലും ബ്രിട്ടോയെന്നോട് മോശമായി പെരുമാറിയില്ല എന്നുമാത്രമല്ല എന്റെ സാന്നിദ്ധ്യം അനിവാര്യമാണെന്ന് ഉറപ്പിച്ച് പറഞ്ഞിരുന്നു.

സൈമൺ ബ്രിട്ടോയും ഭാര്യ സീന ഭാസ്കറും

വിവാഹം വന്നപ്പോൾ സഹായത്തിന് അധികം പേരുണ്ടായില്ല. ഒടുവിൽ എന്റെ വീട്ടിലാണ് ബ്രിട്ടോ വിവാഹം കഴിഞ്ഞ് താമസിച്ചത്. എന്റെ ഭാര്യ അരുണയും ഭാര്യാ സഹോദരൻ അശോകനും ബ്രിട്ടോയുടെ അടുത്ത ചില സുഹൃത്തുക്കളുമാണ് രജിസ്റ്റർ വിവാഹം നടത്താനുള്ള ഒരുക്കങ്ങൾ ചെയ്തത്. പ്രമുഖ സി പി ഐ (എം) നേതാവായിരുന്ന സഖാവ് പിരപ്പൻകോട് മുരളിയുടെ സഹോദരീ പുത്രിയാണ് സീന. ആഴ്ചകൾ എന്റെ വീട്ടിൽ താമസിച്ചു. ഭാര്യവീട്ടുകാർക്കും അവരുമായി ബന്ധപ്പെട്ട പാർട്ടി വൃന്ദത്തിനും വിവാഹം തീരെ ഇഷ്ടപ്പെട്ടിരുന്നില്ല.

അതിനിടയിൽ ബ്രിട്ടോയ്ക്ക് പാർട്ടിയോട് പിണക്കം തോന്നിയിട്ടുണ്ടായിരുന്നു. പക്ഷേ, ഞാൻ ബ്രിട്ടോയോട് പറഞ്ഞു, 'ബ്രിട്ടോ നീ സി പി (എം)മായി ഈ കാര്യത്തിൽ പിണങ്ങരുത്. കാരണം നിന്നെ സംരക്ഷിച്ചത്, നിന്റെ അച്ഛനെ എം എൽ എയായി നോമിനേറ്റ് ചെയ്തത് എല്ലാം സി പി എമ്മാണ്.'

വിവാഹത്തിന്റെ പേരിൽ പാർട്ടിയുമായി ബന്ധം പിളർത്തരുത് എന്ന് നിർബ്ബന്ധമായും ഞാൻ ബ്രിട്ടോയോട് പറഞ്ഞു. എ കെ ജി സെന്ററിൽ ഞാൻ തന്നെയാണ് എം എം ലോറൻസിനെ വിളിച്ച് ബ്രിട്ടോ ഇവിടെയുണ്ട് എന്ന് അറിയിച്ചത്. അതിനുശേഷം പി ഗോവിന്ദപിള്ളയും തോമസ് ഐസക്കും ഇ എം എസിന്റെ മകൻ ഇ എം ശ്രീധരനും സി പി നാരായണനും എന്റെ വീട്ടിൽ വന്നു. ബ്രിട്ടോയുമായി സംസാരിച്ചു. പാർട്ടിയുമായി നല്ല രീതിയിൽ പോകണമെന്ന തീരുമാനം ബ്രിട്ടോ എടുത്തു. വർഷങ്ങൾക്കുശേഷം ബ്രിട്ടോ സി പി ഐ (എം) ന്റെ നോമിനേറ്റഡ് എം എൽ എയായി.

സ്വന്തം ശരീരവുമായി സദാ മല്ലടിച്ചുകൊണ്ടിരുന്ന ബ്രിട്ടോ കുടുംബജീവിതത്തെക്കൂടി എങ്ങനെ ചേർത്തു നിർത്തുമെന്ന് പലരും ആശങ്കപ്പെട്ടിരുന്നു. എന്നാൽ ആ ദാമ്പത്യം മാതൃകാപരമായി വളർന്നു. അവർക്കൊരു കുഞ്ഞുണ്ടായി, അവളുടെ പേരാണ് നിലാവ്. ചെറിയ കുട്ടിയാണെങ്കിലും കാര്യങ്ങൾ മനസ്സിലാക്കുന്ന കുഞ്ഞായി നിലാവ് വളർന്നുകഴിഞ്ഞു. ആ കുടുംബജീവിതം എന്നും സുരഭിലമായിരുന്നു എന്നോർക്കുമ്പോൾ അതിനു മുൻകൈയെടുത്ത എനിക്ക് അതിയായ ചാരിതാർത്ഥ്യമുണ്ട്.

സൈമൺ ബ്രിട്ടോ, സീന ഭാസ്കർ, നിലാവ്

അതിനുശേഷവും ബ്രിട്ടോ ഇടതുപക്ഷ പ്രസ്ഥാനത്തിന്റെ എന്നതിന് ഉപരി ഇടതുപക്ഷ ആശയത്തിന്റെ വലിയ പ്രചാരകനായി കേരളം മുഴുവൻ ചുറ്റി, ഇന്ത്യ മുഴുവൻ ചുറ്റി. ഒരു രാഷ്ട്രീയ നേതാവിന് എങ്ങനെ തന്റെ പ്രസ്ഥാനത്തെ തള്ളിപ്പറയാതെ മുന്നോട്ടുപോകാൻ കഴിയും എന്നതിന്റെ ഉദാഹരണം മാത്രമായിരുന്നില്ല ബ്രിട്ടോ. നിരാലംബനെന്ന് സമൂഹം മുദ്രകുത്തുന്ന ഒരു മനുഷ്യന് എങ്ങനെ മറ്റുള്ളവരെ ഉത്തേജിപ്പിക്കാൻ കഴിയും എന്നതിന്റെ ഉദാഹരണവുമായി ബ്രിട്ടോ മാറുകയായിരുന്നു. ശാരീരികമായ ദൗർബല്യങ്ങളെ മാനസികമായ കരുത്തുകൊണ്ട് മറി കടക്കാനാകുമെന്നും മുന്നോട്ടുനയിക്കാൻ കഴിയുമെന്നുമുള്ള ആശയത്തിന്റെ ഉദാഹരണമായിരുന്നു സൈമൺ ബ്രിട്ടോ.

അദ്ദേഹത്തിന് നിരവധി പ്രതിസന്ധികളും പ്രയാസങ്ങളുമുണ്ടായിട്ടുണ്ട്. അദ്ദേഹത്തിന് പാർട്ടിക്ക് അകത്തുതന്നെ ധാരാളം ബുദ്ധിമുട്ടുകളും പ്രയാസങ്ങളും നേരിടേണ്ടി വന്നിട്ടുണ്ട്. അതൊക്കെ പറയാനായി ഈ സന്ദർഭം ഉപയോഗപ്പെടുത്താൻ ഞാൻ ആഗ്രഹിക്കുന്നില്ല.

ഈ സന്ദർഭത്തിൽ എ പി വർക്കിയെന്ന സി പി ഐ (എം)ന്റെ പഴയ ജില്ലാ സെക്രട്ടറിയെ പ്രത്യേകം ഓർക്കേണ്ടതാണ്. അതുപോലെ തന്നെ മെഡിക്കൽ ട്രസ്റ്റിന്റെ ഉടമസ്ഥനായിരുന്ന ഡോ. പുളിക്കനേയും. എ പി വർക്കി പുളിക്കനോടു പറഞ്ഞത് എത്ര പണം ചെലവായാലും ബ്രിട്ടോയുടെ ജീവൻ തിരിച്ചുവേണം എന്നാണ്. ആ തരത്തിൽ സി പി ഐ (എം) തീർച്ചയായും ബ്രിട്ടോയെ വലിയ തരത്തിൽ സഹായിച്ചിട്ടുണ്ട്. ബ്രിട്ടോ അതിലധികം ആ പ്രസ്ഥാനത്തിന് തിരിച്ചും നല്കിയിട്ടുണ്ട്.

കഴിഞ്ഞ മുപ്പത്തിയഞ്ചു വർഷമായി എല്ലാ ക്രിസ്തുമസിനും ബ്രിട്ടോ മുറിച്ചിരുന്നത് ഞാൻ കൊടുത്തയച്ച കേക്കായിരുന്നു. ഈ വർഷവും അതിന് മാറ്റമുണ്ടായില്ല. 24 ന് എന്റെ സുഹൃത്ത് കേക്കുമായി എത്തിയപ്പോൾ ബ്രിട്ടോയുടെ കുടുംബം ആ കേക്ക് കാത്തിരിക്കുക യായിരുന്നു. സീനയും മകളും ക്രിസ്മസിന് തീവണ്ടിയിൽ ബീഹാറി ലേക്ക് യാത്ര തിരിച്ചപ്പോൾ ഈ കേക്ക് കൂടികൊണ്ടു പൊയ്ക്കൊള്ളാൻ ബ്രിട്ടോ പറഞ്ഞു. യാത്രയ്ക്കിടയിൽ അതവരുടെ ക്രിസ്മസ് കേക്കായി. ഇന്നലെ ഞാൻ സീനയെ വിളിച്ചപ്പോൾ സീന കരഞ്ഞുകൊണ്ട് പറഞ്ഞു, 'എനിക്ക് ആ കേക്കിലെ ഒരുകഷണം ബ്രിട്ടോയ്ക്ക് കൊടുക്കാൻ കഴിഞ്ഞില്ല' എന്ന്. എന്റെ സഖാവിനു വേണ്ടി ജീവിതം എല്ലാ അർത്ഥത്തിലും ഉപാധികളില്ലാതെ സമ്പൂർണ്ണമായി സമർപ്പിച്ച കേരള ചരിത്രത്തിലെ അപൂർവ്വ വ്യക്തിത്വമാണ് സീന.

ബ്രിട്ടോ ജീവിച്ചിരുന്ന ഇതിഹാസമാണ്. ധീരതയുടെ പര്യായ പദമാണ്. ബ്രിട്ടോയ്ക്കും ബ്രിട്ടോയുടെ സഹധർമ്മിണിയായ സീനയ്ക്കും മകൾ നിലാവിനും ഉണ്ടായ നഷ്ടം വളരെ വലുതാണ്. ബ്രിട്ടോയുടെ മമ്മി ഇപ്പോഴും ജീവിച്ചിരിപ്പുണ്ട്. ഡാഡി അടുത്തകാലത്ത് മരിച്ചുപോയി. മറ്റു പലരുടെയും പേരു പറയുന്നില്ലെങ്കിലും, എന്റെ തലമുറയിൽ സുരേഷ് കുറുപ്പ്, പിന്നീട് ജഡ്ജായി മാറിയ വി കെ മോഹനൻ, എം എം

ലോറൻസ്, എം എ ബേബി, തോമസ് ഐസക്, പി ആർ രഘു, പി കെ ഹരികുമാർ, വിൻസെന്റ് അങ്ങനെ വലിയൊരു സൗഹൃദവൃന്ദം എന്നും ബ്രിട്ടോയുടെ പ്രതിസന്ധികളിൽ അവനോടൊപ്പം ഉണ്ടായിരുന്നു.

ബ്രിട്ടോയുടെ എല്ലാ നൊമ്പരങ്ങളും ആത്മ സംഘർഷങ്ങളും പാർട്ടിയുമായും വ്യക്തിപരമായുമുള്ള എല്ലാ പ്രശ്നങ്ങളും എന്നോട് തുറന്നു പറയുമായിരുന്നു. അതൊന്നും തന്നെ ഞാൻ പറയാൻ ആഗ്രഹിക്കുന്നില്ല. എന്തായാലും ബ്രിട്ടോ നമ്മളോടൊപ്പമില്ല. ഈ പുതുവത്സരത്തിൽ ബ്രിട്ടോ നമ്മോട് കൈ വീശിക്കാണിച്ച് മടങ്ങിപ്പോയിരിക്കുന്നു. അദ്ദേഹം മരണത്തിലേക്ക് നടന്നു നീങ്ങിയിരിക്കുന്നു.

ബ്രിട്ടോ ഇന്ന് നമുക്കൊപ്പമില്ല. ഈ വർഷം ക്രിസ്മസ് ആശംസിക്കാൻ വിളിച്ചപ്പോൾ ബ്രിട്ടോ എന്നോട് ദീർഘമായി സംസാരിച്ചു. ബ്രിട്ടോ അവസാനിപ്പിച്ച വാക്ക് എന്നെ അന്നുമുതൽ വേട്ടയാടാൻ തുടങ്ങിയിരുന്നു. 'ജോൺ, ആഫ്റ്റർ ഓൾ വാട്ട് ഈസ് ലൈഫ്?' എന്ന ബ്രിട്ടോയുടെ വാക്കുകൾ ഇപ്പോഴും മനസ്സിൽ മുഴങ്ങുന്നു.

മരണം ആർക്കാണ് എപ്പോഴാണ് ആദ്യമെത്തുക എന്ന് പറയാനാവില്ലല്ലോ. ഞാനടക്കം ഞങ്ങളിൽ പലരും ഞങ്ങളുടെ മക്കളോട് പറഞ്ഞ് വെച്ചിരുന്നു, ഞങ്ങളാണ് ആദ്യം മരിക്കുകയെങ്കിൽ ബ്രിട്ടോമാമനെ നിങ്ങൾക്കാവുംവിധം കരുതണം എന്ന്. പക്ഷേ, അവനാദ്യം കടന്നു പോയിരിക്കുന്നു.

അതിരുകളില്ലാത്ത ലോകത്തേക്ക്

അഡ്വ. പി കെ ഹരികുമാർ

ജീവിതത്തിന്റെ അതിരുകൾ ഇല്ലാത്ത നിസ്സഹായതയിലേക്ക് ബ്രിട്ടോ പോയി. സംവത്സരങ്ങളായി കൂടെ നടന്ന പ്രിയ സഖാവ് പൊടുന്നനെ ഒന്നും പറയാതെ അപ്രത്യക്ഷനായി. കഴിഞ്ഞ ഒരു മാസക്കാലമായി എന്നെ പിടികൂടിയ ഒരുതരം പനി എങ്ങനെയെല്ലാമാണ് എന്നെ ബാധിച്ചത്? പരീക്ഷണങ്ങൾ, ടെസ്റ്റുകൾ, കാത്തിരിപ്പിന്റെ പരീക്ഷണങ്ങൾ, മരണത്തിനും ജീവിതത്തിനും ഇടയിലെ തുരുമ്പിച്ച സങ്കീർണ്ണതകളിലേക്കുള്ള മനസ്സിന്റെ അപഥസഞ്ചാരം. ഞാൻ ബ്രിട്ടോയെ വിളിച്ചില്ല. എത്രകാലം മുൻപേ ഇതൊക്കെ അനുഭവിച്ചവനാണ് അവൻ. വേണ്ട വിളിക്കണ്ട. നിനച്ചിരിക്കാതെ ബ്രിട്ടോയുടെ വിളി! ഞാൻ പറഞ്ഞു. കുരുങ്ങിയെന്നു, തോന്നുന്നു. രോഗം എന്റെ നേരെ മുന്നിൽ വന്ന് ട്രിഗർ വലിച്ച വിവരം വിശദമാക്കി. മനുഷ്യനു ജീവിതത്തോടുള്ള സ്നേഹം എത്ര ജന്മം ജീവിച്ചാലും തീരില്ല. അല്ലേടാ ബ്രിട്ടോ, പറയാതിരുന്നതിന് എന്നെ വഴക്ക് പറഞ്ഞു. 'പിന്നെ നിനക്കൊന്നും വരികേലെടാ പൊട്ടാ ഞാൻ അങ്ങോട്ടു വരാം, അടുത്ത ആഴ്ച.' വന്നില്ല, ഇനി വരില്ല.

എന്നാണ് ബ്രിട്ടോയെ ആദ്യമായി കാണുന്നത്. ഓർമ്മിച്ചെടുക്കേണ്ട കാര്യം ഇല്ല. എന്നും എന്നോടൊപ്പം ഉണ്ടായിരുന്നതുപോലെ. കേരളത്തിലെ വിദ്യാർത്ഥിസമൂഹം വലതുപക്ഷ രാഷ്ട്രീയത്തിന്റെ ഇരുൾമൂടിയ വഴികളിലൂടെ വെറുതെ ആൾക്കൂട്ടങ്ങളായി നയിക്കപ്പെടുന്ന കാലത്ത് ഏതോ ഒരു നാൾ ഇടതുപക്ഷ വിദ്യാർത്ഥിരാഷ്ട്രീയം തിടം വെച്ച് വളരാൻ തുടങ്ങുന്നതേയുള്ളൂ. കേരളത്തിൽ അവിടവിടെയായി ചില തുരുത്തുകൾ മാത്രം. കെ എസ് യുവിന്റെ മേല്ക്കോയ്മയെ മറികടന്ന് വീശിയ ശീതക്കാറ്റ്. അതിനെ തടയാനുള്ള പ്രാകൃതമായ ശ്രമങ്ങൾ. എഴുപതു

കളുടെ പകുതി വരെ നേരിട്ട പീഡനകാലം. ആ കൂട്ടത്തിൽ പരസ്പരം അറിയാതെ ബ്രിട്ടോയും ഞാനും ഉണ്ടായിരുന്നു. പിന്നെ പല ദിക്കുകളിലായി. അങ്ങനെ എത്രയോ പേർ. അതിനിടയിലേക്ക് അടിയന്തരാവസ്ഥയുടെ വരവും പോക്കും. പിന്നെ ശരിക്കും ഒളിച്ചുള്ള സംഘടന പ്രവർത്തനം. അങ്ങനെയൊരു കൂട്ടായ്മയിലാണ് ഞാൻ ആദ്യമായി ബ്രിട്ടോയെ കാണുന്നത്. പിന്നെ ബ്രിട്ടോ എന്റെ മനസ്സിന്റെ പിൻ അറകളിലേക്ക് പാറിവീണ മഹാ സൗഹൃദത്തിന്റെ സഖാവ് ആയിത്തീർന്നു. ബ്രിട്ടോ തന്റെ ജീവിതത്തിലെ നിർണ്ണായക സന്ദർഭങ്ങളെയും സന്ദിഗ്ദ്ധതകളെയും എന്നോട് പങ്കുവച്ചിട്ടുണ്ട്. തിരിച്ചു ഞാനും. അതവിടെ കിടക്കട്ടെ.

ഞാൻ മഹാരാജാസിലേക്ക് പി ജി പഠനത്തിനു ചെല്ലുമ്പോൾ ബ്രിട്ടോ എസ് എഫ് ഐയുടെ ജില്ലാ സെക്രട്ടറി. ഞാൻ സംസ്ഥാന ഭാരവാഹികളിൽ ഒരാൾ. എറണാകുളം കേന്ദ്രീകരിച്ച് പിന്നീട് ഹൈക്കോടതി ജഡ്ജിയായ പി കെ മോഹനൻ, വി ആർ രഘു, കെ ഡി വിൻസെന്റ് തുടങ്ങിയവരും. ഞാനും ബ്രിട്ടോയുമായി നിരന്തര സഹവാസം. മഹാരാജാസ് ഹോസ്റ്റലിലെ കോമൺ റൂം എന്നറിയപ്പെടുന്ന വിശാലമായ 84-ാം നമ്പർ മുറി ദീർഘകാലം ഞങ്ങളുടെ ആവാസസ്ഥലമായിരുന്നു. പല ദിക്കുകളിലേക്ക് സഞ്ചരിച്ചുപോയി രാത്രിയാകുമ്പോൾ ആ മുറിയിലേക്ക് എത്തിച്ചേരും. ഞങ്ങൾ എത്തിയെന്ന് അറിഞ്ഞാൽ ഒരുപാട് പേർ വരും. ആ ഹോസ്റ്റൽ വിപ്ലവത്തിന്റെ ഇടനാഴി ആയി ഞങ്ങളൊക്കെ കരുതിയിരുന്നു. പ്രീഡിഗ്രിക്കാരുമുണ്ട്. നിരന്തരം സംശയങ്ങൾ. ബ്രിട്ടോയുടെ സൈദ്ധാന്തിക മറുപടികൾ. ആ ഹോസ്റ്റലിലെ താമസക്കാരിൽ ഏറിയ പങ്കും എസ് എഫ് ഐക്കാരാണെന്ന് പറയാം. അവർ എല്ലാവരും എങ്ങോട്ടൊക്കെയോ പോയി. മഹാരാജാസിൽ പഠിക്കാത്തവരും അവിടത്തെ കോറിഡോറുകളിൽ ഒതുങ്ങി പതുങ്ങിയിരുന്നവരും ആ വഴിയേ പോയവരും മഹാരാജാസിന്റെ ഉടമകൾ ആകുന്ന കാലമാണിപ്പോൾ. അവരും ഉടമസ്ഥന്മാരായിക്കോട്ടെ. മഹാരാജാസിന്റെ സംവാദമണ്ഡലങ്ങളിൽ ജ്വലിച്ചവരുടെയും ഭയപ്പെടുത്തലുകളെയും അതിക്രമങ്ങളെയും നേരിട്ടവരുടെയും ശബ്ദം കാതടപ്പിക്കുന്ന പുതിയ ചിലമ്പിച്ച ശബ്ദഘോഷങ്ങളിൽപ്പെട്ട് നേർത്ത് ഇല്ലാതായിപ്പോയി. എന്തെല്ലാം സഹിച്ചവർ, എന്നാൽ ബ്രിട്ടോയുടെ സമരജീവിതം മഹാരാജാസുമായി ഇഴുകിപ്പരന്നാണ് കിടന്നിരുന്നത്, അന്നു മുതൽ അന്ത്യം വരേയും. ബ്രിട്ടോയെ മഹാരാജാസ് എപ്പോഴും വിളിച്ചുകൊണ്ടേയിരിക്കും. അതായിരുന്നു അഭിമന്യുവരെയുള്ളവരുമായി ബ്രിട്ടോയ്ക്കുണ്ടായിരുന്ന സഹവാസത്തിനും ഇഴയടുപ്പത്തിനും കാരണം. ഞാൻ പഠിക്കാൻ ചെല്ലുമ്പോൾ മഹാരാജാസിൽ കെ എസ് യുവിന്റെ വാഴ്ചക്കാലമായിരുന്നു. അന്നത്തെ കോളേജ് യൂണിയൻ തിരഞ്ഞെടുപ്പിൽ കൗൺസിലറായി. പിന്നീട് കേരള സർവ്വകലാശാല യൂണിയൻ ചെയർമാനായും ഉള്ള എന്റെ വിജയത്തിന് പിറകിൽ ബ്രിട്ടോ ഉണ്ടായിരുന്നു. അക്കാലത്ത് എറണാകുളത്തു നടന്ന ജന

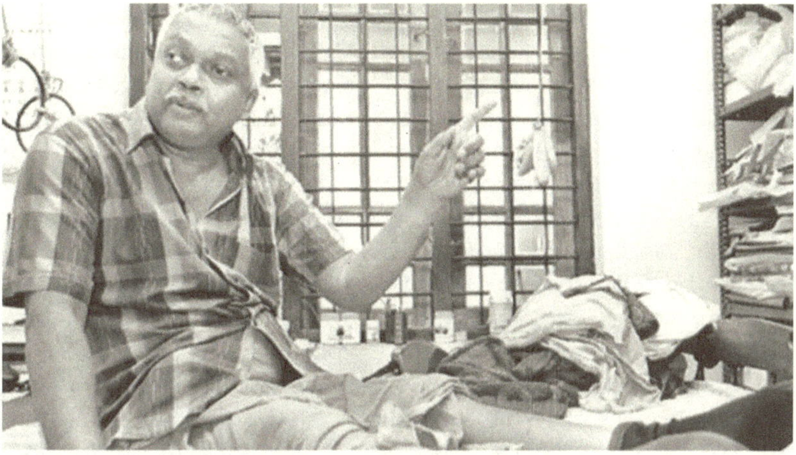

നിബിഡമായ സർവ്വകലാശാലാ യുവജനോത്സവം. അതിൽ ആപാദം മുഴുകി ബ്രിട്ടോ. യുവജനോത്സവത്തിൽ മത്സരിക്കാൻ എത്തിയ പത്തനംതിട്ട കാതോലിക്കേറ്റ് കോളേജിലെ എസ് എഫ് ഐ നേതാവ് സി വി ജോസ് തിരികെ കോളേജിൽ ചെന്നതേ ഉണ്ടായിരുന്നുള്ളൂ. അവിടെവെച്ച് എതിരാളികളുടെ കുത്തേറ്റ് കൊല്ലപ്പെട്ടു. ബ്രിട്ടോയാണ് ആ വിവരം എന്നോട് പറയുന്നത്. അന്നത്തെ അവന്റെ മുഖഭാവം, ഭാവപ്പകർച്ച, വിമ്മിഷ്ടം. രാത്രി ഞങ്ങൾ പത്തനംതിട്ടയ്ക്കു പോയി. അധികം വൈകാതെ ബ്രിട്ടോയും ആ വഴിയേ. 84-ാം നമ്പർ മുറിയിലെ വളരെ വൈകിയുള്ള കിടപ്പ്, ഹോസ്റ്റലിനു മുകളിലെ ടാങ്കിനുള്ളിൽനിന്നും വെള്ളം കോരിയുള്ള കൂട്ടക്കുളി, അതിനു മുൻപ് എണ്ണയ്ക്കുവേണ്ടിയുള്ള മുറിതോറും ബ്രിട്ടോയുടെ അന്വേഷണം, ബ്രിട്ടോയുടെ ഭാഷയിൽ പറഞ്ഞാൽ എണ്ണ തപ്പൽ.

അന്നത്തെ ബ്രിട്ടോ വീൽച്ചെയറിൽ ഇരുന്ന് നമ്മൾ കണ്ട ആളല്ല, ആരോഗ്യ ദൃഢഗാത്രൻ, നീണ്ടമുടി, ആറടിയോളം പൊക്കം, വെളുത്തു ചുമന്ന്, അന്നേ ജീൻസും ഇൻസെർട്ട് ചെയ്ത ഷർട്ടും ഇട്ട്, കൈയിൽ പുസ്തകം, സിദ്ധാന്തങ്ങൾ, ആകെ ഒരു നെടുവിരിയൻ ഉത്തമപുരുഷൻ, പിന്നീട് കൊതിപ്പിക്കുന്ന ആ ശരീരത്തിന് വന്നു പിണഞ്ഞ ദുര്യോഗം. അക്കാലത്ത് ഞങ്ങളുടെ കൈയിൽ പൈസയില്ല. തീരെ പൈസ ഇല്ലാതെ വരുമ്പോൾ ഞങ്ങൾ രണ്ടാളും എന്റെ വീട്ടിലേക്കോ ബ്രിട്ടോയുടെ വീട്ടിലേക്കോ പോകും. പുഴയിലെ കുളി തേവാരം, ബ്രിട്ടോയുടെ വീട്ടിൽ മമ്മിയുടെ സൽക്കാരം. ഇന്നലെ ഞാൻ മമ്മിയെ കണ്ടു. മകന്റെ വേർപാടിൽ എന്റെ കൈപിടിച്ച് പഴയതെല്ലാം എണ്ണിപ്പെറുക്കി മുളചീന്തുന്ന ശബ്ദത്തിൽ കരഞ്ഞുകൊണ്ടേയിരുന്നു. മകനുമായുള്ള ഒടുവിലത്തെ കാഴ്ച, അവസാനത്തെ പ്രാതൽ എല്ലാം ഓർത്തെടുത്തു പറഞ്ഞു.

നഗരത്തിൽ ഒരു പൈസയും ഇല്ലാതെ വരുമ്പോൾ മഹാരാജാസ് യൂണിറ്റ് കമ്മിറ്റിയാണ് അക്ഷയഖനി. പിന്നെ അദ്ധ്യാപകരായ സി ആർ ഓമനക്കുട്ടൻ സാർ, സുഗതൻ സാർ, രത്നം ടീച്ചർ, സുഷമ ടീച്ചർ ഇവരോടൊക്കെ കൈനീട്ടും. തരും. അതിനിടയിൽ ബ്രിട്ടോ കലൂർ എവിടെയോ ട്യൂഷൻ പഠിപ്പിക്കാൻ പോയി. ഉദ്ദേശ്യം ചെലവ് കാശ്.

എപ്പോഴും പറയുന്ന ബ്രിട്ടോയുടെ ബീഹാറിലെ ജീവിതം– ഒരിക്കൽ ഞങ്ങൾ രണ്ടാളും ബീഹാറിലേക്ക് പോയി. ആ പഴയ കോളേജിലേക്കും ഉൾപ്രദേശങ്ങളിലേക്കും സഞ്ചരിച്ചു പോകുക തന്നെ ചെയ്തു. റിസർവ്വേഷൻ ഇല്ലാതെ ജനറൽ കമ്പാർട്ട്മെന്റിൽ തിരക്കിനിടയിൽ തീവണ്ടിയിലെ രണ്ട് ബാത്റൂമുകൾക്കിടയിൽ ഇടുങ്ങിയ സ്ഥലത്ത് സഹികെട്ട് കിടന്നുറങ്ങിയിട്ടുണ്ട്. ഇതിനിടയിൽ വായന, സിനിമ, സർവ്വകലാശാല ചലച്ചിത്ര ക്യാമ്പസിൽ പഠനം. ചിറ്റൂരുള്ള ഫിലിം സൊസൈറ്റിക്കാരുടെ സിനിമ കാണാൻ പോക്ക്. പലപ്പോഴും എന്നെയും കൂട്ടും. ഞാൻ ഓർക്കുകയാണ് ബ്രിട്ടോയെത്തന്നെ നായകനാക്കി സെന്റ് ആൽബർട്സ് കോളേജിനെ പശ്ചാത്തലമാക്കി *ജനയുഗം* നോവൽപ്പതിപ്പിൽ ഒരു പുസ്തകം പ്രസിദ്ധീകരിച്ചിരുന്നു. അത് എഴുതിയ ആളുടെ പേര് ഞാൻ ഇപ്പോൾ ഓർക്കുന്നില്ല. ഞങ്ങൾ ഒരുമിച്ചിരുന്ന് ആ നോവൽ വായിച്ചു. ബ്രിട്ടോ വളരെക്കാലം പൊന്നുപോലെ ആ പുസ്തകം സൂക്ഷിച്ചിരുന്നു. അക്കാലത്തെ നിരന്തരമായ രാഷ്ട്രീയ ചർച്ചകൾ. വരും വരുമെന്നുള്ള പ്രതീക്ഷ, വാഗ്ദത്ത ഭൂമിയെക്കുറിച്ചുള്ള സ്വപ്നങ്ങൾ, 1990 കളിലെ സോഷ്യലിസ്റ്റ് തിരിച്ചടി ബ്രിട്ടോയിൽ ഉണ്ടാക്കിയ മനഃസംഘർഷം, വഴി കാട്ടുമെന്നു കരുതിയ നക്ഷത്രങ്ങൾ വീണടിയുന്നതു കണ്ടപ്പോഴുണ്ടായ മനോവ്യാധി ഞങ്ങൾ പരസ്പരം എത്രയോ കാലം പങ്കുവെച്ചു. വല്ലാത്ത ആത്മവിശ്വാസത്തിന്റെ ഉടമയായിരുന്നു ബ്രിട്ടോ. അച്ചടക്കമുള്ള പാർട്ടി പ്രവർത്തകൻ. പാർട്ടി മതം പോലെയായിരുന്നു, ജനിച്ചപ്പോഴേ കൂടെ ഉണ്ടായിരുന്നതുപോലെ.

കോളേജ് ജീവിതത്തിലെ വർണ്ണാഭമായ തിളക്കങ്ങൾ. കാല്പനികതയുടെ അതിസാന്ദ്രമായ പ്രതീകങ്ങൾ. രാഗത്തിന്റെയും ഇഷ്ടത്തിന്റെയും ആർദ്രമായ കൊച്ചു നിമിഷങ്ങൾ. വേർപിരിയലിന്റെ തിക്ക് മുട്ടലുകൾ. അതുണ്ടാക്കിയ ക്ഷണികവും ചിലപ്പോഴൊക്കെ നീണ്ടതുമായ മനോവ്യാധി എല്ലാം കലർന്നതായിരുന്നു ബ്രിട്ടോയുടെ ജീവിതം. അതിനിടയിലേക്കാണ് ആ കഠാരമുന നീണ്ടുവന്നത്. ആ സംഭവത്തിനു മൂന്ന് നാല് ദിവസം മുൻപേ മഹാരാജാസിൽ സംഘർഷം ഉരുണ്ടുകൂടുന്നുണ്ടായിരുന്നു. അപ്പോഴൊന്നും ഞങ്ങൾ അവിടെ ഇല്ല. ബ്രിട്ടോ ലോ കോളേജിൽ റിസൾട്ട് അറിഞ്ഞ സന്തോഷത്തിൽ, ആ സംഭവദിവസം തലേന്ന് ഞങ്ങൾ നഗരത്തിലൂടെ നടന്ന് റെയിൽവേ സ്റ്റേഷനിലേക്ക് എത്തി. എനിക്ക് സ്റ്റുഡന്റ് മാസികയുടെ കാര്യത്തിനായി കോഴിക്കോട്ടേക്ക് പോകേണ്ടതുണ്ടായിരുന്നു. നഗരം ചുറ്റി നടന്നാണ് ഞങ്ങൾ റെയിൽവേ സ്റ്റേഷനിലേക്ക് എത്തിയത്. അല്ല, ബ്രിട്ടോ എന്നെ വണ്ടി

കയറ്റിവിടാൻ വന്നു. പിരിയാൻ നേരം മഹാരാജാസ് കോളേജിലെ കാര്യം പറഞ്ഞു. ഒടുവിൽ എന്നോട് നീ സൂക്ഷിക്കണമെന്നു പറഞ്ഞു. തിരിച്ചു ഞാനും. പിറ്റേ ദിവസം വൈകുന്നേരം *ദേശാഭിമാനി*യിൽനിന്ന് എൻ പി ചന്ദ്രശേഖരന്റെ വിളി: 'ബ്രിട്ടോയ്ക്ക് കുത്തേറ്റു.' പിന്നീടുള്ളത് സമകാല ചരിത്രം.

ബ്രിട്ടോയുടെ ധൈര്യം. ഏതു പീഡനങ്ങളെയും നേരിടുന്നതിനുള്ള കരളുറപ്പ്, കൃത്യനിഷ്ഠ, ആത്മവിശ്വാസം അതൊക്കെ ചരിത്രത്തിന്റെ ഭാഗം, ബ്രിട്ടോ ഒരു മാസം മുൻപ് വീട്ടിലേക്ക് വന്നിരുന്നു. ഞങ്ങൾ രണ്ടു പേരും ചേർന്ന് വൈക്കം റ്റി ബിയിൽ മുറിയെടുത്ത് പഴയ വിദ്യാർത്ഥി ക്കാലം പുസ്തകമാക്കാൻ ഉദ്ദേശിച്ചിരുന്നു. അതിന്റെ തീയതിയും കുറി ച്ചിരുന്നു.

അഭിമന്യുവിന്റെ കൊലപാതകം, ബ്രിട്ടോയുടെ ഇടപെടൽ അതി നുശേഷം കണ്ടപ്പോൾ തീവ്രവാദികൾ അവനേയും നോട്ടമിടുന്നുണ്ടോ എന്ന ശങ്ക. 'പഴയ ധൈര്യം എനിക്കില്ലെടാ.' എന്ന ആത്മഗതം.

ബ്രിട്ടോയുടെ എഴുത്തുവഴി ഒരു ഘട്ടം കഴിഞ്ഞപ്പോൾ ശരവർഷം പോലെയായിരുന്നു. ഓരോ രചനയ്ക്ക് മുമ്പും എന്നെ വിളിക്കും. നീണ്ട ചർച്ചകൾ, സംശയങ്ങൾ, എല്ലാ നോവലുകളും ആദ്യം എനിക്ക് തരും. കുറിപ്പെഴുതി. മഞ്ഞ് പെയ്യുന്ന ചരിത്രാങ്കം വരെ. ബ്രിട്ടോ നടത്തിയ നീണ്ട യാത്ര, എന്നുമുള്ള വിളി, അന്നന്നത്തെ യാത്രാവിവരണം. ഒരുദിവസം വെളുപ്പാൻ കാലത്ത് അപ്രതീക്ഷിത വിളി. വിതുമ്പിക്കൊണ്ട് ഡാഡി യുടെ മരണവിവരം എന്നോട് പറഞ്ഞു. അപ്പോൾ ബ്രിട്ടോ ബംഗാളിലെ 24 പർഗാന ജില്ലയിലെ ഉൾപ്രദേശത്തായിരുന്നു. ഇത്രയും കൂടി പറഞ്ഞു. 'ഇന്നലെ രാത്രി ഞാൻ ഉറങ്ങിയില്ല. എന്തൊക്കെയോ സ്വപ്നങ്ങൾ അപ്പോളായിരിക്കും ഡാഡിയുടെ മരണം നടന്നിരുന്നത്.' അവന്റെ നിസ്സ ഹായാവസ്ഥ വെളിപ്പെടുത്തി. ഞാൻ പറഞ്ഞു. 'സാരമില്ല. ഞാൻ പോകു ന്നുണ്ട്. നീ പതുക്കെ വന്നാൽ മതി.' ബ്രിട്ടോയുടെ എഴുത്തുലോകം അനുഭവങ്ങളുടേതായിരുന്നു. അതിനു വേണ്ടിയുള്ള അലച്ചിൽ, പരിമി തികളെ മാനിക്കാതെയുള്ള യാത്രകൾ, സൗഹൃദ വലയത്തിന്റെ വിസ്തൃതി വർദ്ധിപ്പിക്കൽ, അതിചിന്തകൾ, പിടച്ചിലുകൾ, കാഴ്ചപ്പാടു കൾ.

ബ്രിട്ടോയുടെ സഹനത്തിന്റെയും അതിജീവനത്തിന്റെയും വിജയം ഓർക്കുമ്പോൾ എന്തിന് ഇത്രവേഗം മരണം വന്ന് എന്റെ പ്രിയ സ്നേഹി തനെ കൂട്ടിക്കൊണ്ടുപോയി. ഇനിയും ഇനിയും എത്രയോ ദൂരം സഞ്ചരി ക്കാനുണ്ടായിരുന്നു. ബ്രിട്ടോ ഒരു രഹസ്യം അല്ല. അതൊരു പരസ്യ ജീവി തത്തിന്റെ തെളിഞ്ഞ മുദ്രയാണ്.

രക്തസാക്ഷിയുടെ ജീവിതവും മരണവും

എൻ എം പിയേഴ്സൺ

കൊലപാതകരാഷ്ട്രീയത്തിന്റെ ജീവിച്ചിരിക്കുന്ന രക്തസാക്ഷി എന്ന വിശേഷണമാണ് സൈമൺ ബ്രിട്ടോവിന് കഴിഞ്ഞ മുപ്പത്തഞ്ച് വർഷമായി ലഭിച്ചത്. രക്തസാക്ഷിത്വത്തിന്റെ ആ തടവറ ബ്രിട്ടോ പക്ഷേ, ഭേദിച്ചു. അതിജീവനത്തിന്റെ ഇതിഹാസമായി മാറി. നിശ്ചയദാർഢ്യത്തിന്റെ പ്രതീകമായി വാഴ്ത്തപ്പെട്ടു. അരയ്ക്കു താഴെ തളർന്ന ശരീരത്തോട് യുദ്ധം ചെയ്ത് വിവാഹിതനും പിതാവും എം എൽ എയും എഴുത്തുകാരനും പ്രഭാഷകനും ഒക്കെയായി വളർന്നു. ഇന്ത്യ മുഴുവൻ ചുറ്റിക്കണ്ടു. കത്തിമുന തനിക്ക് നിഷേധിച്ചതെല്ലാം അനിതരസാധാരണമായ ഇച്ഛാശക്തിയിലൂടെ സ്വന്തമാക്കുകയായിരുന്നു ബ്രിട്ടോ.

കേരളത്തിന്റെ ക്യാമ്പസ് ജീവിതത്തിന് ലഭിച്ച ഏറ്റവും മികച്ച പാഠപുസ്തകങ്ങളിലൊന്നാണ് ബ്രിട്ടോ. ഒരു നേതാവ് എങ്ങനെ കലാലയ രാഷ്ട്രീയത്തിൽ ഇടപെടണം എന്നതിനൊരു മാതൃക. എതിരാളികൾ കുത്തി വീഴ്ത്തിയത് ബ്രിട്ടോ അക്രമിയായതുകൊണ്ടായിരുന്നില്ല. സംഘർഷങ്ങൾക്കിടയിലേക്ക് സമാധാനത്തിന്റെ മനുഷ്യരൂപമായി കടന്നുചെല്ലുന്ന ധീരതയായിരുന്നു അദ്ദേഹം. പക്ഷേ, അക്രമി മുന്നിലുള്ള മുഖം നോക്കിയല്ല കത്തി വീശുന്നത്. ഇരയെ അറുത്തിടാനുള്ള ഭ്രാന്താണ് അവനെ നയിക്കുന്നത്. കെ എസ് യു നേതാവായ ജിയോ മാത്യുവിനെ അപ്പോൾ നയിച്ചതും അത്തരം വികാരം തന്നെ.

സ്വകാര്യ അജൻഡകളില്ലാതെ മഹത്തായ മാനവിക നിർമ്മിതി സ്വപ്നം കണ്ട രാഷ്ട്രീയ മനുഷ്യൻ. ബ്രിട്ടോയെ അങ്ങനെ വിശേഷിപ്പിക്കാനാണ് വ്യക്തിപരമായി എനിക്കിഷ്ടം. സിനിമയും നാടകവും കവിതയും നോവലും യാത്രയും ബ്രിട്ടോയുടെ ജീവിതത്തെ രൂപപ്പെടുത്തിയ ചേരുവകളായിരുന്നു. 1979 മുതൽ ബ്രിട്ടോയുടെ കൂടെ നിരവധി പ്രവർത്ത

നങ്ങളിൽ ഞാനുമുണ്ടായിരുന്നു. ബ്രിട്ടോവിനൊപ്പം സഞ്ചരിച്ച കുറേ വർഷങ്ങൾ. ആ ബന്ധം കഴിഞ്ഞ മാസം വരെ തുടർന്നിരുന്നു. കഴിഞ്ഞ കൂത്തുപറമ്പ് രക്തസാക്ഷി ദിനത്തിൽ ബ്രിട്ടോ വടക്കൻ പറവൂരിലെത്തി. ഞാൻ വീട്ടിലുണ്ടോ എന്ന് വിളിച്ചു ചോദിച്ചു. അപ്പോൾ ഞാൻ തിരുവനന്തപുരത്തേക്കുള്ള യാത്രയിലായിരുന്നു. വന്നതിനുശേഷം വിളിക്കാം എന്ന് പറഞ്ഞെങ്കിലും കഴിഞ്ഞില്ല.

സംഘർഷവും ശാന്തതയും മാറി മാറി പുതയ്ക്കുന്ന ക്യാമ്പസായിരുന്നു എന്നും മഹാരാജാസ്.

ഞാൻ അവിടെ എത്തുന്നത് 1979 ലാണ്. രണ്ടുവർഷം എസ് എഫ് ഐ യൂണിറ്റ് സെക്രട്ടറിയായും പ്രസിഡന്റായും പ്രവർത്തിച്ചു. ഈ യൂണിറ്റിലാണ് ബ്രിട്ടോ മഹാരാജാസിലെ വിദ്യാർത്ഥി അല്ലാതിരുന്നിട്ടും കുടിയുറപ്പിച്ചത്. കാപട്യമില്ലാതെ ജീവിക്കുന്നതാണ് അപരിചിതരുടെയിടയിൽ എളുപ്പം കടന്നിരിക്കാനുള്ള വഴിയെന്ന് ബ്രിട്ടോ തിരിച്ചറിഞ്ഞിരുന്നു. അതുകൊണ്ടാണ് കുട്ടികൾക്കിടയിൽ ഒരു തുറന്ന പുസ്തകമായി ജീവിക്കാൻ സാധിച്ചത്. സ്ഥിരമായി മെൻസ് ഹോസ്റ്റലിൽ എത്തുന്ന ബ്രിട്ടോവിന് മെസിൽനിന്ന് ഞങ്ങൾ ഭക്ഷണം വാങ്ങി സൂക്ഷിക്കുമായിരുന്നു. മെൻസ് ഹോസ്റ്റൽ ഒരു മാർക്സിസ്റ്റ് പാഠശാലയാക്കി മാറ്റുന്നതിൽ ബ്രിട്ടോയുടെ സംഭാവന വലുതായിരുന്നു.

സമരമരച്ചുവടാണ് മഹാരാജാസിന്റെ ചലനകേന്ദ്രം. രാഷ്ട്രീയം, കല, മിമിക്രി, പ്രണയം, വഴക്ക് എല്ലാം അവിടെ സംഭവിക്കും. അക്കാലത്ത് ബാലചന്ദ്രൻ ചുള്ളിക്കാടും വിജയലക്ഷ്മിയും അവിടെ പ്രണയാർത്ഥരായി നടന്നിരുന്നു. ടി എൻ സീമ അപ്പോൾ വനിതാ പ്രതിനിധിയായിരുന്നു. കഴിഞ്ഞ ലക്കങ്ങളിൽ *മാതൃഭൂമി*യിൽ അഷിതയെ അറിയില്ലായിരുന്നു. ഷീലാ മൈക്കളിനൊപ്പം ഞങ്ങളുടെ സംഘത്തിൽ സജീവ

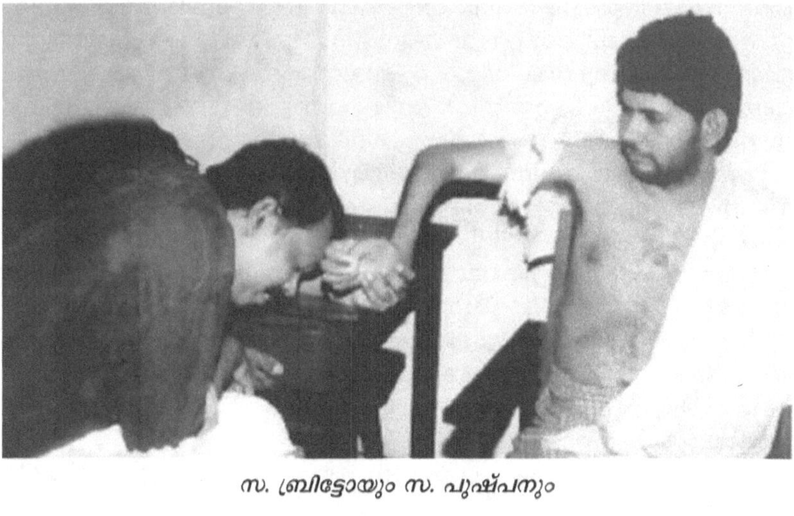

സ. ബ്രിട്ടോയും സ. പുഷ്പനും

മായിരുന്ന അഷിത. മഹാരാജാസിലെ വിദ്യാർത്ഥി അല്ലെങ്കിലും ബ്രിട്ടോയും അവിടെ നിറഞ്ഞ് നിന്നിരുന്നു.

എങ്ങനെയാണ് ബ്രിട്ടോ നിങ്ങൾ മനുഷ്യനെ പിടിക്കുന്നത് എന്ന് ചോദിച്ചപ്പോൾ അവൻ പറഞ്ഞത് ജോൺ സ്റ്റീൻബെർഗിന്റെ *സന്ദിഗ്ദ്ധ സമരത്തിൽ* എന്ന പുസ്തകത്തിലെ നായകന്റെ കഥയാണ്. അയാൾ തൊഴിലാളികളുടെ ഇടയിൽ പ്രവർത്തിക്കാൻ ചെല്ലുന്നത് അവർ ഏതു തരക്കാരാണ് എന്ന് മനസ്സിലാക്കിയതിനുശേഷമാണ്. തൊഴിലാളികളിൽ ബഹുഭൂരിപക്ഷവും പുകവലിക്കുന്നവരാണ്. അതിനാൽ അയാൾ ഒരു കെട്ട് ചുരുട്ടുമായി അവരുടെ ഇടയിൽ ചെല്ലും. ഒരു ചുരുട്ടിന് തീ കൊളുത്തി സ്വയം വലിച്ച് ബാക്കിയുള്ളത് അവർക്കിടയിൽ വിതരണം ചെയ്യുന്നു. അതൊരു തുടക്കമാണ്. സൗഹൃദത്തിന്റെ വഴി തുറന്ന് പിന്നീട് രാഷ്ട്രീയപ്രവർത്തനത്തിനുള്ള ഇടം അവിടെ ഒരുക്കാൻ അയാൾക്ക് സാധിക്കും. ഇതിന് സമാനമായ പ്രവർത്തനങ്ങൾ സ്വന്തം ജീവിതത്തിൽ കണ്ടെത്തിക്കൊണ്ടാണ് ബ്രിട്ടോ ഓരോ വിദ്യാർത്ഥിയെയും രൂപപ്പെടുത്തിക്കൊണ്ടിരുന്നത്. ഈ കാഴ്ചപ്പാടിൽ പിറവിയെടുത്ത ബന്ധമാണ് ഈയിടെ കുത്തേറ്റു മരിച്ച അഭിമന്യുവും ബ്രിട്ടോയും തമ്മിലുണ്ടായത്.

എൺപതുകളിൽ എറണാകുളം ജില്ലയിലെ ഏത് ക്യാമ്പസിലും ബ്രിട്ടോയുടെ സാന്നിദ്ധ്യം എസ് എഫ് ഐ പ്രവർത്തകർക്ക് ആവശ്യമായിരുന്നു. വായന, എഴുത്ത്, പ്രസംഗം എല്ലാത്തിലും വഴികാട്ടിയായും മാതൃകയായും ഒപ്പമുണ്ടായിരുന്നു. ബൗദ്ധികമായ ചെറുത്തുനില്പും കായികമായ പ്രതിരോധവും അക്കാലത്ത് വിദ്യാർത്ഥി സംഘടനാപ്രവർത്തനത്തിന് ആവശ്യമായിരുന്നു. നേതൃനിരയിലുള്ളവർക്ക് പൊലീസിന്റെയും ഗുണ്ടകളുടെയും ആക്രമണങ്ങൾ ഏത് നേരത്തും പ്രതീക്ഷിക്കാവുന്നതാണ്. അടിയന്തരാവസ്ഥ കഴിഞ്ഞുള്ള കുറച്ചുവർഷങ്ങളിൽ സംഘടനാപ്രവർത്തനം അത്ര ലളിതമായ പ്രക്രിയയായിരുന്നില്ല. സംഘർഷങ്ങളുടെ ഒരു പ്രഭവ കേന്ദ്രം സർവ്വകലാശാല യുവജനോത്സവങ്ങളാണ്. സാമൂഹിക വിരുദ്ധർ അഴിഞ്ഞാടും. അത്തരം പ്രവണതകൾ അവസാനിപ്പിക്കുന്നതിൽ ബ്രിട്ടോയുടെ നിശ്ചയദാർഢ്യത്തിനും സംഘാടനശേഷിക്കും കരുത്തിനും വലിയ പങ്കുണ്ടായിരുന്നു.

പുറത്തുനിന്നുവരുന്ന വൻകിട ഗുണ്ടാസംഘങ്ങൾ മഹാരാജാസിൽ നിരന്തരം അക്രമങ്ങൾ അഴിച്ചുവിട്ടിരുന്നു. അത് ചെറുക്കലായിരുന്നു അക്കാലത്തെ പ്രധാന വെല്ലുവിളി. അതിനെല്ലാം ബ്രിട്ടോ മുന്നിലുണ്ടായിരുന്നു. അക്കാലത്ത് ഞങ്ങളെ സംരക്ഷിച്ചിരുന്ന കവചിത വാഹനമായിരുന്നു ചുമട്ടുതൊഴിലാളിയായ തങ്കപ്പൻ സഖാവ്. കഴിഞ്ഞ ദിവസം എറണാകുളം ടൗൺഹാളിൽ ബ്രിട്ടോയുടെ മൃതദേഹത്തിനരികെ ഞാൻ ആ സഖാവിനെ കണ്ടു. എന്നെ കെട്ടിപ്പിടിച്ചു. ആ സ്നേഹം ഇപ്പോഴും തൊട്ടറിയുന്നു. അത് അങ്ങനെയുള്ള സ്നേഹത്തിന്റെ കൂടി രാഷ്ട്രീയ കാലമായിരുന്നു.

ആൾക്കൂട്ടങ്ങളെയും ആൽമരങ്ങളെയും സ്നേഹിച്ചവനായിരുന്നു

ബ്രിട്ടോ. സ്ത്രീസമത്വത്തിനും ലിംഗനീതിക്കും വേണ്ടി നിരന്തരം പരിശ്രമിച്ച വ്യക്തി. സിമോൺദ ബുവയുടെയും സാർത്രിന്റെയും ചിന്തകളിൽനിന്ന് മാർക്സിസത്തിന് ആവശ്യമുള്ളത് തപ്പിയെടുക്കാൻ ആഗ്രഹിച്ച രാഷ്ട്രീയ പ്രവർത്തകൻ. തനിക്ക് ലഭിച്ച എം എൽ എ പദവി പരിസ്ഥിതി സംരക്ഷണത്തിനും സ്ത്രീ സമത്വത്തിനും വേണ്ടി എങ്ങനെ പ്രയോഗിക്കാൻ കഴിയുമെന്നയാൾ ചിന്തിച്ചിരുന്നു. നവീകരിച്ച എറണാകുളം ബോട്ട് ജെട്ടിയിൽ ഇരുപത്തഞ്ചോളം ആൽമരങ്ങളാണ് എം എൽ എ ആയിരുന്നപ്പോൾ ബ്രിട്ടോ വെച്ചുപിടിപ്പിച്ചത്. ആൽമരങ്ങളോടായിരുന്നു ബ്രിട്ടോയ്ക്ക് പ്രണയം. ഏറ്റവും ഇഷ്ടം പേരാലായിരുന്നു. അതിന് പ്രധാന കാരണമായി ബ്രിട്ടോ എന്നോട് പറഞ്ഞത് ആൽമരങ്ങൾ ഓക്സിജൻ സംഭരണികളാണെന്നതാണ്.

യാത്ര ബ്രിട്ടോയുടെ ഹരങ്ങളിൽ ഒന്നായിരുന്നു. 2003 ൽ ബ്രിട്ടോ മുംബൈയിലെത്തി. അവിടെയെത്താനും തുടർന്ന് മുംബൈയെ അറിയാനും സഹായിച്ചത് സീതാറാം യെച്ചൂരിയായിരുന്നു. കല്യാണിലെ ബാലേട്ടനെക്കുറിച്ച് ബ്രിട്ടോ എന്നോട് ഒരുപാട് സംസാരിച്ചിട്ടുണ്ട്. ബോംബെ അധോലോകത്തെക്കുറിച്ചും. അങ്ങനെയാണ് ബ്രിട്ടോ പഠിച്ചത്. ആ പഠനമാണ് ബ്രിട്ടോയുടെ രണ്ടാം നോവലായ *മഹാരൗദ്ര*ത്തിന്റെ പ്രമേയം. ഈ അടുത്തകാലത്ത് നടത്തിയ ബംഗാൾ യാത്ര മറ്റൊരു നോവലിന് വഴിയൊരുക്കുമായിരുന്നു. ഇടതുപക്ഷത്തിന്റെ ശക്തികേന്ദ്രമായിരുന്ന ബംഗാളിൽനിന്ന് കമ്യൂണിസ്റ്റ് പാർട്ടി പുറത്താക്കപ്പെട്ടത് എന്തുകൊണ്ട് എന്ന് ബ്രിട്ടോ അന്വേഷിക്കുകയായിരുന്നു. അതൊക്കെ തിരിച്ചറിഞ്ഞ് അതിന്റെ പശ്ചാത്തലത്തിൽ ഒരു നോവലെഴുതാൻ അദ്ദേഹം ഒരു പക്ഷേ, തയ്യാറാകുമായിരുന്നു.

ചരിത്രത്തിൽ അസാധാരണമെന്ന് വിശേഷിപ്പിക്കാവുന്ന പ്രണയമാണ് സീനാ ഭാസ്കറുടേത്. എസ് എഫ് ഐ നേതാവായിരുന്ന സീന ബ്രിട്ടോയിൽ ഒരു വിപ്ലവപ്രതീകത്തെ സ്വപ്നം കാണുകയായിരുന്നു. ധീര നൂതനമായ ആദർശപ്രണയം സാക്ഷാൽക്കരിക്കപ്പെട്ടു. പിന്നീടെന്നും സീന നിഴലുപോലെ ബ്രിട്ടോവിനൊപ്പമുണ്ടായിരുന്നു.

2008 ഒക്ടോബർ അത്യപൂർവ്വമായ ഒരു പുനഃസമാഗമദിനമായിരുന്നു. മുൻ എസ് എഫ് ഐ സംഗമം എന്നതിനെ വിശേഷിപ്പിക്കാം. അതിജീവനത്തിന്റെ കാൽനൂറ്റാണ്ട് എന്ന പേരിൽ സംഘടിപ്പിക്കപ്പെട്ട ആ കൂട്ടായ്മ കേരളത്തിലെ വിദ്യാർത്ഥിപ്രസ്ഥാനത്തിന്റെ ചരിത്രത്തിൽ അനന്യമായിരുന്നു. ബ്രിട്ടോയ്ക്കൊപ്പം പ്രവർത്തിച്ചിരുന്നവരുടെ സംഗമമായിരുന്നു അത്. എറണാകുളം ടി ഡി എം ഹാളിൽ. ആകസ്മികമായിട്ടായിരുന്നു അതിന്റെ സംഘാടനം. കൃത്യം ഒരു മാസം മുൻപ് ഒരു ഹർത്താൽ ദിനത്തിൽ അഡ്വക്കേറ്റ് അശോക് മാമൻ ചെറിയാന്റെ വസതിയിലായിരുന്നു അതിന്റെ മുന്നൊരുക്കം ആരംഭിച്ചത്. ഇതിന്റെ നേതൃത്വം സുരേഷ് കുറുപ്പിനായിരുന്നു. എഴുപതുകൾ മുതലുള്ള ബ്രിട്ടോ സഹയാത്രികരെ കണ്ടെത്താനായിരുന്നു തീരുമാനം. 2006 ൽ മഹാരാജാസിലെ രാഷ്ട്രീയപ്രതിഭ

കൾക്ക് നല്കിയ സ്വീകരണലിസ്റ്റ് സി ഐ സി സി ജയചന്ദ്രന്റെ കൈവശമുണ്ടായിരുന്നു. അടിയന്തരാവസ്ഥയ്ക്കുശേഷമുള്ള മൂന്ന് ടേമിലെ സർവ്വകലാശാല കൗൺസിലർമാരുടെ ലിസ്റ്റ് സുരേഷ് കുറുപ്പ് നേരിട്ട് സംഘടിപ്പിച്ചു. ഓരോരുത്തരും അവർക്ക് അറിയാവുന്ന പത്തുപേരെ അറിയിക്കാൻ തീരുമാനമെടുത്തു. ഏതാണ്ട് ആയിരം പേരെ സംഘാടകസമിതി പ്രതീക്ഷിച്ചു. രണ്ടായിരത്തിലധികം പേർ സംഗമത്തിനെത്തി. കവിത ചൊല്ലിയും പാട്ടുപാടിയും ഓർമ്മകളുടെ താളുകൾ ഓരോന്നായി മറിച്ചും പറഞ്ഞും അനേകം വർഷങ്ങളുടെ ചരിത്രം ഡോക്യുമെന്റ് ചെയ്തുകൊണ്ടാണ് അതവസാനിച്ചത്. സി പി ജോണും പി കെ ഹരികുമാറും പി ആർ രഘുവും അടക്കമുള്ളവർ അതിൽ പങ്കാളികളായി. അശോക് മാമൻ ചെറിയാൻ, എൻ കെ വാസുദേവൻ, എം വി തോമസ്, *ദേശാഭിമാനി* ഗോപി, പി ജെ വർഗ്ഗീസ്, അശോക് കുമാർ, രവി വർമ്മ, സതീഷ് തെറോത്ത്, പത്രോസ്, ജലജ, ഷീബാ തോമസ്, കൃഷ്ണകുമാരി, കെ ടി വിൻസെന്റ്, സി ഐ സി സി ജയചന്ദ്രൻ തുടങ്ങിയവർ ഈ സംഗമത്തിന്റെ പിന്നണിപ്രവർത്തകരായിരുന്നു.

ഇന്ന് തിരിഞ്ഞുനോക്കുമ്പോൾ ആ കൂട്ടായ്മയ്ക്ക് തുടർച്ച നല്കാൻ കഴിയാതിരുന്നത് വലിയ രാഷ്ട്രീയ പരാജയമായി ഞാൻ വിലയിരുത്തുന്നു. കേരളത്തിലെ ഇടതുപക്ഷ രാഷ്ട്രീയത്തിന്റെ ഭാവുകത്വ നിർമ്മിതിയിൽ തീവ്രമായി ഇടപെടാൻ കഴിയുമായിരുന്ന ഇടതുപക്ഷ ചിന്തയുടെ ഇന്ധനമുണ്ടായിരുന്നു ആ സംഗമത്തിൽ. അത് തിരിച്ചറിയുന്നതിൽ ഞങ്ങൾ പരാജയപ്പെട്ടു. പ്രായോഗിക രാഷ്ട്രീയം നന്നായിട്ട് അറിയുന്നവരും സൈദ്ധാന്തിക മേഖലകളിലേക്ക് അതിനെ വ്യാപിക്കാൻ പ്രതിഭയുള്ളവരുമായിരുന്നു അതിൽ ഏറെ പേരും.

ഒരു വ്യക്തി എത്രമാത്രം പൊളിറ്റിക്കലാവാം എന്നത് ഞാൻ തിരിച്ചറിഞ്ഞത് ബ്രിട്ടോയിൽ നിന്നാണ്. ഓരോ വർഷത്തിലും ഇടപെടുമ്പോൾ അതിനെ വിലയിരുത്താനും വിവേചിച്ചറിയാനും ബ്രിട്ടോയുടെ കൈയിലുണ്ടായിരുന്നത് പ്രത്യയശാസ്ത്ര മോണിട്ടറായിരുന്നു. സ്വകാര്യ അജണ്ടകളെ അകറ്റിനിർത്താൻ ജാഗ്രത കാണിച്ചിരുന്നു ബ്രിട്ടോ. നേതാവ് നേതാക്കന്മാരെ നിർമ്മിക്കുന്ന ഫാക്ടറികൂടിയാവണമെന്ന് ബ്രിട്ടോ കരുതിയിരുന്നു. വാക്കിലും പ്രവൃത്തിയിലും ഉജ്ജ്വല മാതൃകയായിരുന്ന ബ്രിട്ടോയ്ക്ക് അഭിവാദ്യമർപ്പിക്കുകമാത്രമാണ് ഇപ്പോൾ ചെയ്യുന്നത്.

അഗ്രഗാമിയായ സൈമൺബ്രിട്ടോ

കുരീപ്പുഴ ശ്രീകുമാർ

കേരളനിയമസഭയിലെ അംഗമായിരുന്നവരിൽ മരണാനന്തരം സ്വന്തം ശരീരം വൈദ്യശാസ്ത്ര വിദ്യാർത്ഥികൾക്ക് പാഠപുസ്തകമാക്കി മാറ്റിയ ഏകവ്യക്തിയാണ് സൈമൺ ബ്രിട്ടോ.

ചിതയിൽനിന്നും പതുക്കെ പതുക്കെ ചിറകു വിരിച്ചു പറന്ന ഫീനിക്സ് പക്ഷിയായിരുന്നു സൈമൺ ബ്രിട്ടോ. ഹൃദയപക്ഷ രാഷ്ട്രീയ ത്തിന്റെ കൈ പിടിച്ചു വളർന്ന ബ്രിട്ടോ ശാരീരികാവശതകളെ ഇച്ഛാശക്തി കൊണ്ടു മറികടക്കുകയും ഇന്ത്യയൊട്ടാകെ സഞ്ചരിക്കുകയും ചെയ്തു. ബീഹാറും മഹാരാഷ്ട്രയുമെല്ലാം ഹൃദിസ്ഥമാക്കിയ ബ്രിട്ടോ നോവലു കളിലൂടെ ജീവിതത്തിന്റെ നിഴലും വെളിച്ചവും സ്ഥാപിച്ചെടുത്തു. പന്ത്രണ്ടാം നിയമസഭയിലാണ് ആംഗ്ലോ ഇന്ത്യൻ സമൂഹത്തെ പ്രതിനി ധീകരിച്ച് ബ്രിട്ടോ അംഗമായത്. അക്കാലത്ത് അദ്ദേഹം നിയമസഭയിൽ അവതരിപ്പിച്ച ഒരുബിൽ നിയമസഭ ശ്രദ്ധിച്ചില്ലെങ്കിലും കേരളത്തിലെ പുരോഗമനവാദികൾ ചർച്ച ചെയ്തിരുന്നു.

മതനിരപേക്ഷ മൃതദേഹ സംസ്കരണ സ്വാതന്ത്ര്യം ഉറപ്പാക്കൽ ബിൽ എന്നായിരുന്നു അതിന്റെ ശീർഷകം. പുരോഗമനവാദികളായ പലരും സ്വന്തം മൃതശരീരം പഠിക്കാനായി നല്കണമെന്ന് ആഗ്രഹ മുള്ളവരാണ്. മതപരമായ ചടങ്ങുകൾ ഒഴിവാക്കി സംസ്കരിക്കണം എന്ന് ആഗ്രഹമുള്ളവരുമുണ്ട്. എന്നാൽ മരണവീട്ടിലുണ്ടാകുന്ന ചില അഭിപ്രായങ്ങളെത്തുടർന്ന് മരിച്ചയാളുടെ അഭിപ്രായം കൊല്ലപ്പെടുക യാണ് ചെയ്യുന്നത്. ഇതിനൊരു പരിഹാരമായിരുന്നു സൈമൺ ബ്രിട്ടോ അവതരിപ്പിച്ച ബില്ല്. അന്ധവിശ്വാസം നിറഞ്ഞതും പണച്ചെലവേറിയതു മായ സംസ്കാരരീതികളെ ഒഴിവാക്കി ഒരു പൗരന് മതാതീത മാനവികതയോടെ സ്വന്തം മൃതശരീരം സംസ്കരിക്കപ്പെടാനുള്ള

ബ്രിട്ടോയുടെ മൃതദേഹത്തിനരികിൽ സീനയും നിലാവും

സ്വാതന്ത്ര്യം ലഭ്യമാക്കുക എന്നത് ഈ ബില്ലിന്റെ ലക്ഷ്യങ്ങളിൽ പ്പെട്ടിരുന്നു.

ഈ ബില്ല് അനുസരിച്ച് എല്ലാ തദ്ദേശ സ്വയംഭരണ സ്ഥാപന ങ്ങളേയും ജനനമരണ രജിസ്ട്രാർമാരേയും മതനിരപേക്ഷ മൃതദേഹ സംസ്കരണ അധികാരികളായി ചുമതലപ്പെടുത്താമായിരുന്നു. മതനിരപേക്ഷമായി സ്വന്തം മൃതദേഹം സംസ്കരിക്കപ്പെടണമെന്ന് ആഗ്രഹമുള്ളവർക്ക് ഈ അധികാരി മുമ്പാകെ പത്രിക സമർപ്പിക്കാ മായിരുന്നു. അവകാശിയെയും നിർദ്ദേശിക്കാം. സമ്മതപത്രം സമർപ്പിച്ചി ട്ടുള്ള വിവരം അവകാശിയെയും സമർപ്പിച്ച ആളെയും രേഖാമൂലം അറിയിക്കണമായിരുന്നു. വ്യക്തിയെ മാത്രമല്ല ഒരുസംഘടനയെപ്പോലും അവകാശിയായി നിർദ്ദേശിക്കുവാൻ ഈ ബില്ലിൽ ഇടമുണ്ടായിരുന്നു.

ഈ ബില്ലനുസരിച്ച് അവയവദാനവും തർക്കരഹിതമായി നിർവ്വ ഹിക്കാമായിരുന്നു. മൃതദേഹം വൈദ്യപഠനത്തിന് നല്കണമെന്നാണ് ആഗ്രഹമെങ്കിൽ അതും സാധിക്കുമായിരുന്നു.

പത്രികയിലെ വിവരങ്ങൾക്ക് വിരുദ്ധമായി മതപരമായ ചടങ്ങുക ളോടെ സംസ്കരണം നടത്തിയാൽ പതിനായിരം രൂപയിൽ കുറയാത്ത പിഴയോ മൂന്നുമാസത്തിൽ കുറയാത്ത തടവോ രണ്ടും കൂടിയോ നല്കി ശിക്ഷിക്കപ്പെടാവുന്ന കാര്യവും ബില്ലിൽ ഉൾക്കൊള്ളിച്ചിരുന്നു.

മൃതദേഹ സംസ്കരണത്തിന് മതങ്ങൾ പലരീതികളാണ് നിർദ്ദേ ശിച്ചിട്ടുള്ളത്. ചിലർ മരണാനന്തരം പ്രാർത്ഥിക്കാനുള്ള സൗകര്യത്തോ ടെ വിപുലമായ കുഴിയെടുത്ത് മൃതദേഹം മറവുചെയ്യും. ചിലരാകട്ടെ, രാത്രിയിൽ മൃതദേഹം പുറത്തിറങ്ങി സഞ്ചരിക്കാതിരിക്കാനായി കുഴിമാടത്തിൽ കുരിശുനാട്ടും. ചിലർ മാവോ ചന്ദനമുട്ടികളോ ചാണക വറളികളോ ഉപയോഗിച്ച് അഗ്നിക്കിരയാക്കും. ചിലർ മതപരമായ ചടങ്ങുകൾക്കുശേഷം വൈദ്യുതശ്മശാനത്തിൽ സംസ്കരിക്കും.

മറ്റുചിലർ പകുതി വെന്തശരീരം പുഴയിലൊഴുക്കും. ഇനിയും ചിലർ കഴുകന് കൊത്തിത്തിന്നാനായി ഉപേക്ഷിക്കും.

ഇത്തരം സംസ്കാരരീതികൾ പുരോഗമനവാദികൾക്ക് അംഗീകരിക്കാനാവില്ല. അതുകൊണ്ടാണ് സൈമൺ ബ്രിട്ടോ അവതരിപ്പിച്ച ബില്ല് പ്രസക്തമാകുന്നത്.

ദുർമന്ത്രവാദ നിരോധനനിയമം കേരളത്തിൽ ഇനിയും ഉണ്ടായില്ല. മതനിരപേക്ഷ മൃതദേഹ സംസ്കരണ ബില്ലാകട്ടെ നിയമസഭയിലെത്തി. സൈമൺ ബ്രിട്ടോയോടുള്ള ഏറ്റവും വലിയ ആദരവ്, ശ്രദ്ധിക്കപ്പെടാതെ പോയ പ്രസ്തുത ബില്ലിലെ ആശയങ്ങൾ പുനരാവിഷ്കരിച്ചു നിയമനിർമ്മാണം നടത്തുക എന്നതാണ്.

പ്രിയ ബ്രിട്ടോ സ്നേഹ നിർഭരമായ ലാൽസലാം കൊണ്ട് നിനക്ക് അന്ത്യാഭിവാദ്യം

എം ബി രാജേഷ് എക്സ് എം പി

ദുഃഖഭരിതമായ ഒരു വർഷമാണ് 2018. അതിന്റെ മഹാനഷ്ടങ്ങളുടെ പട്ടികയിലേക്ക് പോകുന്ന പോക്കിൽ ഒരു പേരുകൂടി എഴുതിച്ചേർത്തിരിക്കുന്നു സൈമൺ ബ്രിട്ടോ റോഡ്രിഗസ്. 2018 അവസാന മണിക്കൂറുകളിൽ ഏല്പിച്ച ആഘാതം പുതുവർഷത്തെ വിഷാദഭരിതം ആക്കുന്നു. മാംസംകീറിമുറിച്ച് നട്ടെല്ലു നുറുക്കി ഹൃദയം ലക്ഷ്യമാക്കി പാഞ്ഞുവന്ന കഠാരമുനയെ അതിജീവിച്ചവനാണ് ബ്രിട്ടോ. അന്നു മുതൽ ഇത്രകാലവും തുടർന്ന മരണവുമായുള്ള ബ്രിട്ടോയുടെ മുഖാമുഖ പോരാട്ടം ഇന്ന് അവസാനിച്ചു. നീണ്ട 35 വർഷക്കാലം ബ്രിട്ടോ ഈ പോരാട്ടം തുടർന്നുകൊണ്ടിരുന്നു. ചക്രക്കസേരയിൽ നാടുനീളെ സഞ്ചരിച്ച് കാഴ്ചകളെല്ലാം കൺനിറയെ കണ്ടു. ലോകമാകെയുള്ള എല്ലാ ചലനങ്ങളും സസൂക്ഷ്മം ഗ്രഹിച്ചു. അപഗ്രഥിച്ചു. സുചിന്തിതവും തെളിമയുള്ളതുമായ അഭിപ്രായങ്ങൾ പറഞ്ഞുകൊണ്ടിരുന്നു. അടങ്ങാത്ത ദാഹത്തോടെ പുസ്തകങ്ങൾ വായിച്ചു തീർത്തു. നോവലുകളും അനുഭവങ്ങളും എഴുതി. നാടെമ്പാടും ഉള്ള മനുഷ്യരോട് പ്രത്യേകിച്ച് പുതുതലമുറയോട് നിരന്തരം സംസാരിച്ചുകൊണ്ടിരുന്നു. പഴയതും പുതിയതുമായ സൗഹൃദങ്ങൾ എല്ലാം ഊർജ്ജമാക്കി. കാണുന്നവർക്കും പരിചയപ്പെടുന്നവർക്കും എല്ലാം ആത്മവിശ്വാസവും പ്രചോദനവുമേകി. ഒടുവിൽ ഇന്ന് തീർത്തും അപ്രതീക്ഷിതമായി ആ വാക്കുകൾ നിലച്ചു പോയിരിക്കുന്നു.

ബ്രിട്ടോയെ ആദ്യം നേരിട്ടു കാണുന്നത് 1992 ഡിസംബർ ആറിന് ബാബറി മസ്ജിദ് തകർത്ത ദിവസം എറണാകുളം മഹാരാജാസ് കോളേജിൽ വച്ച് നടന്ന എസ് എഫ് ഐയുടെ സംസ്ഥാന കൺവെൻഷനിൽ വെച്ചാണ്. ബ്രിട്ടോയുടെ വീൽച്ചെയർ ഹാളിലേക്ക് ഉരുണ്ടു

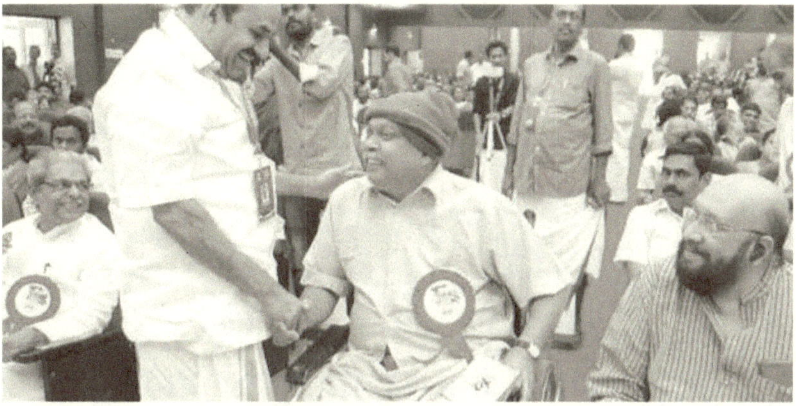

കൊടിയേരി ബാലകൃഷ്ണൻ, ബ്രിട്ടോ

വന്നപ്പോഴേക്കും ഇടിമുഴങ്ങുന്നതുപോലെ മുദ്രാവാക്യം വിളികൾ ഉയർന്നു. ചുരുട്ടിയമുഷ്ടികൾ മുകളിലേക്ക് ആരവത്തോടെ ഉയർന്നു താണു. പിന്നീട് സൂചി വീണാൽ കേൾക്കുന്ന നിശ്ശബ്ദതയിൽ സദസ്സ് ബ്രിട്ടോയുടെ വാക്കുകൾക്ക് കാതോർത്തു. അതിനുശേഷം അങ്ങനെ എത്രയെത്ര സദസ്സുകൾ. പിന്നീട് എത്രയോ തവണ കണ്ടുമുട്ടി. പലപ്പോഴും ബ്രിട്ടോയുടെ പ്രകൃതി ചികിത്സവേളയിലാണ് അദ്ദേഹവുമായുള്ള ദീർഘ സംഭാഷണങ്ങൾ ഉണ്ടായിട്ടുള്ളത്. അങ്ങനെ എത്രയെത്ര ഓർമ്മകൾ. ബ്രിട്ടോ തന്നെ ഒരു ഓർമ്മയായി മാറുമ്പോൾ മനസ്സിൽ അവശേഷിക്കുന്നത് തിളങ്ങുന്ന ആ വലിയ കണ്ണുകളും അനുഭവങ്ങളുടെ മൂർച്ചയേറിയ വാക്കുകളും ആണ്. സീനയുടെയും നിലാവിന്റെയും ബ്രിട്ടോയെ സ്നേഹിക്കുന്ന ലക്ഷക്കണക്കിന് സഖാക്കളുടെയും സങ്കടത്തിൽ ഞാനും ചേരുന്നു.

പ്രിയ ബ്രിട്ടോ, സ്നേഹനിർഭരമായ ലാൽസലാംകൊണ്ട് നിനക്ക് അന്ത്യാഭിവാദ്യം.

ഒരൊറ്റ കസേരയിൽ ഒരാൾ താണ്ടിയ ദൂരങ്ങൾ

ചിന്ത ജെറോം

സഖാവ് സൈമൺ ബ്രിട്ടോ ഇനിയില്ല എന്ന് കേരളത്തിലെ സാധാരണ മനുഷ്യർക്ക് വിശ്വസിക്കുക ഒട്ടും എളുപ്പമാവില്ല. അനശ്വരനായ എസ് എഫ് ഐക്കാരനായ സഖാവ് സൈമൺ ബ്രിട്ടോ തങ്ങളുടെ പ്രകമ്പനം കൊള്ളിക്കുന്ന മുദ്രാവാക്യം വിളികൾക്ക് ചോട്ടിലൂടെ ചിരിച്ച മുഖവുമായി ചക്രകസേരയിൽ ഇനിയൊരിക്കലും സഞ്ചരിക്കില്ല എന്ന് വിശ്വസിക്കുക ഒട്ടും എളുപ്പമല്ല, കേരളത്തിലെ ഇടതുപക്ഷപ്രവർത്തകർക്കും. അത്രമേൽ മേല്പറഞ്ഞ മനുഷ്യരുടെ ജീവിതത്തിന്റെ ഭൂമികയുമായി ചേർന്ന് സഞ്ചരിച്ച ആളായിരുന്നു സൈമൺ ബ്രിട്ടോ. അസാമാന്യമായ നിർഭയത്വം കൊണ്ടും അചഞ്ചലമായ ഇടതുപക്ഷ ബോധംകൊണ്ടും സ്വന്തം ജീവിതത്തെ ജ്വലിപ്പിച്ച കർമ്മധീരനായ കമ്യൂണിസ്റ്റ്, പ്രിയ സഖാവ് ബ്രിട്ടോ ഒരൊറ്റ ചക്രകസേരയിൽ താണ്ടിയ ദൂരങ്ങൾ രാജ്യത്തിന്റെ അതിരുകളെ മാത്രമല്ല, എത്രയോ മനുഷ്യരുടെ ഹൃദയവഴികളെ കൂടിയാണ് തൊടുകയും ദീപ്തമാക്കുകയും ചെയ്തത്.

ഓർക്കുമ്പോൾ ഓർമ്മകൾ കുന്നോളം ഉരുണ്ടു കയറുന്നു. എത്ര ചിത്രങ്ങൾ. എത്ര ശബ്ദങ്ങൾ. എത്ര യാത്രകൾ. കഴിഞ്ഞുപോയ എത്രയോ കാലങ്ങളായി എനിക്ക് ചുറ്റും ഒരു നാളംപോലെ ഈ മനുഷ്യൻനിന്ന് കത്തുന്നു. നയിക്കുന്നു. വീണുപോകും ഇടങ്ങളിൽ വാത്സല്യമുള്ള വിരലുകൾ നീട്ടുന്നു. ചിലപ്പോൾ സമപ്രായക്കാരനായ കൂട്ടുകാരനായി. പിന്നെ ചിലപ്പോൾ അച്ഛന്റെ കരുതലായി. ജ്യേഷ്ഠ സഹോദരന്റെ തണലായി.

എസ് എഫ് ഐ ജീവിതം തുടങ്ങിയ കാലം മുതൽക്കേ സഖാവ് സൈമൺ ബ്രിട്ടോ ഹൃദയത്തിൽ കൊത്തിവച്ച കരിങ്കലുറപ്പുള്ള പേരായി മാറിയിരുന്നു. എന്റെ മാത്രമല്ല, കേരളത്തിലെ ഓരോ എസ് എഫ് ഐ

സഖാവിനും അതങ്ങനെ തന്നെയാവും. ജീവിച്ചിരിക്കുന്ന രക്തസാക്ഷി, അതിജീവനത്തിന്റെ അഗ്നിക്കരുത്ത് തുടങ്ങി എത്രയോ വിശേഷണങ്ങൾ പഠനക്യാമ്പുകളിലും ക്യാംപെയ്നുകളിലും സൈമൺ ബ്രിട്ടോ എന്ന പേരിനൊപ്പം സ്ഥിരം ഉയർന്നു കേട്ടു. അങ്ങനെ കൗമാരക്കാരിയായ എസ് എഫ് ഐക്കാരിയുടെ ഉള്ളിൽ ചെഗുവേരയ്ക്കും മാർക്സിനും ഫിദലിനും ഒപ്പം നാലാമത് ഒരു രക്തനക്ഷത്രം കൂടി പൂത്തു. ബ്രിട്ടോ. സഖാവ് സൈമൺ ബ്രിട്ടോ. എന്തുശിരൻ മനുഷ്യനാണ് ഇതെന്ന് നേരിട്ടറിയാൻ കാലം ഇടങ്ങൾ കാത്തു വയ്ക്കും എന്നൊന്നും അന്ന് സങ്കല്പിക്കുക കൂടി ചെയ്തിരുന്നില്ല.

എസ് എഫ് ഐയുടെ പെരിന്തൽമണ്ണ സമ്മേളന നഗരിയിലാണ് ആദ്യമായി കാണുന്നത്. അന്ന് ഞാൻ കൊല്ലം ഫാത്തിമ മാതാ കോളേജിലെ രണ്ടാം വർഷ ഡിഗ്രിവിദ്യാർത്ഥിയാണ്. സമ്മേളന പ്രതിനിധികളെ അഭിസംബോധനചെയ്തു സഖാവ്സൈമൺബ്രിട്ടോ സംസാരിക്കും എന്നറിഞ്ഞപ്പോൾ തോന്നിയ സന്തോഷം ഇപ്പോഴും ഓർമ്മയിലുണ്ട്. കേട്ട കഥകളിൽനിന്ന് അപ്പോഴേക്കും അദ്ദേഹം ഹൃദയത്തിന്റെ ഭാഗമായി കഴിഞ്ഞിരുന്നു. ഇത് വരെ നേരിട്ട് കണ്ടിട്ടില്ലെങ്കിലും ഒട്ടും അപരിചിതൻ അല്ലാത്ത ഒരാളായി അപ്പോഴേക്കും അദ്ദേഹം മാറിയിരുന്നു എന്നതാണ് സത്യം. പഠന കാലത്തേറ്റ ക്രൂരമായ ആക്രമണം ശരീരത്തെ തളർത്തിയിട്ടും നിലയ്ക്കാതെ തുടർന്ന അദ്ദേഹത്തിന്റെ പോരാട്ടങ്ങൾ, അദ്ദേഹവും സീന ഭാസ്കറുമായുള്ള പ്രണയവും വിവാഹവും അതിന്റെ വിപ്ലവ ചൂരും, അദ്ദേഹത്തിന്റെ അഗ്രകാമി പോലെയുള്ള സർഗ്ഗാത്മക സൃഷ്ടികൾ വായിച്ചതിന്റെ ആദരവ് ഒക്കെകൂടി ഏതൊരു സംഘടനാ പ്രവത്തകനെയും പോലെ എന്റെ ഉള്ളിലും സഖാവ് സൈമൺ ബ്രിട്ടോ ഒരു വൻമരമായി കഴിഞ്ഞിരുന്നു. അതുകൊണ്ട് ഒട്ടും അപരിചതത്വമില്ലാതെ സമ്മേളന നഗരിക്കൊപ്പം ഞാനും അദ്ദേഹത്തെ കാത്തിരുന്നു.

ഒരു വെള്ള അംബാസിഡറിൽ അദ്ദേഹം വന്നിറങ്ങിയതും സമ്മേളന പ്രതിനിധികൾ ഒന്നിച്ചെഴുന്നേറ്റ് നിന്നു. അദ്ദേഹത്തിന്റെ വീൽചെയർ സഖാക്കൾ താങ്ങി ഇറക്കി. അദ്ദേഹത്തെ എടുത്ത് വീൽചെയറിലേക്ക് ഇരുത്തിയപ്പോഴേക്കും ഭൂമിയെയും ആകാശത്തെയും പ്രകമ്പനം കൊള്ളുന്ന ഒച്ചയിൽ വായുവിലേക്ക് വിരലുകൾ ചൂണ്ടി ഞങ്ങൾ ഒന്നിച്ചു മുദ്രവാക്യം വിളിച്ചു. 'ധീര സഖാവെ സൈമൺ ബ്രിട്ടോ' എന്നുറക്കെ വിളിക്കുമ്പോൾ വികാരമൂർച്ചയിൽ ഞങ്ങളിൽ പലരുടെയും തൊണ്ട ഇടറുകയും കണ്ണ് നിറയുകയും ചെയ്തു. ആ മനുഷ്യൻ ഞങ്ങൾക്ക് കൗമാരക്കാരായ ഓരോ സംഘടനാ പ്രവർത്തകനും ഞങ്ങളുടെ പ്രതിരൂപമായിരുന്നു. ആ വീൽചെയർ സഞ്ചരിച്ചു തുടങ്ങുന്നത് പോരാട്ടത്തിന്റെയും ത്യാഗത്തിന്റെയും ഭൂകാണ്ഡങ്ങൾക്ക് അപ്പുറമുള്ള ചരിത്രത്തിൽ നിന്നാണ് എന്ന് ഞങ്ങൾക്ക് അന്നേരം തെളിഞ്ഞു കിട്ടി. ആ ഒറ്റ കസേര സഞ്ചരിക്കാനിരിക്കുന്ന ദൂരം പ്രത്യാശയുടെ പുലരി ചുവപ്പിലേ

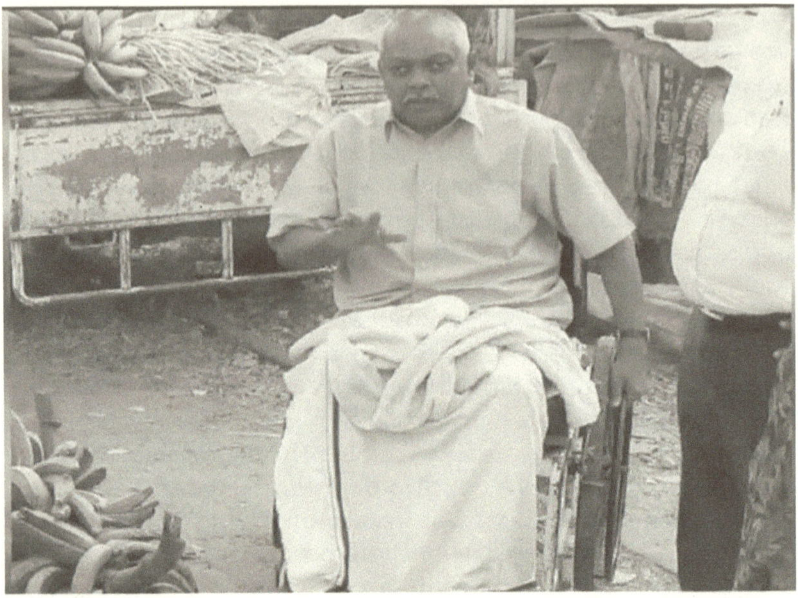

സൈമൺ ബ്രിട്ടോ

ക്കാണ് എന്ന് ഞങ്ങൾക്ക് നിശ്ചയമുണ്ടായിരുന്നു. എത്ര തീവ്രമായ നിമിഷങ്ങളായിരുന്നു സമ്മേളന നഗരിയിൽ ഞങ്ങളിലൂടെ കടന്നു പോയത് എന്ന് ഇന്നും അതേ ആവേഗത്തിൽ അനുഭവിച്ചറിയാനാകുന്നുണ്ട്.

അദ്ദേഹത്തിന്റെ പ്രസംഗം ഇപ്പോഴും ഓർമ്മയുണ്ട്. മാറിയ കാലത്തെ സംഘടനാ പ്രവത്തനത്തെപ്പറ്റിയും അരാഷ്ട്രീയതയുടെയും അക്രമരാഷ്ട്രീയത്തിനും ജീർണ്ണതകളെപ്പറ്റിയും അദ്ദേഹം ആഴത്തിൽ സംസാരിച്ചു. ഒരു സഖാവ് പുസ്തകം വായിക്കേണ്ടുന്നതിന്റെ രാഷ്ട്രീയം എന്താണ് എന്ന് ഞങ്ങൾക്ക് പിടികിട്ടിയത് അന്നത്തെ അദ്ദേഹത്തിന്റെ പ്രസംഗത്തിൽ നിന്നാണ്. മനോഹരമായ ഒഴുക്കിൽ അദ്ദേഹം സംസാരിച്ചു. എപ്പോഴും ചുണ്ടുകളുടെ അറ്റത്ത് പാതി മുറിഞ്ഞ ഒരു പുഞ്ചിരി പറ്റിപിടിച്ചിരിപ്പുണ്ട് എന്ന് ഞങ്ങളറിഞ്ഞു. ജീവിതം വരണ്ടുപോകുന്നില്ല. പിന്നിൽനിന്ന് ആര് കുത്തി വീഴ്ത്തിയാലുമതെ. ജീവിതം പിന്നെയും കായിക്കുന്നു. ഓർമ്മയിൽ ചോരപ്പാടുകൾ ഉണ്ടാവാം. ശരീരം വേദനിച്ചു നീറുന്നുണ്ടാവാം. എങ്കിലും ജീവിതത്തിനു വരണ്ടു പോകാൻ വയ്യ. അതാണ് ജീവിതത്തിന്റെ സാരം. അതുകൊണ്ടാവണം പാതി മുറിഞ്ഞ ഒരു പുഞ്ചിരി പിന്നെയും ബാക്കിയാവുന്നത്. എന്തുശിരൻ പ്രസംഗമായിരുന്നു അത്. എന്തുശിരൻ മനുഷ്യനാണ് അതെന്നപോലെ തന്നെ.

എസ് എഫ് ഐയുടെ സംസ്ഥാന ഭാരവാഹി ആയതോടെ അദ്ദേഹ

വുമായി അടുത്തബന്ധം ഉണ്ടായി. പല പരിപാടികളിലും ഒന്നിച്ചു വേദി പങ്കിട്ടു. സീന ചേച്ചിയുമായും നിലാവുമായും ആഴമുള്ള ആത്മബന്ധുത്വം ഉണ്ടായി. കൊല്ലത്തു എന്ത് പരിപാടിക്ക് വന്നാലും എന്നെ വിളിക്കും. വീട്ടിൽ വരും. അമ്മയോട് കുശലം പറയും. ഞങ്ങൾ ഒന്നിച്ചു ആഹാരം കഴിക്കും. എറണാകുളത്ത് പരിപാടികളുടെ ആവശ്യത്തിനായി പോകുമ്പോഴെല്ലാം അദ്ദേഹത്തിന്റെ വീട് എന്റെയും വീടായി. പുസ്തകങ്ങൾ സമ്മാനമായി തന്നു. സിനിമകളെപ്പറ്റി, പോയ നാടുകളെപ്പറ്റി ഒക്കെ വാതോരാതെ സംസാരിച്ചു. ഒടുവിൽ കണ്ടത് മഹാരാജാസിൽ യുവജന കമ്മീഷൻ നടത്തിയ പരിപാടിയിൽ ആയിരുന്നു. അദ്ദേഹമായിരുന്നു ഉദ്ഘാടകൻ. അഭിമന്യുവിനെപ്പറ്റിയും യുവത രാഷ്ട്രീയ ബോധമുള്ളവരാകേണ്ടുന്നതിന്റെ ആവശ്യകതയെപ്പറ്റിയും അദ്ദേഹം സംസാരിച്ചു. അഭിമന്യുവിന്റെ മരണം അദ്ദേഹത്തെ വല്ലാതെ മുറിപ്പെടുത്തിയിരുന്നു.

സഖാവ് സൈമൺ ബ്രിട്ടോ മരിച്ചതറിഞ്ഞപ്പോൾ അദ്ദേഹം ഇല്ലാതെ സീനചേച്ചിയും നിലാവും എങ്ങനെ ജീവിക്കും എന്ന തോന്നലാണ് എന്നെ ഏറ്റവും അസ്വസ്ഥപ്പെടുത്തിയത്. മൃതദേഹത്തിന്റെ അരുകിൽ നിശ്ചയദാർഢ്യത്തോടെ നിലാവ് നില്ക്കുന്നത് കാണുമ്പോൾ ഞാൻ അവളിൽ സഖാവിനെ തന്നെയാണ് കാണുന്നത്. തോല്ക്കരുത് എന്ന് ജീവിതംകൊണ്ട് പഠിപ്പിച്ച ഒരച്ഛന്റെ മകൾക്ക്, തോല്ക്കാനും തളരാനുമാവില്ല എന്നുറപ്പാണ്. സഖാവ് സൈമൺ ബ്രിട്ടോ നമ്മൾ ജീവിച്ചകാലത്തിനു മുന്നിൽ തെളിച്ചു വച്ച് പോകുന്ന പ്രത്യാശയുടെ വെളിച്ചം നമ്മെ ഓർമ്മിപ്പിക്കുന്നതും മറ്റൊന്നല്ല.

ബ്രിട്ടോ എന്ന സ്നേഹം

മറിയാമ്മ ഉമ്മൻ
(ഉമ്മൻചാണ്ടിയുടെ ഭാര്യ)

സ്നേഹം ഒരിക്കലും മരിക്കത്തില്ല എന്നാണ് ഞാൻ വിശ്വസിക്കുന്നത്. സ്നേഹം മരിക്കില്ലെങ്കിൽ സൈമൺ ബ്രിട്ടോയും ഒരിക്കലും മരിക്കില്ല. കാരണം ബ്രിട്ടോ സ്നേഹം തന്നെയായിരുന്നു. സ്നേഹത്തിന്റെ മനുഷ്യ രൂപം. ചക്ര കസേരയിൽ, ചിരിക്കുന്ന മുഖവും, ശുഭ്രവസ്ത്രവും പറ്റെ വെട്ടിയ മുടിയുമായി എന്നെ നോക്കി ചിരിക്കുന്ന സൈമൺ ബ്രിട്ടോയുടെ മുഖം മനസ്സിൽ ഓർക്കുമ്പോഴെല്ലാം ഉള്ളിൽ സ്നേഹം നിറയുന്നു. ഒരൊറ്റ തവണ മാത്രമേ ഞങ്ങൾ തമ്മിൽ കണ്ടിട്ടുള്ളു. ഒന്നോ രണ്ടോ മണിക്കൂർ മാത്രമേ ഒന്നിച്ചുണ്ടായിട്ടുള്ളു. എന്നിട്ടും ബ്രിട്ടോ മരിച്ചു എന്നറിഞ്ഞപ്പോൾ സഹിക്കാനാവാത്ത ദുഃഖംവന്നു. വളരെ കുറച്ചു നിമിഷങ്ങൾ കൊണ്ട് ഒരാൾക്ക് മറ്റൊരാളിന്റെ ജീവിതത്തിലും ഓർമ്മയിലും ഇടം കണ്ടെത്താനാവുന്നതിലും വലിയ സുകൃതം മറ്റൊന്നുമില്ല. അങ്ങനെ ഒരു സുകൃതത്തിന്റെ ഓർമ്മയാണ് എന്നെ സംബന്ധിച്ച് സൈമൺ ബ്രിട്ടോ.

സൈമൺ ബ്രിട്ടോയെപ്പറ്റി ചെറുപ്പത്തിലേ ഞാനും കേട്ടിട്ടുണ്ട്. ഭർത്താവും മക്കളും പലപ്പോഴും അദ്ദേഹത്തെ പറ്റി പറഞ്ഞു കേട്ടിട്ടുണ്ടായിരുന്നു. ടി വി ചാനലിൽ പല പരിപാടികളിലും കണ്ടപ്പോഴാണ് ഞാൻ സൈമൺ ബ്രിട്ടോയെ കൂടുതലായി ശ്രദ്ധിച്ചത്. വീൽചെയറിൽ ഇരിക്കുമ്പോഴും ആത്മവിശ്വാസത്തിനു ഒട്ടും കുറവില്ല. കണ്ണിലെ തിളക്കത്തിന് ഒട്ടും മങ്ങലേറ്റിട്ടുമില്ല. ടി വിയിലും പത്രവാർത്തകളിലും മാത്രം കണ്ടു പരിചയമുള്ള സൈമൺ ബ്രിട്ടോയെപ്പറ്റി പിന്നീട് കൂടുതൽ കേൾക്കുന്നത് എന്റെ ഡോക്ടറിൽ നിന്നാണ്. ഡോ. സാം ജോണിന്റെ ചികിത്സയ്ക്ക് കീഴിൽ എനിക്ക് മുന്നേ സൈമൺ ബ്രിട്ടോയും വിധേയനായിട്ടുണ്ടായിരുന്നു. ഡോക്ടർ വലിയ ആദരവോടെയാണ്

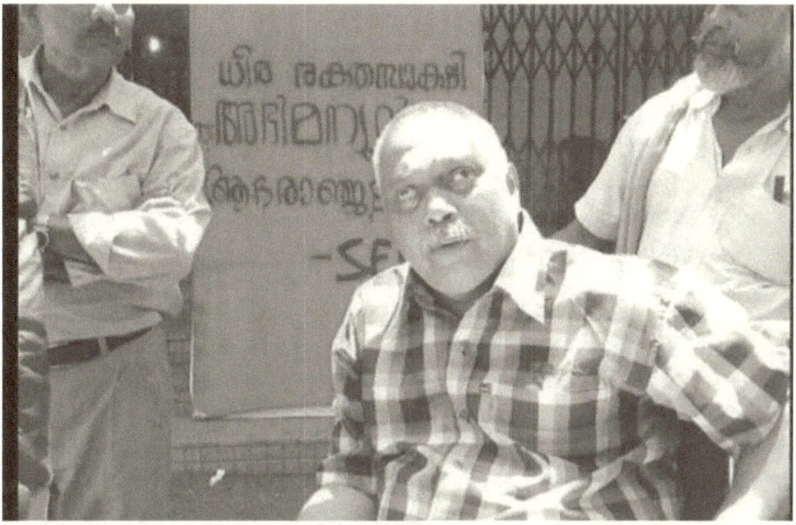

സൈമൺ ബ്രിട്ടോ

ബ്രിട്ടോയെ പറ്റി പറഞ്ഞത് ഒക്കെ എനിക്ക് നല്ല ഓർമ്മയുണ്ട്. കാണണം, പരിചയപ്പെടണം എന്നൊക്കെ അന്നേ തോന്നി. എങ്കിലും സാഹചര്യങ്ങൾ ഒത്തു വന്നില്ല. കണ്ടാൽത്തന്നെ എങ്ങനെ കരുതും? രാഷ്ട്രീയമായി ഭിന്നചേരിയിൽ ഉള്ളവർ. എങ്കിലും ഞങ്ങൾ ഒരിക്കലെങ്കിലും കാണണം എന്നായിരുന്നു ദൈവവിധി.

2015 ലോ മറ്റോ ക്ലിഫ് ഹൗസിൽ വച്ചായിരുന്നു ഞങ്ങൾ കണ്ടത്. ഉമ്മൻചാണ്ടി സാറിനെ കാണാൻ വന്നതായിരുന്നു അദ്ദേഹം. ഞങ്ങൾ സംസാരിച്ചു തുടങ്ങിയപ്പോൾത്തന്നെ ഒരേ മനസ്സുള്ളവരാണ് എന്നെനിക്ക് ബോദ്ധ്യമായി. രാഷ്ട്രീയമായ എതിർപ്പുകൾ വ്യക്തി ബന്ധങ്ങളുമായി കൂട്ടി വായിക്കരുത് എന്ന പക്ഷമായിരുന്നു അദ്ദേഹത്തിന്റേത്. ഭൂമിക്ക് കീഴിലെ എത്രയോ വിഷയങ്ങളെ പറ്റി ഞങ്ങൾ അന്ന് സംസാരിച്ചു. പുൽക്കൊടിയോട് പോലും കരുണയും സ്നേഹവുമുള്ള ഒരു മനുഷ്യൻ. ശരീരത്തിന്റെ വേദനയും ദുഃഖവും ഒന്നും മനസ്സിനെ ബാധിച്ചിട്ടേയില്ല. ആരോഗ്യപരമായ വലിയ അവശതകളിലൂടെ ഞാനും അക്കാലത്ത് കടന്നു പോവുന്നുണ്ടായിരുന്നു. അതിന്റെ ഭാരം മനസ്സിനും ഉണ്ടായിരുന്നു. ബ്രിട്ടോയോട് സംസാരിച്ചപ്പോൾ അതൊക്കെ മാറി. താൻ നടത്തിയ യാത്രകളെപ്പറ്റി, സീനയെയും മകളെയുംപ്പറ്റി ഒക്കെ ബ്രിട്ടോ വാതോരാതെ സംസാരിച്ചു. എങ്ങനെയൊക്കെ സന്തോഷം കണ്ടെത്താം എന്ന് രസകരമായ ഓർമ്മകളിലൂടെ പറഞ്ഞു തന്നു. അത്ര സന്തോഷം ഉള്ള ഒരു വർത്തമാനം എനിക്ക് ജീവിതത്തിൽ വളരെ കുറച്ചേ ഉണ്ടായിട്ടുള്ളൂ. സ്നേഹമാണ് എല്ലാ വികാരങ്ങളുടെയും ഉറവ എന്നാണ്

ബ്രിട്ടോ അന്ന് പറഞ്ഞവസാനിപ്പിച്ചത്. 'എല്ലാ നന്മകളുടെയും അടിസ്ഥാനം അതല്ലേ? എല്ലാ സന്തോഷത്തിന്റെയും ഉറവിടം സ്നേഹമല്ലാതെ മറ്റെന്താണ്? എല്ലാ മൂല്യങ്ങളുടെയും ഉറവിടം സ്നേഹമല്ലാതെ മറ്റെന്താണ് ഉള്ളത്.?' എന്ന ബ്രിട്ടോയുടെ ചോദ്യം മരണം വരെയും ഞാൻ മറക്കില്ല. ബ്രിട്ടോയോട് വർത്തമാനം പറയുന്ന നിമിഷങ്ങളിലൊക്കെയും ഉള്ളിൽ വല്ലാത്തൊരു സന്തോഷം വന്നു നിറയുന്നുണ്ടായിരുന്നു. മാനസികമായി ഉണ്ടായിരുന്ന സങ്കടങ്ങൾ ഒക്കെ അലിഞ്ഞില്ലാതായി. ഒരു കോൺഗ്രസുകാരന്റെ ഭാര്യയായ, സാഹോദര്യം കണ്ടെത്താനാവുന്ന ഒരു മനുഷ്യ സ്ത്രീയായിട്ടാണ് അദ്ദേഹം എന്നെ കണ്ടത്.

ബ്രിട്ടോ മരിച്ചത് അറിഞ്ഞപ്പോൾ സഹിക്കാനാവാത്ത സങ്കടം ഉണ്ടായി. അദ്ദേഹം മരിക്കരുതായിരുന്നു. ഇനിയും കുറെ കാര്യങ്ങൾ ചെയ്യാൻ, ഒരുപാട് മനുഷ്യരെ സ്നേഹിക്കാൻ, മനുഷ്യരെ സ്നേഹിച്ചു സന്തോഷം കൊടുക്കാൻ ഒക്കെ ബ്രിട്ടോ ഈ ഭൂമിയിൽ വേണമായിരുന്നു. സീനയെ വിളിച്ചിരുന്നു. സംസാരിച്ചിരുന്നു. ബ്രിട്ടോയെ പോലെത്തന്നെ കരുത്തും കരുണയുമുള്ള ശബ്ദം ഫോണിൽ കേട്ട് ഫോൺ വെക്കുമ്പോൾ എനിക്ക് തോന്നി, ബ്രിട്ടോ മരിച്ചിട്ടൊന്നുമില്ല. ബ്രിട്ടോ ഇവിടെയൊക്കെയുണ്ട്. മനുഷ്യർക്ക് സന്തോഷവും സ്നേഹവും ആവോളം വിളമ്പി കൊണ്ട്. അല്ലെങ്കിൽത്തന്നെ സ്നേഹത്തിന് എങ്ങനെയാണു മരിക്കാനാവുക. കാരണം, ബ്രിട്ടോ സ്നേഹം തന്നെയായിരുന്നല്ലോ.

സഹോദരൻ സഖാവ്

ജസ്റ്റിസ് വി കെ മോഹനൻ

സൈമൺ ബ്രിട്ടോയുമായി നാല് പതിറ്റാണ്ടിലേറെ നീണ്ട ബന്ധമാണ് എനിക്കുണ്ടായിരുന്നത്. വിദ്യാർത്ഥി പ്രസ്ഥാനത്തിൽ പ്രവർത്തിച്ചിരുന്ന കാലത്ത് ആരംഭിച്ച ആ ബന്ധം ബ്രിട്ടോയുടെ സ്വഭാവ സവിശേഷതമൂലം കുടുംബങ്ങൾ തമ്മിൽ ആഴത്തിലുള്ള ബന്ധമായി വളർന്നു. ബ്രിട്ടോയുമായുണ്ടായ ഉറ്റ സൗഹൃദത്തിന്റെ നിരവധി ഓർമ്മകളാണ് ഈ സന്ദർഭത്തിൽ മനസ്സിലുയരുന്നത്. എന്നും ഒരു വിദ്യാർത്ഥിയുടെ മനസ്സ് സൂക്ഷിച്ച ബ്രിട്ടോ മലയാളികളുടെ മാത്രമല്ല, പരിചയപ്പെട്ടവരുടെയെല്ലാം മനസ്സിൽ അനശ്വരസ്ഥാനം നേടിയാണ് പുതുവർഷത്തലേന്ന് നമ്മെ വിട്ടു പിരിഞ്ഞത്.

അടിയന്തരാവസ്ഥകാലത്താണ് ഞാൻ ബ്രിട്ടോയെ ആദ്യമായി കണ്ടത് എന്നാണ് ഓർമ്മ. ഞാൻ അന്ന് മൂവാറ്റുപുഴ നിർമ്മല കോളേജ് വിദ്യാർത്ഥിയാണ്. സൈമൺ ബ്രിട്ടോ എറണാകുളം സെന്റ് ആൽബർട്സ് കോളേജിലും. എസ് എഫ് ഐയിലെ പ്രവർത്തനം ഞങ്ങളെ ഒരുമിപ്പിച്ചു. സംഘടനയുടെ എറണാകുളം ജില്ലാ കമ്മിറ്റി അംഗമായും ജില്ലാ ഭാരവാഹിയായും സംസ്ഥാന ഭാരവാഹിയായും ഞങ്ങൾ ഒന്നിച്ചു പ്രവർത്തിച്ചു. എസ് എഫ് ഐയുടെ ജില്ലാ സെക്രട്ടേറിയറ്റ് അംഗമായതോടെ എനിക്ക് അടിക്കടി കൊച്ചി നഗരത്തിൽ വരേണ്ടിവരുമായിരുന്നു. അപ്പോഴെല്ലാം സെന്റ് ആൽബർട്സിലും പോവും. അക്കാലം മുതൽ ബ്രിട്ടോയുമായി അടുത്തു പ്രവർത്തിക്കാൻ എനിക്ക് അവസരം കിട്ടി. ഞങ്ങൾ അടുത്ത സുഹൃത്തുക്കളായി മാറി. ബ്രിട്ടോ ഇടയ്ക്ക് മൂവാറ്റുപുഴയിൽ എന്റെ വീട്ടിൽ വരും. അപ്പോഴെല്ലാം ഞങ്ങൾ മൂവാറ്റുപുഴയാറിൽ നീന്താൻ പോവും. അതുപോലെ ഞാൻ പലപ്പോഴും വടുതലയിൽ ബ്രിട്ടോയുടെ വീട്ടിലും പോവുമായിരുന്നു. ബ്രിട്ടോയുടെ ഡാഡിയുടെ

സൈക്കിളിൽ ഞങ്ങൾ കുറുങ്കോട്ട ദ്വീപിൽ അവന്റെ കുടുംബത്തിനുണ്ടായിരുന്ന പാടത്തും ചിറ്റൂർ ക്ഷേത്രത്തിനടുത്തുണ്ടായിരുന്ന തിയേറ്ററിൽ സെക്കന്റ് ഷോയ്ക്കും പോവുമായിരുന്നു.

മൂവാറ്റുപുഴയിലെ സാധാരണ ദളിത് ചുറ്റുപാടിൽനിന്നും വന്ന എനിക്ക് ബ്രിട്ടോയുടെ വീട്ടിലെ ആംഗ്ലോ ഇന്ത്യൻ സംസ്കാരവും ഭക്ഷണവുമെല്ലാം കൗതുകങ്ങളുമായിരുന്നു. ബ്രിട്ടോയേക്കാൾ ഒരു വയസ്സിന് മൂത്ത എന്നെ അവന്റെ ഡാഡിയും മമ്മിയും മൂത്തമകനായിട്ടാണ് കണ്ടത്. ഞാൻ കാക്കനാട് താമസമാക്കിയശേഷം അവർ പലവട്ടം എന്റെ വീട്ടിൽ വന്ന് താമസിച്ചിട്ടുണ്ട്. അപ്പോഴെല്ലാം ആംഗ്ലോ ഇന്ത്യൻ ഭക്ഷണവിഭവങ്ങളും വൈനുമെല്ലാം ഉണ്ടാക്കി കൊണ്ടുവരുമായിരുന്നു. 2015 ൽ ഡാഡി മരിക്കുന്നതുവരെ ഈ പതിവ് തുടർന്നു. പിന്നീട് മമ്മി എന്റെ വീട്ടിൽ വന്നിട്ടുണ്ട്. ബ്രിട്ടോ കുത്തേറ്റ് കിടപ്പിലായ ശേഷമായിരുന്നു പെങ്ങന്മാരുടെയെല്ലാം വിവാഹം. അതിലെല്ലാം കുടുംബാംഗമായിത്തന്നെ പങ്കുവഹിക്കാൻ എനിക്കും അവസരം കിട്ടി. ബ്രിട്ടോ മൂത്ത മകനായിരുന്നു. പിന്നീട് നാല് സഹോദരിമാർ. അനിയൻ ക്രിസ്റ്റി, ബ്രിട്ടോയ്ക്ക് കുത്തേല്ക്കുമ്പോൾ അഞ്ചിലോ മറ്റോ പഠിക്കുകയാണ്. പഠനത്തിൽ മിടുക്കനായിരുന്ന ബ്രിട്ടോയിലായിരുന്നു ആ കുടുംബത്തിന്റെ പ്രതീക്ഷ. എന്നാൽ അവനുനേരെയുണ്ടായ ആക്രമണം ആ കുടുംബത്തിന്റെ പ്രതീക്ഷ തകർത്തു. ഈ സാഹചര്യത്തിൽ ഞങ്ങൾ സുഹൃത്തുക്കൾക്ക് ആ കുടുംബത്തിന്റെ കാര്യത്തിൽ കൂടുതൽ ശ്രദ്ധിക്കേണ്ടിയിരുന്നു.

സംഘടനാപ്രവർത്തനത്തിന്റെ ഭാഗമായി ബ്രിട്ടോയോടൊപ്പം പല സമ്മേളനങ്ങളിലും ക്യാമ്പുകളിലും ഞാൻ പങ്കെടുത്തിട്ടുണ്ട്. ഒന്നിച്ച് നിരവധി യാത്ര ചെയ്തു. ഒരു മുറിയിൽ കിടന്നുറങ്ങി. പല കാര്യങ്ങളെക്കുറിച്ചും തർക്കങ്ങളിലും സംവാദങ്ങളിലുമേർപ്പെട്ടു. രാഷ്ട്രീയത്തിനുപുറമെ സാഹിത്യവും സിനിമയും കലകളുമെല്ലാം ഞങ്ങളുടെ സംഭാഷണ വിഷയങ്ങളായിരുന്നു. അപ്പോഴെല്ലാം ബ്രിട്ടോയുടെ സ്വഭാവ സവിശേഷതകൾ ഞാൻ ശ്രദ്ധിച്ചിട്ടുണ്ട്. മനസ്സിൽ എപ്പോഴും തീവ്രത കൊണ്ടുനടന്ന ചെറുപ്പക്കാരനായിരുന്നു ബ്രിട്ടോ. മാതൃകാപരമായിരുന്നു ജീവിത ശൈലി. സംഘടനാകാര്യങ്ങൾ കൈകാര്യം ചെയ്യുന്നതിൽ കണിശക്കാരനായിരുന്നു. അക്കാലത്ത് കോളേജുകളിലും കീഴ് കമ്മിറ്റികളിലും സംഘടനാപ്രശ്നങ്ങളും ഭിന്നതകളും ഉണ്ടാകുമ്പോൾ ഞാനും ബ്രിട്ടോയുമാണ് പോയിരുന്നത്. പ്രശ്നങ്ങൾ പരിഹരിക്കുന്നതിൽ കർക്കശ സമീപനമായിരുന്നു ബ്രിട്ടോയുടേത്.

ഞാൻ പട്നയിൽ എസ് എഫ് ഐ അഖിലേന്ത്യാ സമ്മേളനത്തിന് പോയി മടങ്ങുമ്പോഴാണ് തൃപ്പൂണിത്തുറ ആയുർവ്വേദ കോളേജിലെ എസ് എഫ് ഐ യൂണിറ്റ് സെക്രട്ടറി പി കെ രാജൻ ക്യാമ്പസിൽ കൊല്ലപ്പെട്ട വിവരം അറിഞ്ഞത്. രാജന്റെ രക്തസാക്ഷിത്വം ഞങ്ങളെ വല്ലാതെ ഉലച്ചു. പട്നയിലേക്ക് ഞങ്ങളെ യാത്രയയക്കാൻ രാജനും റെയിൽവേ സ്റ്റേഷ

സൈമൺ ബ്രിട്ടോ, നിലാവ്

നിൽ എത്തിയിരുന്നു. മദ്രാസ് സെൻട്രൽ റെയിൽവേ സ്റ്റേഷനിൽ ട്രെയിൻ നിന്നപ്പോൾ ഞങ്ങൾ പ്ലാറ്റ്ഫോമിൽ പ്രതിഷേധയോഗം ചേർന്നു. പട്ടാമ്പിയിൽ രാജന്റെ വീട്ടിലും പോയശേഷമാണ് ഞങ്ങൾ കൊച്ചിയിൽ തിരിച്ചെത്തിയത്. രാജന്റെ പേരിൽ ആയുർവ്വേദ വിദ്യാർത്ഥികൾക്ക് എൻഡോവ്മെന്റ് ഏർപ്പെടുത്തുന്നതിലും ബ്രിട്ടോ പ്രധാന പങ്കുവഹിച്ചു.

1970 ൽ എസ് എഫ് ഐ രൂപീകരിക്കുമ്പോഴും അതിന് മുമ്പും കൊച്ചി നഗരത്തിൽ പുരോഗമന വിദ്യാർത്ഥി പ്രസ്ഥാനത്തിന് വലിയ സ്വാധീനമില്ല. നഗരത്തിൽ എസ് എഫ് ഐ കെട്ടിപ്പടുത്ത് സംസ്ഥാനത്തു തന്നെ പ്രസ്ഥാനത്തിന്റെ പ്രധാന ശക്തികേന്ദ്രമായി മാറിയത് ബ്രിട്ടോ കൂടി പ്രവർത്തനരംഗത്തുണ്ടായിരുന്ന കാലത്താണ്. മാനേജ്മെന്റ് കോളേജുകളിലും സ്കൂളുകളിലും എസ് എഫ് ഐ ശക്തി നേടിയത് അക്കാലത്താണ്. താൻ പഠിച്ച സെന്റ് ആൽബർട്സ് കോളേജിൽ വിദ്യാർത്ഥികളിൽ പുരോഗമന ചിന്താഗതി വളർത്താനും പുരോഗമന വിദ്യാർത്ഥി പ്രസ്ഥാനത്തിന്റെ സ്വാധീനം വ്യാപിപ്പിക്കാനും ബ്രിട്ടോയ്ക്ക് കഴിഞ്ഞു. നഗരത്തിൽ നടന്ന വിദ്യാർത്ഥി സമരങ്ങളിൽ ധീരോദാത്തമായ നേതൃത്വം നല്കി ബ്രിട്ടോ മുന്നിലുണ്ടാവുമായിരുന്നു. ഇക്കാലത്ത് ഞാൻ പഠിച്ച മൂവാറ്റുപുഴ നിർമ്മല കോളേജിൽ കെ എസ് സിക്കും കെ എസ് യുവിനുമായിരുന്നു ആധിപത്യം. വിദ്യാർത്ഥികളുടെ പ്രശ്നങ്ങൾ ഏറ്റെടുത്ത് സമരം ചെയ്തും നല്ല സ്ഥാനാർത്ഥികളെ കണ്ടെത്തി മത്സരിച്ചും ഒന്നുരണ്ട് പ്രധാന സ്ഥാനങ്ങളിൽ വിജയിക്കാൻ ഞങ്ങൾക്ക് കഴിഞ്ഞു. സുരേഷ് കുറുപ്പ് സർവ്വകലാശാല യൂണിയൻ ചെയർമാനായിരുന്ന വർഷം കൗൺസിലറായി ഞാൻ തിരഞ്ഞെടുക്കപ്പെട്ടു.

1983 ജനുവരിയിൽ എസ് എഫ് ഐ സംസ്ഥാന വൈസ് പ്രസിഡന്റായിരിക്കെയാണ് ഞാൻ അഭിഭാഷകനായി എൻട്രോൾ ചെയ്തത്.

ഞാൻ ഭാരവാഹിത്വം ഒഴിഞ്ഞ സമ്മേളനത്തിലാണ് ബ്രിട്ടോ സംസ്ഥാന വൈസ് പ്രസിഡന്റായി തിരഞ്ഞെടുക്കപ്പെട്ടത്. ഇതിനിടെ ആൽബർട്സിലെ ബിരുദപഠനം കഴിഞ്ഞ് ബീഹാറിലെ ദർബംഗ സർവ്വകലാശാലയിൽ നിയമപഠനത്തിന് ചേർന്നിരുന്നു. ഞാൻകൂടി നിർബ്ബന്ധിച്ചാണ് ബ്രിട്ടോ അവിടെനിന്ന് എറണാകുളം ലോ കോളേജിലേക്ക് വന്നത്. പിന്നീട് വിദ്യാർത്ഥി മുന്നണി വിട്ട് ഞാൻ പാർട്ടി സംഘടനാരംഗത്ത് വന്നപ്പോഴും ബ്രിട്ടോയ്ക്കൊപ്പം ഒരു ഘടകത്തിൽ പ്രവർത്തിക്കാൻ എനിക്ക് അവസരമുണ്ടായി. ബ്രിട്ടോയുടെ നാടായ വടുതല അടങ്ങുന്ന എറണാകുളം നോർത്ത് ലോക്കൽ കമ്മിറ്റിയുടെ സെക്രട്ടറിയായാണ് ഞാൻ പ്രവർത്തിച്ചത്. മരണത്തെ അതിജീവിച്ച ബ്രിട്ടോയും ലോക്കൽ കമ്മിറ്റിയിലേക്ക് തിരഞ്ഞെടുക്കപ്പെട്ടു. ബ്രിട്ടോയുടെ സൗകര്യാർത്ഥം കമ്മിറ്റിയോഗങ്ങൾ അവന്റെ വീട്ടിലാണ് ചേർന്നിരുന്നത്. ബ്രിട്ടോയ്ക്ക് കൂടി പങ്കെടുക്കാൻ അവന്റെ വീടിനടുത്തുള്ള വടുതല, കൊറുങ്കോട്ട ബ്രാഞ്ചുകളുടെ യോഗങ്ങളും പലപ്പോഴും അവിടെയാണ് ചേർന്നിരുന്നത്. ഇടപ്പള്ളി സ്റ്റേഷൻ ആക്രമണ കേസിൽ പ്രതിയായിരുന്ന കൊടുങ്കോട്ടയിലെ മാധവൻ ചേട്ടനും യോഗങ്ങൾക്കുണ്ടായിരുന്നു. സാർവ്വദേശീയ-ദേശീയ സംഭവവികാസങ്ങൾ കൃത്യമായി പഠിച്ചിരുന്ന ബ്രിട്ടോ ഇക്കാര്യങ്ങൾ യോഗങ്ങളിൽ വിശദീകരിക്കും.

ആ ദിവസം സംഭവിച്ചത്

അഭിഭാഷകനായി എൻട്രോൾ ചെയ്ത ശേഷം ഞാൻ എൽ എൽ എം പഠിക്കാൻ ചേർന്നിരുന്നു. ലോ കോളേജ് ഹോസ്റ്റലിലായിരുന്നു താമസം. ശനിയും ഞായറും കോടതി അവധിയായതിനാൽ വെള്ളിയാഴ്ചകളിൽ ഞാൻ മൂവാറ്റുപുഴയിലേക്ക് പോവുമായിരുന്നു. ഈ ദിവസങ്ങളിൽ ബ്രിട്ടോയോ മറ്റ് പ്രവർത്തകരോ ചിലപ്പോൾ രാത്രി തങ്ങാൻ മുറിയിലെത്തുമായിരുന്നു. ബ്രിട്ടോയ്ക്ക് കുത്തേറ്റത് 1983 ഒക്ടോബർ 14 ഒരു വെള്ളിയാഴ്ചയായിരുന്നു. ഞാൻ ഉച്ചയ്ക്ക് കോടതിയിൽനിന്ന് ഹോസ്റ്റലിൽ എത്തിയപ്പോഴാണ് മഹാരാജാസ് കോളേജിലുണ്ടായ അക്രമ സംഭവം അറിഞ്ഞത്. പരിക്കേറ്റ വിദ്യാർത്ഥികളെ ജനറൽ ആശുപത്രിയിലേക്ക് കൊണ്ടുപോയതായി അറിഞ്ഞ് ഞാൻ ഹോസ്റ്റലിൽനിന്ന് ആശുപത്രിയുടെ പിന്നിലെ മോർച്ചറി ഭാഗത്തെ ഗേറ്റ് വഴി എത്തുമ്പോൾ കുട്ടികൾ ഓടുന്നതാണ് കണ്ടത്. പൊലീസ് ലാത്തിച്ചാർജ് നടത്തി കുട്ടികളെ ഓടിക്കുകയായിരുന്നു. ബ്രിട്ടോയ്ക്ക് കുത്തുകൊണ്ടതായി വിദ്യാർത്ഥികൾ വിളിച്ചുപറയുന്നതുകേട്ട് ഞാൻ ഓടിയെത്തുമ്പോൾ ആശുപത്രി വരാന്തയിൽ ചോരയിൽ കുളിച്ചുകിടക്കുകയാണ് ബ്രിട്ടോ. പരീക്ഷ അടുത്തിരുന്നതിനാൽ ഞങ്ങൾ നിർബ്ബന്ധിച്ചിട്ട് ബ്രിട്ടോ സംഘടനാ പ്രവർത്തനത്തിൽനിന്ന് അവധിയെടുത്ത് പഠിക്കുകയായിരുന്നു. പരീക്ഷയ്ക്കുള്ള തയ്യാറെടുപ്പുകളുടെ ഭാഗമായി ലോ കോളേജിൽ എത്തിയ

പ്പോൾ മഹാരാജാസിലെ സംഭവം അറിഞ്ഞ്, പരിക്കേറ്റ കുട്ടികളെ കാണാൻ ആശുപത്രിയിൽ എത്തിയതായിരുന്നു.

മാരകമായി പരിക്കേറ്റ ബ്രിട്ടോയെ കാഷ്വാലിറ്റിയിൽ എത്തിക്കാൻ പൊലീസ് ഒരു ശ്രമവും നടത്തിയിട്ടുണ്ടായിരുന്നില്ല. ഉച്ചയ്ക്ക് ഒന്നര ഒന്നേമുക്കാൽ മണി സമയമായിരുന്നതിനാൽ മുറിവുകളിൽ നിന്ന് രക്തം പ്രവഹിക്കുകയായിരുന്നു. ലാത്തിച്ചാർജ് കാരണം ബ്രിട്ടോയുടെ അടുത്തേക്ക് പോവാൻ ആർക്കും കഴിയുന്നുണ്ടായിരുന്നില്ല. ആശുപത്രി ജീവനക്കാർക്കും ഒന്നും ചെയ്യാൻ കഴിഞ്ഞിരുന്നില്ല. അഭിഭാഷകരുടെ വെള്ള വേഷത്തിലായിരുന്നതിനാൽ ആശുപത്രി ജീവനക്കാരനാണെന്ന് കരുതിയാവാം പൊലീസ് എന്നെ തടയാതിരുന്നത്. ഞാൻ ഉടനെ ഒരു പൊലീസുകാരന്റെ കോളറിൽ പിടിച്ചുവലിച്ച് ബ്രിട്ടോയുടെ അടുത്തേക്ക് കൊണ്ടുവന്നു. ഞങ്ങൾ ബ്രിട്ടോയെ കാഷ്വാലിറ്റിയിൽ എത്തിച്ചു. ബ്രിട്ടോയെ കുനിച്ചുനിർത്തിയാണ് അക്രമി നടുവിന് കുത്തിയത്. ആഴത്തിൽ മൂന്ന് മുറിവേറ്റിരുന്നു.

ജനറൽ ആശുപത്രിയിലെ പ്രാഥമിക ചികിത്സയ്ക്ക് ശേഷം മെഡിക്കൽ ട്രസ്റ്റ് ആശുപത്രിയിലേക്ക് മാറ്റി. ഞാൻ പിന്നീട് ഹോസ്റ്റലിൽ പോയി രക്തത്തിൽ കുതിർന്ന വസ്ത്രം മാറിവന്നു. അന്ന് ഞങ്ങൾക്ക് കാളരാത്രിയായിരുന്നു. ഇപ്പോൾ ഒന്നും പറയാനാവില്ല, 24 മണിക്കൂർ കഴിയട്ടെ എന്നാണ് മെഡിക്കൽ ട്രസ്റ്റിലെ ന്യൂറോളജി സർജൻ സുബ്ബറാവു പറഞ്ഞത്. ഇന്ത്യയിലെ അക്കാലത്തെ പ്രധാന ന്യൂറോളജിസ്റ്റുകളിൽ ഒരാളാണ് സുബ്ബറാവു. കുത്തേറ്റ് സുഷുമ്നാ നാഡി മുറിഞ്ഞിരുന്നു. മസ്തിഷ്കത്തിൽ നിന്ന് സുഷുമ്നാ നാഡി വഴിയുള്ള വൈദ്യുത തരംഗം മുറിവേറ്റ ഭാഗത്തെത്തുമ്പോൾ തിരിച്ചു മസ്തിഷ്കത്തിലേക്ക് പോവുമെന്നതിനാൽ മരണം സംഭവിക്കാം. ലോകത്ത് ഒരിടത്തും ഇതിന് ഫലപ്രദമായ ചികിത്സയില്ല എന്നാണ് ഡോക്ടർ പറഞ്ഞത്. ഇന്നും അതിൽ കാര്യമായ മാറ്റമില്ല. എന്തായാലും അധികം വൈകാതെ ചികിത്സ ലഭ്യമാക്കിയതിനാൽ ബ്രിട്ടോ അന്ന് മരണത്തിൽനിന്ന് രക്ഷപ്പെട്ടു.

ദീർഘകാലത്തെ ആശുപത്രിവാസം കഴിഞ്ഞ് വീട്ടിലെത്തിയ ശേഷവും മലവും മൂത്രവും തനിയേ പോവുന്ന സ്ഥിതിയിലായിരുന്നു. മമ്മി ഒറ്റയ്ക്കായിരുന്നു ആദ്യം എല്ലാം ചെയ്തിരുന്നത്. മട്ടാഞ്ചേരിയിൽ നിന്നുള്ള സലിം, പച്ചാളത്തെ ജോർജ് മോറിസ് (പിന്നീട് കൗൺസിലറായ അദ്ദേഹം ഇപ്പോഴില്ല) തുടങ്ങിയവരും പിന്നീട് സഹായത്തിനുണ്ടായി. കിട്ടുന്ന അവസരങ്ങളിൽ ഞാനും പോവുമായിരുന്നു. ഡോക്ടർമാരുടെ കണക്കുകൂട്ടലുകൾ തെറ്റിച്ച് ബ്രിട്ടോ പതിയെ ജീവിതത്തിലേക്ക് തിരിച്ചുവന്നു. ഇനിയൊന്നും ചെയ്യാനില്ലെന്ന് വൈദ്യശാസ്ത്രം വിധിയെഴുതിയിടത്ത് ബ്രിട്ടോ പൊരുതി അതിജീവിച്ചു. ബ്രിട്ടോയുടെ ഇച്ഛാശക്തിയും മനക്കരുത്തും ദീർഘകാലത്തെ വ്യായാമവുമാണ് അതിന് സഹായിച്ചത്. മലമൂത്ര വിസർജ്ജനവും മറ്റും അറിയാമെന്നായി. ആരോഗ്യസ്ഥിതിയിൽ ഒരു സ്ഥിരത വന്നു. പിന്നാലെ ബ്രിട്ടോ പ്രവർത്തനം കൂടു

തൽ വിപുലമാക്കി. രാഷ്ട്രീയ-സാമൂഹ്യ-സാംസ്കാരിക യോഗങ്ങളിൽ സ്ഥലകാല ഭേദമില്ലാതെ ഓടിയെത്തി. ഇതിനിടെ ഫാക്ട് തൊഴിലാളിയായിരുന്ന ഡാഡി വിരമിച്ചു. വരുമാനത്തിനായി ബ്രിട്ടോ എൽ ഐ സി ഏജൻസിയെടുത്തു. എം എൽ എ എന്ന നിലയിലും പേരെടുത്തു.

അവസാനത്തെ കൂടിക്കാഴ്ച

അഭിഭാഷകവൃത്തിയിൽ പൂർണ്ണ ശ്രദ്ധ നല്കാൻ 1995 ഓടെ ഞാൻ രാഷ്ട്രീയ പ്രവർത്തനത്തിൽനിന്ന് പിൻവാങ്ങി. എന്നാൽ അതിന് ശേഷവും ഞങ്ങളുടെ കുടുംബങ്ങൾ തമ്മിൽ അടുത്ത ബന്ധം തുടർന്നു. ഇടയ്ക്കിടെ ഞാൻ ബ്രിട്ടോയെ സന്ദർശിക്കുമായിരുന്നു. ബ്രിട്ടോ എന്റെ വീട്ടിലും വരുമായിരുന്നു. ഹൈക്കോടതി ജഡ്ജിയായിരിക്കെ എനിക്ക് പഴയതുപോലെ അടിക്കടി പോവാൻ കഴിഞ്ഞിരുന്നില്ലെങ്കിലും വിശേഷ സന്ദർഭങ്ങളിൽ കാണാൻ പോവുമായിരുന്നു. എന്റെ ഭാര്യ ഗീതയുമായും മകൾ ഡോ. ചാന്ദ്നിയുമായും ബ്രിട്ടോ നല്ല സൗഹൃദം പുലർത്തിയിരുന്നു. ബ്രിട്ടോയുടെ പുസ്തകങ്ങളെല്ലാം ചാന്ദ്നിക്ക് ഒപ്പിട്ട് നല്കുമായിരുന്നു. ചാന്ദ്നിയുടെ വിവാഹത്തിന് ഞാൻ വിളിച്ചപ്പോൾ ബ്രിട്ടോ ഹിമാലയ യാത്രയ്ക്കുള്ള ഒരുക്കത്തിലായിരുന്നു. വിവാഹദിവസം നാട്ടിലുണ്ടാവില്ല എന്നറിയിച്ച് അവൾക്ക് ഒരു സാരിയുമായി ബ്രിട്ടോ വീട്ടിൽ വന്നു. അംബാസിഡർ കാറിലാണ് ഹിമാലയ യാത്ര എന്നറിഞ്ഞപ്പോൾ കൂടുതൽ സൗകര്യമുള്ള ഒരു വാഹനം ഏർപ്പെടുത്തിക്കൂടെ എന്ന് ഞാൻ ചോദിച്ചു. അപ്പോൾ ഇതാണ് രസം എന്ന മട്ടിലായിരുന്നു മറുപടി.

ബ്രിട്ടോയ്ക്ക് യന്ത്രം ഘടിപ്പിച്ച വീൽചെയർ കിട്ടിയാൽ നന്നായിരുന്നു എന്ന് കഴിഞ്ഞവർഷം കണ്ടപ്പോൾ മമ്മി പറഞ്ഞിരുന്നു. അതിന് ശ്രമം നടത്തുന്നതിന്റെ ഭാഗമായാണ് ദുബായിൽ വ്യവസായിയായ മൂവാറ്റുപുഴക്കാരനായ സുഹൃത്ത് ഇസ്മായിൽ റാവുത്തറോട് വിവരം പറഞ്ഞത്. അദ്ദേഹം അത് ഏറ്റ് എത്തിച്ചുകൊടുത്തു. പിന്നീട് ബ്രിട്ടോയെ കാണാനും മകളുടെ വിവാഹത്തിന് ക്ഷണിക്കാനും റാവുത്തർ എന്നെ ക്കൂട്ടി 'കയ'ത്തിൽ പോയി. കഴിഞ്ഞ നവംബർ 18 ന് റാവുത്തറുടെ മകളുടെ വിവാഹത്തിന് ബ്രിട്ടോ മകൾ നിലാവുമൊത്ത് ലെ മെറിഡിയനിൽ വന്നിരുന്നു. സഹായി അർജുൻദാസും കോഴിക്കോടുനിന്നും തിരുവനന്തപുരത്തുനിന്നും മറ്റുമുള്ള നാലഞ്ചു വിദ്യാർത്ഥികളും ഒപ്പമുണ്ടായിരുന്നു. കടുകുറ്റിയിലുള്ള സഹോദരി ജൂലിയുടെ മകളുടെ വിവാഹത്തിന് കാണാമെന്ന് പറഞ്ഞാണ് അന്ന് പിരിഞ്ഞത്. എന്നാൽ അത് ഞങ്ങളുടെ അവസാനത്തെ കൂടിക്കാഴ്ചയായി. ഞാൻ കടുകുറ്റിയിൽ വിവാഹത്തിന് പോയിരുന്നെങ്കിലും ബ്രിട്ടോ വന്നില്ല. അവൻ വട്ടവടയിൽ അഭിമന്യുവിന്റെ വീട്ടിൽ പോയിരിക്കുകയായിരുന്നു. അതായിരുന്നു ബ്രിട്ടോ.

2018 ഡിസംബർ മുപ്പത്തിയൊന്നിന് വൈകിട്ട് ബ്രിട്ടോയുടെ മരണ വിവരം അറിഞ്ഞപ്പോൾ തന്നെ ഞാൻ തൃശൂരിലേക്ക് പോയി. പിറ്റേന്ന്

രാത്രി മൃതദേഹം എറണാകുളത്ത് ബ്രിട്ടോയുടെ വസതിയിലേക്ക് കൊണ്ടുവന്നപ്പോൾ അതിനൊപ്പമാണ് തിരിച്ചുവന്നത്. പിറ്റേന്ന് പുലർച്ചെ വീട്ടിലും തുടർന്ന് മൃതദേഹം പൊതുദർശനത്തിന് വച്ച ടൗൺഹാളിലും മുഴുവൻ സമയവും ഞാൻ ഉണ്ടായിരുന്നു. ബ്രിട്ടോയുടെ സൗഹൃദവലയത്തിന്റെ വ്യാപ്തി വ്യക്തമാക്കുന്നതായിരുന്നു പ്രിയസഖാവിന് അന്ത്യാഞ്ജലി അർപ്പിക്കാൻ എത്തിയ ജനാവലി. ജീവിച്ച രക്തസാക്ഷിയുടെ മരണമാണ് ബ്രിട്ടോയുടേത്. പുനർജ്ജനിച്ച രക്തസാക്ഷിയുടെ മരണം, മരണമില്ലാത്തവന്റെ മരണം.

മനുഷ്യനന്മയെ അളവില്ലാതെ പ്രണയിച്ച ബ്രിട്ടോ

ജെയ്ക്ക് സി തോമസ്

'**ലെ**ബനോന്റെ കുന്നിൻ ചെരുവുകളിൽനിന്ന് വെടിയൊച്ചകൾ കേൾക്കുന്നുണ്ട്. പക്ഷേ, വെടിയൊച്ചകളും നിലവിളികളും നിലച്ച് ചിന്നാർ മരങ്ങളിൽ വസന്തം നിറയുന്ന ലെബനോനെ കാണുവാനും കേൾക്കുവാനുമാണ് എനിക്ക് ഇഷ്ടം. ഞാൻ മനുഷ്യ നന്മയെ അളവില്ലാതെ സ്നേഹിക്കുകയാണ്. 1983 ഒക്ടോബർ 1 മുതൽ തന്റെ ജീവിതം ഒരു ചക്രക്കസേരയിലാക്കി മാറ്റുവാൻ ശ്രമിച്ച കോൺഗ്രസ് ക്രിമിനലുകൾ തന്റെ ശരീരത്തിലേക്ക് കഠാരമുന തുളച്ചു.' കഠാരമുന നീട്ടിയ ജിയോ മാത്യുവിനെ കണ്ടാൽ എന്തുചെയ്യുമെന്നുള്ള ആൾക്കൂട്ടചോദ്യങ്ങൾക്ക് കമ്യൂണിസ്റ്റുകാരനായ ബ്രിട്ടോ നല്കിയ മറുപടിയായിരുന്നു അത്.

മനുഷ്യനന്മയെ അളവില്ലാതെ പ്രണയിച്ച ബ്രിട്ടോ എത്രതവണ ഐതിഹാസികമായ ജീവിതങ്ങളെ നമുക്ക് മുന്നിൽ ഓർമ്മിപ്പിച്ച് കൊണ്ടേയിരുന്നു. തളർച്ചകളിൽ തകർന്നു പോകാതെയും വീഴ്ചകളുടെ മഹാഗർത്തങ്ങളിൽ വീണുപോകാതെയും ബ്രിട്ടോ അസാധാരണത്വമുള്ള തന്റെ ഉള്ളിലെ മനുഷ്യനെ എത്രയെത്ര ഘട്ടങ്ങളിൽ നമുക്ക് മുന്നിൽ വെളിവാക്കി. ഹെമിങ്വേയുടെ *കിഴവനും കടലും (The old man and sea)* ജീവിത സായാഹ്നത്തിന്റെ പ്രതാപ നഷ്ടങ്ങളിൽ എത്രതവണ തോറ്റിട്ടായാലും കടലിനെ എതിരിട്ട് വലിയ വമ്പൻ സ്രാവുകളുമായി വീണ്ടും തീരമെത്തുന്ന മുക്കുവനായ സാന്റിയാ ഗോയുടെ ജീവിതാവസ്ഥകളെ വരച്ചിടുമ്പോൾ ഹെമിങ്വേ എഴുതി വയ്ക്കുന്നുമുണ്ട് 'മനുഷ്യൻ പരാജയങ്ങൾക്കായി നിർമ്മിക്കപ്പെട്ടതല്ല. ഒരു മനുഷ്യനെ തകർക്കുവാൻ കഴിഞ്ഞാലും തോല്പിക്കുവാൻ കഴിയില്ല' (But man is not maid for defeat. A man can be destroyed but not defeated). ജീവിതത്തിന്റെ കയ്പ്പു നിറഞ്ഞ യാഥാർത്ഥ്യങ്ങൾക്ക് മുമ്പിലൊന്നും തോറ്റു പോകാത്ത

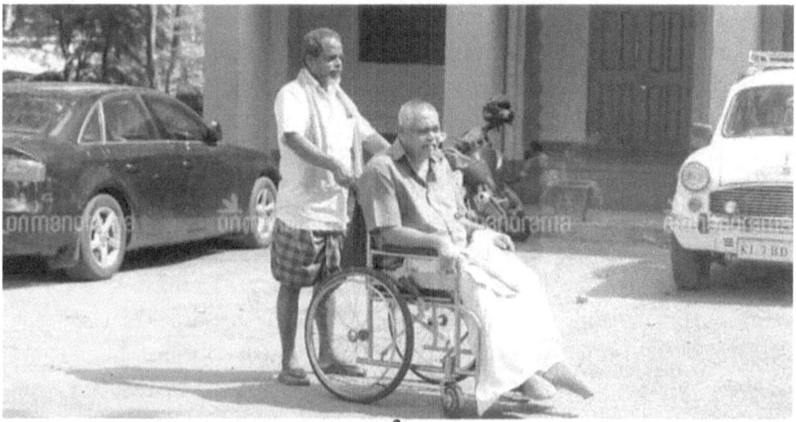

ബ്രിട്ടോ

മനുഷ്യന്റെ പ്രതീകവും പരിച്ഛേദവുമായി വലിയ മത്സ്യങ്ങളെ വലയിലാക്കി എത്തുന്ന ഹെമിങ്‌വേയുടെ സാന്റിയാഗോയെ പോലെ ഒരു ചക്രക്കസേരയിലിരുന്ന് ബ്രിട്ടോ എന്ന സൈമൺ ബ്രിട്ടോ റോഡ്രിഗ്സ് ഒരു കമ്യൂണിസ്റ്റുകാരന്റെ ഇച്ഛാശക്തിയോടെ നിവർന്നു നിന്നു.

മഹാപർവ്വതങ്ങളുടെ ഗരിമയുള്ള മഹാരാജാസിന്റെ സമീപമുള്ള ആശുപത്രി വരാന്തയിൽനിന്ന് ചക്രക്കസേരയുരുട്ടി ബ്രിട്ടോ നിയമസഭയിൽ എത്തി. ബുദ്ധന്റെ നാട്ടിലും വിവേകാനന്ദന്റെ മണ്ണിലും കിടന്നുറങ്ങി. ഇന്ത്യാ പാകിസ്ഥാൻ അതിർ വരമ്പുകളിലെ ഇരുമ്പു മറകളിലൂടെ ഭഗത്സിംഗിനെ അടക്കം ചെയ്ത ഹുസൈൻ വാലിയിലെത്തി. മുകുന്ദനെ വായിച്ചപ്പോഴൊക്കെ കോഴിക്കോടും കടന്ന് മയ്യഴിയുടെ തീരങ്ങളിൽ പോയിരുന്ന് രാത്രികളെ കണ്ടു. ഡൽഹി ഗാഥകൾ വായിച്ച വൈകുന്നേരം നേരെ ദില്ലിയിലേക്ക് പാഞ്ഞു. വായനകളുടെ ഒടുക്കം അക്ഷരങ്ങളോടും കഥാപാത്രങ്ങളോടുമൊപ്പം അവരുടെ ഗ്രാമനഗരികളിലേക്ക് ബ്രിട്ടോയും പാഞ്ഞു. പിന്മടക്കമില്ലാത്ത ആ യാത്രകളിൽ തിരുവനന്തപുരം കിള്ളിപ്പാലത്തെ രജിസ്ട്രാർ ഓഫീസിന്റെ കടത്തിണ്ണ മുതൽ ഒരു തെരുവിലെ വേശ്യാലയം വരെ അഭയമൊരുക്കി.

പിന്നിൽ നിന്നേറ്റ കുത്തിനെ അതിജീവിക്കുവാൻ ദീർഘകാലം കമിഴ്ന്നു കിടക്കേണ്ടി വന്നില്ലേ എന്ന ചോദ്യത്തിന് രോഷാകുലനായ ബ്രിട്ടോയാണ് മറുപടി നല്കുന്നത്. അപ്പോഴാണ് ഏറ്റവും കൂടുതൽ വായിച്ചത്. *One hundred years of solitude* എന്ന ഏകാന്തതയുടെ 100 വർഷങ്ങളിലൂടെ യാത്ര ചെയ്തതും മാർക്വേസ് മുതൽ ടോൾസ്റ്റോയി വരെ വായനയുടെ ലോകങ്ങളിൽ വിരുന്നു വന്നത് കുത്തേറ്റ് തിരിഞ്ഞു കിടക്കുവാൻ വയ്യാതായ കാലത്തായിരുന്നു എന്ന് ബ്രിട്ടോ തലയുയർത്തി മറുപടി പറയുന്നുണ്ട്.

മാർക്സിന്റെ ജീവിതാവസാനരംഗങ്ങളിൽ എന്താണ് അവസാന

മായി പറയാനുള്ളത് എന്ന ചോദ്യത്തിന് അദ്ദേഹം നടത്തുന്ന പ്രതികരണമുണ്ട്, ശബ്ദിക്കാതെ പുറത്തു കടക്കൂ എന്ന ആക്രോശത്തിനുശേഷം അവസാനവാക്കുകൾ മതിയാകുവോളം ശബ്ദിക്കാതെ പോയ വിഡ്ഢികൾക്കുള്ളതാണ് എന്ന പ്രഖ്യാപനത്തിലാണ് അതവസാനിക്കുന്നത്. മതി വരുവോളം മരണാസന്നതകളെ നിശ്ചയദാർഢ്യം കൊണ്ട് തോല്പിച്ച ബ്രിട്ടോ അനുശോചന പൊതുയോഗങ്ങളും റീത്തിന്റെ പുഷ്പാലങ്കാരങ്ങളും ഒഴിവാക്കാൻ ആവശ്യപ്പെട്ട് നമുക്ക് മുമ്പിലൂടെ കളമശ്ശേരി മെഡിക്കൽ കോളേജിലേക്ക് പോകുമ്പോൾ വീണ്ടും ആ മാർക്സിയൻ വചനം ഓർമ്മയിൽ എത്തുന്നുണ്ട്- 'Last words are for fools who haven't said enough.' ആയുഷ്കാലങ്ങൾക്ക് അത്ഭുതമായി മാറിയ ആ ജീവിതം ശരീരമില്ലാതെ ശബ്ദിച്ചു കൊണ്ടേയിരിക്കും, തീർച്ച.

കൊടുങ്കാറ്റു വീശിയ ദിനങ്ങൾ: സൈമൺ ബ്രിട്ടോ എന്ന സഖാവിനൊപ്പം സീനയുടെ ജീവിതം

സജി ജെയിംസ്

ആയിരത്തിത്തൊള്ളായിരത്തി തൊണ്ണൂറ്റി രണ്ട് ഡിസംബർ ആറ്. എറണാകുളം മഹാരാജാസ് കോളേജിൽ നൂറ്റാണ്ട് പഴക്കം ചെന്ന ലൈബ്രറിയുടെ മുന്നിലായി പടർന്നു പന്തലിച്ചു നില്ക്കുന്ന വലിയ മരത്തിന്റെ ചോട്ടിൽ വീൽചെയറിൽ എത്തിയ ബ്രിട്ടോ തനിക്ക് നിരന്തരം കത്തുകളെഴുതിയിരുന്ന സീനാഭാസ്കറെ ആദ്യമായി കണ്ടുമുട്ടുമ്പോൾ അതൊരു വഴിത്തിരിവാകുമെന്ന് ഒരുപക്ഷേ, രണ്ടുപേരും കരുതിയിരിക്കാനിടയില്ല. എസ് എഫ് ഐയുടെ സംസ്ഥാനതലത്തിലുള്ള വിദ്യാർത്ഥി കൺവെൻഷനായിരുന്നു ആ വേദി. കൺവെൻഷൻ ഏതാണ്ട് മൂന്നുമണിയോടകം പിരിച്ചുവിട്ടു. അയോദ്ധ്യയിൽ ബാബ്റി മസ്ജിദിന്റെ താഴികക്കുടങ്ങൾ നിലംപൊത്തുകയും ഇന്ത്യൻ മതേതരത്വത്തിനുമേൽ കറുത്തനിഴൽ പരക്കുകയും ചെയ്ത വാർത്ത പുറത്തുവന്നതോടെയാണ് കൺവെൻഷൻ അവസാനിപ്പിച്ചത്. സംസ്ഥാനത്തിന്റെ വിവിധ ഭാഗങ്ങളിൽ നിന്നെത്തിയവർ അവരുടെ നാടുകളിലേക്കു മടങ്ങി.

കേരളത്തിലെ എസ് എഫ് ഐ പ്രവർത്തകർക്കിടയിൽ സൈമൺ ബ്രിട്ടോ എല്ലാക്കാലത്തും ഒരു വികാരമാണ്. കുത്തേറ്റ് അരയ്ക്കു താഴേക്കു തളർന്നുപോയെങ്കിലും വാക്കുകൾകൊണ്ട് രാഷ്ട്രീയ മുഖത്ത് തളരാതെ തികഞ്ഞ ഇച്ഛാശക്തിയോടെ നില്ക്കുന്ന ബ്രിട്ടോ എന്ന മുൻ എസ് എഫ് ഐ നേതാവ് സാധാരണക്കാരായ എസ് എഫ് ഐ പ്രവർത്തകർക്ക് ഒരു വിസ്മയമായി മാറിയതിൽ അത്ഭുതമില്ല. കുത്തേറ്റ് ശരീരം കിടക്കയെ ആശ്രയിക്കുന്ന കാലത്ത് സൈമൺ ബ്രിട്ടോ സംഘടനയുടെ സംസ്ഥാന വൈസ്പ്രസിഡന്റായിരുന്നു. കുത്തേറ്റ് തളർന്നുവീഴുന്നതിനു മുൻപ് ബ്രിട്ടോ പുലർത്തിയിരുന്ന ഇച്ഛാശക്തിയും ആത്മധൈര്യവും കിടക്കയിൽ കിടക്കുമ്പോഴും വീൽചെയറിൽ ഇരുന്ന്

ജീവിതം നയിക്കുമ്പോഴും ചോർന്നു പോയില്ല. അതുകൊണ്ടാണ് എസ് എഫ് ഐ കുട്ടികൾ എപ്പോഴും സൈമൺ ബ്രിട്ടോയുടെ അടുത്ത് എത്തുന്നത്. അങ്ങനെ എത്തിയവരിൽ ഒരാളായിരുന്നു സീനാഭാസ്കർ.

മാർക്സിസം, കമ്യൂണിസം, വിപ്ലവം, സോവിയറ്റ് യൂണിയൻ, സൈമൺ ബ്രിട്ടോയ്ക്ക് സീന അയച്ച കത്തുകളിലെ ചോദ്യങ്ങൾ ഇതിനെയൊക്കെ സംബന്ധിച്ചായിരുന്നു. എസ് എഫ് ഐ സംഘടനയിലെ ചില പ്രതിസന്ധികൾ, അതിന്റെ അന്വേഷണങ്ങൾ, സൈമൺ ബ്രിട്ടോയുടെ മറുപടികൾ, നിരാശയിൽ അകപ്പെട്ടപ്പോഴൊക്കെ വെളിച്ചമായി സീനയ്ക്ക്. എന്നാൽ, ബ്രിട്ടോയുടെ ജീവിതത്തിലേക്കു കടന്നുവരാൻ മാത്രം കത്തുകൾ എന്തു സന്ദേശങ്ങളാണ് സീനയ്ക്ക് നല്കിയത്? 'സംഘടനാ പ്രവർത്തനം എന്റെ ജീവിതത്തിന്റെ ഭാഗമായപ്പോൾ ചിലപ്പോഴൊക്കെ നിരാശയിൽ ഞാൻ പെട്ടുപോയിട്ടുണ്ട്. ഒരുപാട് സ്വപ്നങ്ങൾ കാണുകയും പക്ഷേ, യാഥാർത്ഥ്യം അതൊന്നുമല്ലായെന്നു ബോദ്ധ്യമാവുകയും ചെയ്തപ്പോഴാണ് ഞാൻ നിരാശയിലേക്കു വീണത്. അന്നെനിക്ക് ബ്രിട്ടോ സഖാവിന്റെ കത്തുകൾ, ആ കത്തുകളുടെ വരികൾക്കിടയിൽ ഞാൻ കണ്ട ബ്രിട്ടോ സഖാവിന്റെ തന്നെ ആത്മവിശ്വാസം നിറഞ്ഞ, പ്രത്യാശ നിറഞ്ഞ ജീവിതവും എന്നെ പിടിച്ചു നില്ക്കാൻ പ്രേരിപ്പിച്ചു. ഞങ്ങൾ ഒരുമിച്ചാണെങ്കിൽ ഇനിയും ഒരുപാട് കാര്യങ്ങൾ ചെയ്യാൻ കഴിയുമെന്ന ആഗ്രഹം എന്റെ ഭാഗത്തുനിന്നാണ് ആദ്യമുണ്ടായത്.'

സീനാ ഭാസ്കർ പറഞ്ഞു തുടങ്ങുന്നു, കൊടുങ്കാറ്റു വീശിയ ആ ദിവസങ്ങളെപ്പറ്റി: 'സൈമൺ ബ്രിട്ടോ എന്ന സഖാവിനോട് അന്നെനിക്കു തോന്നിയത് സഹതാപമായിരുന്നില്ല, ബഹുമാനം. അതായിരുന്നു. ശരീരം തളർന്നുപോയെങ്കിലും ബ്രിട്ടോ സഖാവിന്റെ മനസ്സും തലച്ചോറും തളർന്നിട്ടില്ല. ബ്രിട്ടോയ്ക്ക് ഒരു കൂട്ട് ആവശ്യമുണ്ടെന്ന് എനിക്കു തോന്നി. മാനസികമായി ബ്രിട്ടോ സഖാവിന്റെ സാമീപ്യം ഞാനുമാഗ്രഹിച്ചു.' 1992 ലെ മഹാരാജാസ് ക്യാമ്പസിലെ പരസ്പരം കാണലിനു ശേഷം പിന്നേയും നിരവധി തവണ സീന സൈമൺ ബ്രിട്ടോയെ കാണാൻ എത്തി. തിരുവനന്തപുരം മെഡിക്കൽ കോളേജിൽ ഫിസിക്കൽ ആന്റ് മെഡിക്കൽ റീ ഹാബിലിറ്റേഷൻ സെന്ററിൽ എസ് എഫ് ഐ പ്രവർത്തകർ ഊഴമിട്ട് സൈമൺ ബ്രിട്ടോയ്ക്ക് കാവലിരുന്നപ്പോൾ സീനയും എസ് എഫ് ഐ തിരുവനന്തപുരം ജില്ലാ കമ്മിറ്റിയുടെ തീരുമാനപ്രകാരം ബ്രിട്ടോയെ സഹായിക്കാൻ എത്തി. ആ വർഷംതന്നെ തിരുവനന്തപുരത്തു നടന്ന എസ് എഫ് ഐയുടെ അഖിലേന്ത്യാ സമ്മേളനത്തിൽ അഭിവാദ്യങ്ങളർപ്പിക്കാൻ തിരുവനന്തപുരത്തെത്തിയ സൈമൺ ബ്രിട്ടോയെ, താമസിച്ചിരുന്ന എം എൽ എ ഹോസ്റ്റലിൽ വന്നുകണ്ടാണ് സീന ഭാവിയെപ്പറ്റിയുള്ള തന്റെ തീരുമാനം ബ്രിട്ടോയോടു പറഞ്ഞത്. ഒരു ആത്മസമർപ്പണത്തിന്റെ കഥ അവിടെ തുടങ്ങുന്നു.

സീന

ബ്രിട്ടോ

തുടക്കത്തിൽത്തന്നെ ഒരുപാടുപേർ എന്നെ നിരുത്സാഹപ്പെടുത്താൻ ശ്രമിച്ചിരുന്നു. ബ്രിട്ടോ അരയ്ക്കു താഴെ തളർന്നു പോയവനാണ്. അതുകൊണ്ട് ഒരു സ്ത്രീയെന്ന നിലയിൽ നീ ഇതിനൊരുമ്പെടരുത് എന്നാണ് ഉപദേഷ്ടാക്കളിൽ ഭൂരിഭാഗവും എന്നോടു പറഞ്ഞത്. അവരിൽ ഏറെയും എന്നേയും ബ്രിട്ടോയേയും അടുത്തറിയാവുന്നവർ ആണെന്നതാണ് മറ്റൊരു തമാശ. അക്കാലത്ത് എസ് എഫ് ഐയുടെ പഠനക്ലാസുകളിൽ ഞാൻ സഖാവ് സുന്ദരയ്യയുടെ കഥ പഠിച്ചിട്ടുണ്ട്. തെലുങ്കാന സമരനായകൻ സുന്ദരയ്യ തന്റെ വിപ്ലവപ്രവർത്തനത്തിൽ കുടുംബം ഒരു ബാദ്ധ്യതയാകുമെന്നു കരുതി കുട്ടികൾ വേണ്ടായെന്നു ഭാര്യ ലീലാ സുന്ദരയ്യയോടൊപ്പം തീരുമാനമെടുത്ത കഥ. ഞാൻ അത്ര വലിയ ആളല്ല. എങ്കിലും എന്റെ മുന്നിൽ ബ്രിട്ടോ എന്ന സഖാവിന്റെ ജീവിതവും പ്രസ്ഥാനവുമാണ് വലുത്. അതിന് എന്തു ത്യാഗവും സഹിക്കാൻ ഞാൻ തയ്യാറാണ്. സീന പറയുന്നു.

അഞ്ചാംക്ലാസിൽ പഠിക്കുമ്പോഴാണ് സീന എസ് എഫ് ഐ പ്രവർത്തകയായത്. ക്ലാസ് ലീഡറായി എസ് എഫ് ഐയുടെ പാനലിൽ തിരഞ്ഞെടുക്കപ്പെട്ടു. അന്ന് അച്ഛന്റെ കൈയിൽനിന്നും പൊതിരെ തല്ലുകിട്ടി. തിരുവനന്തപുരം ജില്ലയിൽ ആറ്റിങ്ങലിലെ അറിയപ്പെടുന്ന നായർ പ്രമാണി കുടുംബത്തിൽ ജനിച്ച സീന അമ്മാവനായ പിരപ്പൻകോട് മുരളി (പ്രമുഖ നാടക പ്രവർത്തകനായ മുരളി സി പി

എമ്മിന്റെ തിരുവനന്തപുരം ജില്ലാ സെക്രട്ടറിയാണിപ്പോൾ)യുടെ പ്രവർത്തനങ്ങളും അതുവഴി വീട്ടിലേക്കു പകർന്ന ഇടതുപക്ഷ രാഷ്ട്രീയത്തിലൂടെയുമാണ് ഇടതുപക്ഷ വിദ്യാർത്ഥി സംഘടനയിലേക്കു ആകർഷിക്കപ്പെട്ടത്. വലിയൊരു ഭൂസ്വത്തിനുടമയായ സീനയുടെ കുടുംബത്തിൽ ഇടതുപക്ഷ രാഷ്ട്രീയത്തിന്റെ ചൂടുംചൂരും അനുഭവ പ്പെട്ടപ്പോഴും മാടമ്പിത്തരത്തിന്റെ അവശിഷ്ടങ്ങളെ ഉപേക്ഷിക്കാൻ അവർ തയ്യാറായിരുന്നില്ല. ദളിതരോടും പിന്നോക്ക സമുദായത്തോടും എന്നും അകന്നു പെരുമാറിയ ആ കുടുംബ സാഹചര്യത്തോട് സീനയുടെ കുട്ടിക്കാലം മനസ്സുകൊണ്ടു കലഹിച്ചു. അമ്മാവൻ മുരളിയുടെ രാഷ്ട്രീയ പ്രവർത്തനത്തോടൊപ്പം വീട്ടിലേക്കു ഒരു ദിവസം വന്നെത്തിയ സഖാക്കൾക്കിടയിൽ 'തൊട്ടുകൂടാത്ത'വരും ഉണ്ടായിരുന്നു എന്നറിഞ്ഞ വീട്ടിലെ മുത്തശ്ശി അവർക്ക് ഭക്ഷണം നല്കിയ പാത്രങ്ങൾ എറിഞ്ഞു ടച്ചത് സീനയുടെ മനസ്സിൽ ഒരുപോറലായി. പുരോഗമനം പറയുകയും അരിവാൾ ചുറ്റിക നക്ഷത്രമടയാളത്തിനു വോട്ടു നല്കുകയും ചെയ്യുമ്പോൾത്തന്നെ പുരോഗമനപരമായ എല്ലാ മാറ്റങ്ങൾക്കു നേരേയും ആ വീട് പുറംതിരിഞ്ഞുനിന്നു. സ്ത്രീകൾ പൊതു പ്രവർത്തന ത്തിനിറങ്ങുന്നത് അങ്ങേയറ്റം തെറ്റാണെന്ന സമീപനമായിരുന്നു സീനയുടെ കുടുംബത്തിലെ ആൺഭാവം. ആറ്റിങ്ങൽ ഗവണ്മെന്റ് ഹൈസ്കൂളിൽ പഠനത്തിനുശേഷം വിമൻസ്കോളേജിൽ പഠിക്കാ നെത്തിയ സീന മികച്ച വിദ്യാർത്ഥിനി സംഘാടകയായി. കോളേജ് യൂണിയന്റെ ചെയർപേഴ്സണായി. സീനയ്ക്കു മുൻപ് എൻ സുകന്യ എന്ന വിദ്യാർത്ഥിനി നേതാവ് തിരികൊളുത്തിയ വിമൻസിലെ എസ് എഫ് ഐയെ സംഘടനയാക്കിയതും ആ സംഘടനയെ മുഖ്യധാരാപ്രവർത്ത നത്തിലെ പ്രവാഹമാക്കി മാറ്റിയതും സീനയുടെ നേതൃത്വത്തിലുള്ള എസ് എഫ് ഐ വിദ്യാർത്ഥിനികളാണ്.

വിളനിലം (കേരള യൂണിവേഴ്സിറ്റി വൈസ്ചാൻസലർ ആയിരുന്നു വിളനിലം) സമരത്തിന്റെ പേരിൽ കേരളം വിദ്യാർത്ഥി രോഷത്തിൽ തിളച്ച ആ നാളുകളിൽ തലസ്ഥാന നഗരിയിൽ ഏതാണ്ട് അഞ്ഞൂറോളം വിദ്യാർത്ഥിനികളുമായി വിമൻസ് കോളേജിൽനിന്നു പ്രകടനം നയിച്ച സീന സംഘടനാരംഗത്തും കലാലയ യൂണിയൻ രംഗത്തും പെട്ടെന്നു ശ്രദ്ധിക്കപ്പെട്ടു. ഇതോടൊപ്പം വീട്ടിലെ എതിർപ്പിന്റെ രൂക്ഷതയും കൂടിക്കൂടി വന്നു. ഇതിനിടയിലാണ് സൈമൺ ബ്രിട്ടോയെ പരിചയ പ്പെടുന്നതും ഏതാനും വർഷങ്ങൾക്കുള്ളിൽ ഒരുമിച്ച് ജീവിക്കാൻ തീരുമാനിക്കുന്നതും.

'സ്ത്രീയുടേതായ എല്ലാ വികാരങ്ങളും വിചാരങ്ങളുമുള്ള ഒരാളാണു ഞാൻ. കൗമാരത്തിൽ ഒരുപാടുസ്വപ്നങ്ങളും കണ്ടിരുന്നു. പക്ഷേ, ജീവിതത്തെപ്പറ്റിയും നമ്മുടെ സമൂഹത്തെപ്പറ്റിയും ഒരുപാട് അറിഞ്ഞപ്പോൾ പലതും ചെയ്യാനുണ്ടെന്നുതോന്നി. സഖാവ് ബ്രിട്ടോയ്ക്ക് തന്റെ വ്യക്തിപരമായ കാരണത്താലല്ല കുത്തേറ്റത്. രാഷ്ട്രീയ പ്രവർ

ത്തനത്തിന്റെ ഭാഗമായിട്ടായിരുന്നു. അദ്ദേഹമുയർത്തുന്ന രാഷ്ട്രീയമൂല്യങ്ങളോടും അതിന്റെ വിശാലമായ കാഴ്ചപ്പാടുകളോടുമാണ് എന്റെ പ്രതിപത്തി. എന്റെ വിദ്യാർത്ഥി കാലത്ത് ഞങ്ങളുടെ റോൾ മോഡലുകളായിരുന്ന, ഞങ്ങളുടെ മുതിർന്ന നേതാക്കൾ തന്നെയാണ് ആദ്യം എന്നെ നിരുത്സാഹപ്പെടുത്തി മുന്നോട്ടു വന്നത്. വീട്ടിൽ ആദ്യം അറിയുമായിരുന്നില്ല. അറിഞ്ഞുകഴിഞ്ഞപ്പോൾ എതിർപ്പ് രൂക്ഷമായി. ഞാൻ വീടിനു പുറത്തായി.

തിരുവനന്തപുരത്തെ കിള്ളിപ്പാലം രജിസ്ട്രാഫീസിൽ ചുരുക്കം ചില വിദ്യാർത്ഥി സഖാക്കൾ സാക്ഷി നിന്നാണ് ബ്രിട്ടോ സീനയെ വിവാഹം ചെയ്തത്. ബ്രിട്ടോയുടെ വിവാഹവാർത്ത അദ്ദേഹത്തിന്റെ വീട്ടിൽ അറിഞ്ഞത് സമ്മിശ്ര വികാരത്തോടെയായിരുന്നു. കൊച്ചിയിലെ ആംഗ്ലോ ഇന്ത്യൻ സമൂഹത്തിന്റെ സംസ്കാരത്തിലേക്ക് അങ്ങ് തെക്കു നിന്നൊരു നായർ പെൺകുട്ടിയാണ് വരിക. വടുതലയിലെ വീട്ടിൽ ഒരാൾ ഹൃദയം തുറന്നു സന്തോഷിച്ചു. സൈമൺ ബ്രിട്ടോയുടെ അമ്മ ഐറിൻ നിക്കോളാസ് റോഡ്രിഗ്സ്. അപ്പൻ നിക്കോളസ് റോഡ്രിഗ്സ് മറുത്തൊന്നും പറഞ്ഞില്ല. അമ്മയ്ക്ക് സന്തോഷിക്കാൻ കാരണമുണ്ട്. ഇരുപത് വർഷമായി മകനെ ഒരു കൊച്ചുകുഞ്ഞിനെപ്പോലെ പരിചരിച്ച് ആ അമ്മ തളർന്നിരുന്നു. സെന്റ്ആന്റണീസ് പള്ളിയിലെ കന്യാസ്ത്രീകൾ 'ആ പെൺകുട്ടി ഏതു മതമായാലെന്താ അവൾ മദർ തെരേസയാണ്' എന്നുകൂടി പറഞ്ഞപ്പോൾ സന്തോഷമധികമായി. കൊച്ചിയിലെ വീട്ടിൽ ചെറിയൊരു ടീ പാർട്ടി. കമ്യൂണിസ്റ്റ് നേതാക്കളായ വി വിശ്വനാഥമേനോനും ടി കെ രാമകൃഷ്ണനും എം എം ലോറൻസും പി ഗോവിന്ദപ്പിള്ളയും ആ വീട്ടിൽ എത്തി ദമ്പതികൾക്ക് ആശംസ നേർന്നു.

പക്ഷേ, അടുത്തു നിന്നവർ പലരും അപ്പോഴേക്കും അകന്നു തുടങ്ങിക്കഴിഞ്ഞു. വിദ്യാർത്ഥി സംഘടനയ്ക്കുള്ളിലാണ് അതിന്റെ പൊട്ടിത്തെറി ആദ്യമായി ഉയർന്നത്. പ്രത്യേകിച്ച് തിരുവനന്തപുരം ജില്ലയിൽ. വിവാഹത്തിനുശേഷം വീണ്ടും തിരുവനന്തപുരത്തേക്ക്. എം എൽ എ ഹോസ്റ്റലിലെ താവളം ഇത്തവണ ബ്രിട്ടോയെ തുണച്ചില്ല. രാത്രി മുഴുവൻ താമസിക്കാൻ വഴികാണാതെ ഒരു ടൂറിസ്റ്റുകാറിൽ നഗരത്തിൽ അവർക്ക് അലഞ്ഞു തിരിയേണ്ടി വന്നു. അവർക്ക് തുണയാകേണ്ട പലരും അകന്നു പോയതാണ് കാരണം. ഒടുവിൽ ഒരു എസ് എഫ് ഐ പ്രവർത്തകന്റെ ചെങ്കൽച്ചൂളയിലുള്ള ഒറ്റ മുറി കമ്പ്യൂട്ടർ സെന്ററിന്റെ വരാന്തയിൽ കഴിച്ചുകൂട്ടി. ഒരുദിവസമല്ല പല ദിവസങ്ങൾ. ബ്രിട്ടോയോടൊപ്പമുള്ള കഷ്ടപ്പാടിന്റെ തുടക്കം സീന ആദ്യമായി അനുഭവിച്ചറിഞ്ഞു. വരാനിരിക്കുന്ന കഷ്ടപ്പാടുകളുടെ ചെറിയൊരു തുടക്കം എന്നൊരു താക്കീത് ബ്രിട്ടോ സീനയ്ക്ക് നല്കി. ഒറ്റപ്പെടലിന്റെ വ്യഥ എന്താണെന്നും സീന അന്നറിഞ്ഞു. മൈലുകൾക്കപ്പുറം അച്ഛനും അമ്മയും മകളുടെ സാമീപ്യം ഇഷ്ടപ്പെടാതെ അവളെ പഴിച്ചും ശകാരിച്ചുമിരിക്കുക. മറുവശത്ത് അടുത്ത സുഹൃത്തുക്കൾ, സഖാക്കൾ

എന്നൊക്കെ കരുതിയിരുന്നവർ മുഖംതിരിച്ചു നില്ക്കുക. ഇത്തരമൊരു സാഹചര്യത്തിൽ സൈമൺ ബ്രിട്ടോ പ്രകടിപ്പിച്ച ഇച്ഛാശക്തി സീനയ്ക്ക് കൂടുതൽ മനക്കരുത്ത് നല്കി.

നിക്കോളസ് റോഡ്രിഗ്സിന്റെ എം എൽ എ എന്ന നിലയിൽ ലഭിച്ച തുച്ഛമായ പെൻഷനെയും ആശ്രയിച്ചു ജീവിതം മുന്നോട്ടു നീങ്ങേണ്ടി വരുന്ന അവസ്ഥയിൽ ബ്രിട്ടോയുടെ ചികിത്സയും മരുന്നും എല്ലാം അവതാളത്തിലായി. ദാരിദ്ര്യത്തിന്റെ വില എന്തെന്നറിഞ്ഞ ദിവസങ്ങൾ. വടുതലയിലെ ഒരു ട്യൂഷൻ സെന്ററിൽ ഇംഗ്ലീഷ് പഠിപ്പിക്കാൻ പോയി സീന. ഒരു ക്ലാസിന് അൻപതുരൂപ ശമ്പളം. ആ തുക ചെറിയൊരാ ശ്വാസമായി. കുറെക്കൂടി മെച്ചപ്പെട്ട ജോലി അക്കാലത്ത് ആവശ്യമായി തോന്നിയ നാളുകളായിരുന്നു. പാർട്ടിപത്രത്തിൽ അപേക്ഷ നല്കാൻ ആവശ്യപ്പെട്ടത് സി പി എം കേന്ദ്ര കമ്മിറ്റി അംഗമായിരുന്ന സുശീലാ ഗോപാലനാണ്. പക്ഷേ, *ദേശാഭിമാനി*യിൽ ജോലി ലഭിക്കാൻ പിന്നേയും നാലഞ്ചുവർഷം കഴിഞ്ഞു. ഇതിനിടയിൽ സൈമൺ ബ്രിട്ടോ എൽ ഐ സി ഏജന്റായി. പഴയ സൗഹൃദങ്ങളും പുതിയ സൗഹൃദങ്ങളും അതിനുപയോഗിച്ചു. അവശതകൾക്കിടയിലും കേരളം മുഴുവൻ ബ്രിട്ടോ തന്റെ പരിചയക്കാരെ അന്വേഷിച്ചു യാത്രചെയ്തു. സീന വിദ്യാഭ്യാസം തുടരണമെന്നാവശ്യപ്പെട്ടത് ബ്രിട്ടോയാണ്. അങ്ങനെയാണ് സീന കൊച്ചിസർവ്വകലാശാലയിൽ എൽ എൽ ബി പഠനത്തിനു ചേർന്നത്.

പലയിടത്തുനിന്നും നേരിടേണ്ടി വന്ന ഒറ്റപ്പെടുത്തലുകൾ സീനയെ ചില ഘട്ടങ്ങളിലെങ്കിലും മാനസികമായി തളർത്തി. ഈ ഘട്ടത്തിൽ ബ്രിട്ടോ ഒരു നിർദ്ദേശം വച്ചു. സീന യാത്ര ചെയ്യുക. കുറേക്കൂടി സജീവമാകുക. അങ്ങനെയാണ് പാർട്ടിയിൽനിന്ന് അനുവാദം വാങ്ങി സീന 'ഇൻസാഫ്' എന്ന എൻ ജി ഒയിൽ പ്രവർത്തിച്ചത്. കുറെനാളുകൾ

അതിന്റെ പ്രവർത്തനങ്ങളുമായി യാത്രകൾ നടത്തുകയും സമൂഹത്തിലെ വിവിധ ജനവിഭാഗങ്ങളെ അടുത്തറിയുകയും ചെയ്തു. അധികം വൈകാതെ തന്നെ അത് അവസാനിപ്പിച്ചു. ആ എൻ ജി ഒ പ്രഖ്യാപിത ഉദ്ദേശ്യലക്ഷ്യങ്ങൾക്കപ്പുറം മറ്റ് എന്തൊക്കെയോ ആണെന്ന തിരിച്ചറിവിലാണ് താനത് അവസാനിപ്പിച്ചതെന്നു സീന പറയുന്നു.

വീണ്ടും പഠനത്തിൽ സജീവമായി. ഇതിനിടയിലാണ് കൊച്ചി സർവ്വകലാശാലയിലെ വിവാദമായ സംഭവപരമ്പരയ്ക്ക് തുടക്കം കുറിക്കുന്നത്. പഠനത്തിന്റെ സൗകര്യത്തിനും സുഹൃത്തുക്കളും സഖാക്കളും സഹായിച്ച് പണിതുകൊണ്ടിരുന്ന വീടിന്റെ പണി തീരാത്തതിനാലും സീന കൊച്ചി സർവ്വകലാശാലയുടെ വനിതാ ഹോസ്റ്റലിൽ താമസമാരംഭിച്ചു. ആ ഹോസ്റ്റലിലെ വാർഡനിൽ നിന്നുമുണ്ടായ പെരുമാറ്റം സീനയിൽ അപമാനം സൃഷ്ടിച്ചപ്പോൾ അതൊരു വലിയ വിദ്യാർത്ഥി പ്രക്ഷോഭത്തിനു കാരണമായി. 'അന്ന് മാധ്യമങ്ങൾ പുറത്തുകൊണ്ടുവന്നത് ഞെട്ടിക്കുന്ന വിവരങ്ങളായിരുന്നു. സർവ്വകലാശാലയെ കേന്ദ്രീകരിച്ച് പെൺകുട്ടികളെ വലയിലാക്കുന്ന ഒരുറാക്കറ്റിന്റെ ചിത്രവും അതിൽ സർവ്വകലാശാലയുമായി ബന്ധപ്പെട്ട ചിലർക്ക് ഞങ്ങൾ ആർക്കെതിരെയാണോ സമരം നടത്തിയത് അവരുൾപ്പെടെയുള്ളവരുടെ ബന്ധമുള്ളതായി മാധ്യമങ്ങൾ പുറത്തു കൊണ്ടുവന്നു. ഇതിനിടെ അന്നത്തെ വൈസ് ചാൻസലറുടെ ചില അസ്വാഭാവിക നടപടികളും പുറത്തുവന്നു' -സീന പറയുന്നു. ആദ്യമൊക്കെ പ്രഖ്യാപിത വിദ്യാർത്ഥി സംഘടനകൾ പ്രശ്നത്തിൽ നിന്നുവിട്ടുനിന്നു. പക്ഷേ, സർവ്വകലാശാലയിലെ വിദ്യാർത്ഥിനി സമൂഹം ഒറ്റക്കെട്ടായി വലിയൊരു പ്രക്ഷോഭം തന്നെയാണ് അഴിച്ചുവിട്ടത്. ക്യാമ്പസിലെ മുഴുവൻ വിദ്യാർത്ഥിനികളും പങ്കെടുത്ത ആ പ്രക്ഷോഭങ്ങൾ സുപ്രധാനഘട്ടത്തിൽ പ്രബല വിദ്യാർത്ഥി സംഘടനകൾ വിദഗ്ദ്ധമായി ഹൈജാക്കു ചെയ്യുകയാണുണ്ടായത്. സമരം തണുത്തു. സർവ്വകലാശാലാ തലത്തിൽ നടന്ന അന്വേഷണ കമ്മിഷൻ റിപ്പോർട്ടിൽ ആരോപണവിധേയർ കുറ്റക്കാരാണ് എന്നവാദമുണ്ടായെങ്കിലും അവർ രക്ഷപ്പെട്ടു. രക്ഷിച്ചു എന്നതാണ് യാഥാർത്ഥ്യം. ജീവനക്കാരുടെ സംഘടനകളും സർവ്വകലാശാല ഉന്നതാധികാര സമിതിയും ഇടതു പുരോഗമന സംഘടനകളും എല്ലാം ഒറ്റക്കെട്ടായി നിന്ന് പ്രതികളെ രക്ഷപ്പെടുത്തി. അവർ ഇന്നും സർവ്വകലാശാലയിൽ സസുഖം വാഴുന്നു. സീനയ്ക്കൊപ്പം പ്രക്ഷോഭത്തിൽ അണിനിരന്ന 'വിപ്ലവകാരികൾ' എല്ലാം പിൻവാങ്ങി. എല്ലാ പഴിയും സീനയ്ക്കു നേരെ. അവിടേയും ഒറ്റപ്പെടലിന്റെ വല്ലാത്തൊരു ഗർത്തത്തിലായി സീന. സൈമൺ ബ്രിട്ടോയുടെ സമയോചിത ഇടപെടൽ അവിടെയുമുണ്ടായി.

തിരിച്ചടികൾ സ്വാഭാവികമാണെന്നും അതിനെ അതിജീവിക്കുകയാണ് വേണ്ടതെന്നും പറഞ്ഞ് ബ്രിട്ടോ സീനയ്ക്ക് ധൈര്യം നല്കി. മറ്റേതെങ്കിലും മേഖലയിൽ സജീവമാവുക. അങ്ങനെയാണ് നാടക

പ്രഭാഷണ വേളയിൽ

പ്രവർത്തനങ്ങളുമായി ബന്ധപ്പെട്ടത്. കൊച്ചിയിലെ ജോൺ ടി വേക്കന്റെ നാടകവേദിയിൽ *കാഞ്ചനസീത* എന്ന നാടകത്തിൽ ഊർമ്മിള എന്ന കഥാപാത്രത്തെ അവതരിപ്പിച്ചുകൊണ്ടാണ് രംഗപ്രവേശം ചെയ്തത്. നിരവധി വേദികളിൽ അത് അവതരിപ്പിച്ചു.

> വിവാഹത്തിനു മുൻപ് തിരുവനന്തപുരത്തായിരുന്നപ്പോൾ സീനാ ഭാസ്കർ പ്രതാപ ശാലിയായ ഭാസ്കരൻ നായരുടെ മകളും പിരപ്പൻകോട് മുരളി എന്ന കമ്യൂണിസ്റ്റ് നേതാവിന്റെ അനന്തരവളുമായിരുന്നു. അതുകൊണ്ടാകാം ഒരപശബ്ദം പോലും എനിക്കു നേരെ ഉയർന്നില്ല. ഇപ്പോൾ ഞാൻ ശരീരം അരയ്ക്കുതാഴേക്കു തളർന്നുപോയ സൈമൺ ബ്രിട്ടോയുടെ ഭാര്യയാണ്. പലരും എന്റെയടുത്ത് രക്ഷകരായി ചമഞ്ഞ് എത്തും. പിന്നീടു വരുന്ന ആവശ്യം അവരുടെ ഇംഗിതത്തിന് വഴങ്ങണമെന്നായിരിക്കും. അത് നടക്കില്ലെന്നറിഞ്ഞു കഴിയുമ്പോൾ എനിക്കെതിരെ അപവാദങ്ങളുമായി രംഗത്തെത്തും. ഇന്ന് ഞാൻ അനുഭവിക്കുന്നത് അതാണ്.

സീന തുടരുന്നു.

കൊച്ചി സർവ്വകലാശാലയിൽ ആരോപിത വിധേയയായ

ഉദ്യോഗസ്ഥ അന്ന് എന്നോടു പറഞ്ഞത് ബ്രിട്ടോയുടെ അവസ്ഥ എനിക്കറിയാം. സഹകരിച്ചാൽ സീനയ്ക്ക് ആ വിഷമം മാറ്റാൻ കഴിയും എന്നാണ്. സ്ത്രീ എന്നാൽ വെറുമൊരു ശരീരം മാത്രമാണെന്ന് കരുതുന്നവരാണ് നമ്മുടെ സമൂഹം. എന്നോടു അപമര്യാദയായി പെരുമാറിയവരിൽ ഞാൻ ബഹുമാനിക്കുന്ന ഒരുപാടു പേരുണ്ട്. അവരുടെയൊക്കെ പേരുകൾ പറഞ്ഞാൽ വലിയ ഭൂകമ്പങ്ങൾ ഉണ്ടാകും. എന്നെപ്പറ്റി അപവാദങ്ങൾ അഴിച്ചുവിടുന്ന ഒരുകൂട്ടർ വേറെയും. പൊതുപ്രവർത്തനത്തിൽ സജീവമാകാൻ ആഗ്രഹിക്കുന്ന ഏതൊരു സ്ത്രീയും നേരിടേണ്ടി വരുന്ന പ്രശ്നങ്ങളാണിതൊക്കെ. പിടിച്ചുനില്ക്കാൻ കഴിയുന്നതുകൊണ്ട് മാത്രം ജീവിക്കുന്നു.

ക്യാപ്റ്റൻ ലക്ഷ്മിയെ ആരാധിക്കുന്ന സീന കമ്യൂണിസ്റ്റുകളായ ഒരുകൂട്ടം സ്ത്രീ നേതാക്കളുടെ ജീവിതത്തെ പഠിച്ചിട്ടുണ്ട്. വിമലാ രണദിവെ, അഹല്യ രങ്കനേക്കർ, പാപ്പാ ഉമാനാഥ് തുടങ്ങിയ ഒരു വലിയ നിരയെ. അവരുടെയൊക്കെ ജീവിതം നേരിട്ട സമാന അനുഭവങ്ങൾ വായിച്ചറിഞ്ഞു. പ്രതിസന്ധി ഘട്ടങ്ങളിലൊക്കെ അവർ പുലർത്തിയ ധൈര്യം അനുഭവിച്ചറിഞ്ഞു. വ്യക്തിപരമായി സുശീലാഗോപാലൻ സീനയെ ഏറെ സഹായിച്ചിട്ടുണ്ട്. പലപ്പോഴും പിടിച്ചുനില്ക്കാൻ കരുത്തു നല്കിയിരുന്നു സുശീലാഗോപാലൻ. സീന ബ്രിട്ടോയുടെ ജീവിതത്തിലേക്ക് വരുന്നതിനു മുൻപായിരുന്നു ബ്രിട്ടോയുടെ ആദ്യത്തെ നോവൽ *അഗ്രഗാമി* രചിച്ചുകഴിഞ്ഞത്. രണ്ടാമത്തെ നോവൽ ബോംബെ നഗരത്തെ തൊട്ടറിഞ്ഞ നോവൽ. അതിനുവേണ്ടി ബ്രിട്ടോയ്ക്കൊപ്പം ബോംബെയിൽ അങ്ങോളമിങ്ങോളം സീനയും സഞ്ചരിച്ചു. നഗരജീവിതത്തിന്റെ ചവർപ്പുകൾ കണ്ടറിഞ്ഞു. ബോംബെയിൽ നിന്നെത്തിയ ശേഷവും നോവലിന്റെ രചനയിൽ സീന വലിയൊരു കൈത്താങ്ങായി.

അതിജീവനത്തിന്റെ വിപ്ലവ നക്ഷത്രം

സതീഷ് ജി നായർ

അതിജീവനത്തിന്റെയും പ്രതീക്ഷയുടെയും ഒറ്റവാക്കാണ് സൈമൺ ബ്രിട്ടോ. ഇടതുപക്ഷത്തെ സ്നേഹിക്കുന്ന ഏതൊരു മനുഷ്യനും ഹൃദയത്തോട് ചേർത്തു നിർത്തുന്ന മഹാവിപ്ലവകാരി. ഹൃദയത്തിലും ശ്വാസകോശത്തിലും കരളിലും എതിരാളിയുടെ കഠാരമുനകൾ തുളഞ്ഞുകയറിയിട്ടും കാൽനൂറ്റാണ്ടുകൾക്കപ്പുറവും ജീവിച്ചുകാണിച്ച ആ വിപ്ലവസൂര്യൻ സഞ്ചാരംകൊണ്ടും സാഹിത്യംകൊണ്ടും നമ്മെ എപ്പോഴും വിസ്മയിപ്പിച്ചുകൊണ്ടിരുന്നു. വരും തലമുറയ്ക്ക് സൈമൺ ബ്രിട്ടോ എന്ന വിപ്ലവകാരിയുടെ ജീവിതം അവിശ്വസനീയവും അത്ഭുതവും ആയിരിക്കും. ഡിഗ്രിക്ക് തിരുവനന്തപുരം യൂണിവേഴ്സിറ്റി കോളേജിൽ പഠിക്കുമ്പോഴാണ് ഞാൻ സൈമൺ ബ്രിട്ടോയെ ആദ്യമായി കാണുന്നത്. എസ് എഫ് ഐയുടെ സംസ്ഥാന സമ്മേളനത്തിന് എത്തിയ അദ്ദേഹം യന്ത്ര കസേരയിലിരുന്ന് പുഞ്ചിരിച്ചുകൊണ്ട് അരികിലൂടെ കടന്നുപോകുമ്പോൾ തന്നെ ഞങ്ങൾ വിദ്യാർത്ഥികൾക്ക് ഊർജ്ജവും ഉന്മേഷവും ആയിരുന്നു. എപ്പോഴും അദ്ദേഹത്തിനൊപ്പം വിദ്യാർത്ഥികളുടെ ഒരു കൂട്ടം ഉണ്ടായിരുന്നു. അവരിൽ ഒരാളെപ്പോലെ അവരോടൊപ്പം എന്തിനും ഏതിനും കൂട്ടായിരുന്ന അദ്ദേഹത്തിന് എന്നും എപ്പോഴും യുവത്വമായിരുന്നു.

മലയാളി മനുഷ്യമനസ്സുകളെ മുഴുവൻ മുറിവേല്പിച്ചുകൊണ്ട് എറണാകുളം മഹാരാജാസ് കോളേജിലെ അഭിമന്യുവിനെ വർഗ്ഗീയവാദികൾ കഠാരമുനകളിൽ കുത്തിയിറക്കിയപ്പോൾ ആ മനുഷ്യന്റെ ഹൃദയവേദന നാം കേട്ടതായിരുന്നു. ഏതൊരു ആയുധം തീർക്കുന്ന മുറിവിനേക്കാളും ആഴത്തിലുള്ള മുറിവായിരുന്നു അത് സഖാവിൽ തീർത്തത്. വിപ്ലവത്തിന്റെ നാൾവഴികളിൽ ഒത്തിരി രക്തസാക്ഷികൾ ഉണ്ടായിട്ടുണ്ടെങ്കിലും അവരോടൊന്നും തോന്നാത്ത പ്രത്യേക സ്നേഹം എനിക്ക് അഭി

മന്യുവിനോട് തോന്നി. ഒരിക്കൽപ്പോലും കണ്ടിട്ടില്ലാത്ത അവൻ ഒരു അനിയനെ പോലെ മനസ്സിൽ ചേക്കേറി. അഭിമന്യുവിന്റെ ജീവിതം അരങ്ങിൽ എത്തിക്കണമെന്ന വലിയൊരു ആഗ്രഹം എന്നിൽ ഉടലെടുത്തു. അവനെക്കുറിച്ച് കൂടുതലറിയാനുള്ള അന്വേഷണം എത്തിനിന്നത് എന്റെ നാട്ടുകാരിയും സൈമൺ ബ്രിട്ടോയുടെ ഭാര്യയുമായ സഖാവ് സീനാ ഭാസ്കറിന്റെ അരികിലാണ്. സഖാവും അഭിമന്യുവും തമ്മിലുള്ള ആത്മബന്ധത്തെക്കുറിച്ചും അഭിമന്യുവിന്റെ കുടുംബം, ജീവിതം, ക്യാമ്പസ്, സൗഹൃദം എന്നിവയെക്കുറിച്ചും മണിക്കൂറുകളോളം ചെലവഴിച്ച് അതിസൂക്ഷ്മമായി സീനചേച്ചി എനിക്ക് പറഞ്ഞുതന്നു. ഈ നാടകത്തിന്റെ രചനാവേളയിൽ അഭിമന്യുവിന്റെ ജൂലി ടീച്ചറുമായും സുഹൃത്തുക്കളുമായും സംസാരിക്കാൻ കഴിഞ്ഞെങ്കിലും സഖാവുമായി സംസാരിക്കാൻ കഴിഞ്ഞിരുന്നില്ല. അഭിമന്യുവിന്റെ വേർപാടിൽ മനം നൊന്തിരിക്കുന്ന മനുഷ്യനോട് സംസാരിക്കാനുള്ള ആത്മധൈര്യം എനിക്കില്ലായിരുന്നു എന്നതായിരുന്നു സത്യം. യൂണിവേഴ്സിറ്റി കോളേജിലെ കുട്ടികളെവെച്ചാണ് നാടകം ആദ്യം ചെയ്യാൻ തീരുമാനിച്ചത്. റിഹേഴ്സൽ ക്യാമ്പിൽ ഒരു ദിവസം പൂർണ്ണമായി സഖാവിന്റെ ഭാര്യ സീന ഭാസ്കറും മകൾ നിലാവും ഞങ്ങളോടൊപ്പം ഉണ്ടായിരുന്നു. അഭിമന്യുവിന്റെ ചലനങ്ങളും സവിശേഷതകളും സീനചേച്ചി വളരെ കൃത്യമായി കുട്ടികൾക്ക് പറഞ്ഞുകൊടുത്തു. *ചക്രവ്യൂഹം ഭേദിച്ച അഭിമന്യു* എന്ന നാടകത്തിന്റെ പേര് ഔദ്യോഗികമായി പ്രഖ്യാപിച്ചത് സഖാവ് സീന ഭാസ്കർ ആയിരുന്നു. യൂണിവേഴ്സിറ്റി കോളേജ്, കാര്യവട്ടം ക്യാമ്പസ്, ഗവൺമെന്റ് ആർട്സ് കോളേജ് എന്നിവിടങ്ങളിൽ ഞങ്ങളുടെ നാടകം വിജയകരമായി അവതരിപ്പിച്ചു.

ചക്രവ്യൂഹം ഭേദിച്ച അഭിമന്യു ഇന്ത്യയിലെ മുഴുവൻ ക്യാമ്പസുകളിലും അവതരിപ്പിക്കണമെന്ന ആഗ്രഹം സീനചേച്ചി പങ്കുവച്ചു. അതിന്റെ പൂർത്തീകരണത്തിനായി കേരള യൂണിവേഴ്സിറ്റിയുടെ വിവിധ കോളേജുകളിലെ കുട്ടികളെ ഉൾപ്പെടുത്തിക്കൊണ്ട് കേരളാ യൂണിവേഴ്സിറ്റി യൂണിയന്റെ കീഴിൽ ക്യാമ്പസ് തിയേറ്റർ ഞങ്ങൾ രൂപീകരിച്ചു. അതിന്റെ ഉദ്ഘാടനം *ചക്രവ്യൂഹം ഭേദിച്ച അഭിമന്യു* എന്ന ഞങ്ങളുടെ നാടകത്തോടെ തുടങ്ങാനായിരുന്നു തീരുമാനം. നാടകത്തിന്റെ ഉദ്ഘാടനത്തിന് സഖാവ് സൈമൺ ബ്രിട്ടോ വരുമെന്ന് അറിഞ്ഞതോടുകൂടി ആകാംക്ഷയും ആവേശവുമായി. ഡിസംബർ 10 നായിരുന്നു ഉദ്ഘാടനം വച്ചിരുന്നത്. ഡിസംബർ എട്ടിന് സീനചേച്ചി എന്നെ വിളിക്കുന്നു. 'സതീഷേ എം എൽ എ ക്വാർട്ടേഴ്സിലേക്ക് ഒന്നുവരുമോ? സഖാവ് ഇവിടെയുണ്ട്.' കേട്ടപാതി കേൾക്കാത്തപാതി ഞാൻ എം എൽ എ ക്വാർട്ടേഴ്സിലേക്ക് പോയി. സീനചേച്ചി പുറത്തു കാത്തു നില്പുണ്ടായിരുന്നു. കൽപ്പറ്റ എം എൽ എ സി കെ ശശീന്ദ്രന്റെ മുറിയിലായിരുന്നു സഖാവ്. എം എൽ എയ്ക്ക് പരിചയപ്പെടുത്തിയിട്ട് ചേച്ചി എന്നെ സഖാവിന്റെ അരികിൽ എത്തിച്ചു.

എന്നെക്കുറിച്ച് നേരത്തേ പറഞ്ഞിട്ടുണ്ടായിരുന്നതിനാൽ പരിചയപ്പെടലിന്റെ ആവശ്യം വന്നില്ല. ആ കൈകൾ ചേർത്തു പിടിച്ചു ഞങ്ങൾ ഒത്തിരി സംസാരിച്ചു. കൂടുതലും അഭിമന്യുവിനെക്കുറിച്ചായിരുന്നു. ഇടയ്ക്കിടയ്ക്ക് ഓരോ തമാശകൾ പറയും. എന്നോടൊപ്പം അദ്ദേഹവും പൊട്ടിച്ചിരിക്കും. നാടകം, സിനിമ, സാഹിത്യം, രാഷ്ട്രീയം, സഞ്ചാരം, എന്നിവയെല്ലാം ഞങ്ങളുടെ ചർച്ചയിൽ വന്നു. അഭിമന്യുവിനെക്കുറിച്ച് എഴുതിയ പുസ്തകത്തെക്കുറിച്ചും അദ്ദേഹത്തിന് നേരെയുണ്ടാകുന്ന ഭീഷണികളെക്കുറിച്ചും വളരെ വൈകാരികമായി ആ വിപ്ലവകാരി എന്നോടു ഹൃദയം തുറന്നു. നാലു മണിക്കൂറോളം ഞങ്ങൾ ഒരുമിച്ചു സംസാരിച്ചു. പോകാൻ സമയത്ത് സഖാവ് എഴുതിയ *ചന്ദ്രന്റെ മാളിക* എന്ന നോവൽ എനിക്കു സമ്മാനിച്ചു. ഡിസംബർ പത്തിന് *ചക്രവ്യൂഹം ഭേദിച്ച അഭിമന്യു* എന്ന ഞങ്ങളുടെ നാടകം വിപ്ലവ ആവേശത്തോടു കൂടി അദ്ദേഹം ഉദ്ഘാടനം ചെയ്തു. ആ ചടങ്ങ് കഴിഞ്ഞ് ഇരുപത്തി ഒന്ന് ദിവസം പിന്നിട്ട് ഡിസംബർ 31 ന് വൈകുന്നേരം കഴിഞ്ഞുപോയ നാളുകളിലെ നഷ്ടങ്ങളും വരാനിരിക്കുന്ന വർഷത്തിലെ പ്രതീക്ഷകളും ചിന്തകളിൽ വീർപ്പുമുട്ടിയിരിക്കുമ്പോഴായിരുന്നു ഏറ്റവും സങ്കടഭരിതമായ ആ വാർത്ത ഞങ്ങളെ തേടിയെത്തിയത്. സഖാവ് സൈമൺ ബ്രിട്ടോ അന്തരിച്ചു. കുറച്ചുനേരം നിശ്ശബ്ദനായിരുന്നു. ഭീകരമായ അന്ധകാരത്തിലേക്ക് ആരോ തള്ളിയിട്ടതുപോലത്തെ അവസ്ഥ. ദിവസങ്ങൾക്കു മുമ്പ് എന്റെ കൈകൾ ചേർത്തുപിടിച്ച് സംസാരിച്ച ആ മനുഷ്യന്റെ കൈയിലെ തണുപ്പ് അപ്പോഴും എന്നിൽ നിറഞ്ഞു നില്ക്കുകയായിരുന്നു.

മാഞ്ഞുപോയല്ലോ ആ ചിരി

ടെൽസി ജേക്കബ്ബ്

മഹാരാജാസ് എന്ന വികാരത്തിലേക്ക് സൈമൺ ബ്രിട്ടോ ഒരിക്കൽക്കൂടി എത്തി. ശിഷ്യനായി, വലം കൈയായി കൂടെ നിന്നവൻ കുത്തുകൊണ്ടു വീണിടത്തേക്ക്. ഭാര്യ സീനയും മകൾ നിലാവും അയാളുടെ ഓരം ചേർന്നു നടന്നു. ഒപ്പം അഭിമന്യുവിന്റെ കൂട്ടുകാരും. മുപ്പത്തഞ്ചു കൊല്ലങ്ങൾക്കുമുമ്പ് ഇതുപോലൊരു വെയിലാറിയ നേരത്താണ് നട്ടെല്ലിനരികിലൂടെ പാഞ്ഞു കയറിയ കത്തിമുന ബ്രിട്ടോയുടെ ജീവിതം മരണമുനമ്പിലേക്കും പിന്നെ വീൽച്ചെയറിലേക്കും എടുത്തെറിഞ്ഞത്.

വിവാദസ്ഥലത്തുനിന്നു കുറച്ചു നീങ്ങി രക്തം ഉണങ്ങിക്കിടക്കുന്നത് ബ്രിട്ടോയുടെ മകൾ നിലാവാണ് കാണിച്ചു തന്നത്. 'നോക്കൂ, അത് അഭിമന്യുചേട്ടന്റെ ചോരയായിരിക്കും.' ആ മുഖം വിളറി വെളുത്തിരുന്നു.

ബ്രിട്ടോ പതിയെ അവളുടെ മുടികളിൽ തലോടിയശേഷം ചോദിച്ചു "മോള് പേടിച്ചോ?"

"എനിക്കിപ്പോൾ പേടിയില്ല അച്ച. കഴിഞ്ഞ ദിവസം സ്കൂളിൽ ഒരു സംഭവമുണ്ടായി." അവൾ പറഞ്ഞു തുടങ്ങി. "മൂന്നാംക്ലാസിൽ ടീച്ചറില്ലാത്തതുകൊണ്ട് ഞാനവിടെ ക്ലാസ് മോണിട്ടർ ചെയ്യാൻ പോയി. ഒരു കുട്ടി വർത്തമാനം പറയുന്നതുകണ്ട് ബോർഡിലെഴുതുവാനായി ഞാനവനോടു പേരു ചോദിച്ചു."

അവൻ പറഞ്ഞു. "അഭിമന്യൂ."

ഷോക്കേറ്റ പോലെയായി ഞാൻ.

വെറുതെ അവനോട് വീണ്ടും ചോദിച്ചു. "നീ വലുതാവുമ്പോൾ എവിടെ പോയി പഠിക്കും."

"മഹാരാജാസിൽ"

അതുകേട്ടതോടെ ഞാനവിടെ നിന്നിറങ്ങിയോടി. അഭിമന്യു ചേട്ടൻ നല്ലതായിരുന്നു. എപ്പോഴും ചിരിക്കുന്ന, തമാശ പറയുന്ന... എന്തു പോസിറ്റീവാണെന്നറിയോ.

ഞാനും അബ്ബയും കൂടി മോർച്ചറിയിൽ കാണാൻ പോയപ്പോഴും ചെറുതായി ചെരിഞ്ഞ്, ചിരിച്ചുകൊണ്ടാ കിടക്കുന്നത്. ചേട്ടനും ചേച്ചിയുമില്ലാത്തതുകൊണ്ട് ശരിക്കും എനിക്ക് ചേട്ടനായിരുന്നു. എന്റെ കൂടെ കളിക്കും. ബഹളം വയ്ക്കും തല്ലുകൂടും....." കണ്ണു നിറഞ്ഞതുകണ്ട് പെട്ടെന്നവൾ ഇരുകൈയുംകൊണ്ടു മുഖം പൊത്തി അബ്ബയിലേക്കൊളിച്ചു.

"കമ്യൂണിസത്തിന്റെ രീതിയനുസരിച്ച് ഞാനവനെ യാത്രയാക്കേണ്ടത് മുഷ്ടിചുരുട്ടി 'ലാൽസലാം' എന്ന് അഭിവാദ്യം ചെയ്തുകൊണ്ടാണ്. പക്ഷേ, പത്തുവയസ്സുള്ള മകൾ നിലാവിനെ ചേർത്തുപിടിച്ച് ഇരുപതു വയസ്സുള്ള അവനെ യാത്രയാക്കുമ്പോൾ വിപ്ലവവീര്യങ്ങളുടെ കനലുകളൊന്നും എന്നിൽ ആളിക്കത്തിയിരുന്നില്ല. ഒരു മകനെ യാത്രയാക്കുന്ന അച്ഛന്റെ മനസ്സായിരുന്നിരിക്കണം അന്നേരം എനിക്കുണ്ടായിരുന്നത്. കോളേജ് ഓഡിറ്റോറിയത്തിൽ നിന്ന് എന്റെയടുത്തേക്ക് ഒരു നിമിഷം അവനെ കൂട്ടുകാർ കൊണ്ടുവന്നു. അവനെനിക്ക് എഴുതി തന്നിരുന്ന വലതുകൈയിൽ ഒരച്ഛന്റെ സ്നേഹത്തോടെ ചുംബിച്ചു."

അഭിമന്യുവിന്റെ ഓർമ്മകളിൽനിന്നു വിട്ടുപോരാനായി ഞാനിപ്പോൾ നിരന്തരം സംസാരിക്കുകയാണ് എന്ന ആമുഖത്തോടെയാണ് സൈമൺ ബ്രിട്ടോ സംസാരിക്കാനിരുന്നത്. കുറേനേരം എന്തൊക്കെയോ ഓർമ്മകളിൽ മുഴുകിയിരുന്നു. പിന്നെയും പറഞ്ഞു തുടങ്ങി.

"അവനൊരു നിഷ്കളങ്കനായിരുന്നു. അതുകൊണ്ട് ഞാനെപ്പോഴും അവനോടു പറയും. 'സൂക്ഷിക്കണം കേട്ടോ ഞങ്ങളൊക്കെ അടിയന്തരാവസ്ഥയ്ക്കെതിരായി പടവെട്ടാനും ചാവാനും വേണ്ടി ഇറങ്ങിയതാണ്. പക്ഷേ, നീ അങ്ങനെയല്ല. ജീവിക്കാൻ വേണ്ടി ഇറങ്ങിയതാണ്."

"എന്നെ ആരും ഒന്നും ചെയ്യില്ല സഖാവേ." അപ്പോഴൊക്കെ അവന്റെ മറുപടി അതു മാത്രമായിരുന്നു. എല്ലാവരോടും ചിരിച്ച് സ്നേഹത്തോടു കൂടി ഇടപഴകുന്നവൻ ഒരു കത്തിമുനയുടെ തണുപ്പ് എങ്ങനെ പ്രതീക്ഷിക്കാൻ.

എന്റെ ഹിമാലയൻ യാത്രാ വിവരണം കേട്ടെഴുതാനാണ് അവൻ വരുന്നത്. പലരും വന്നുപോയിട്ടും പറ്റാതായപ്പോൾ സഖാവിന് നല്ലയൊരാളെ തരാമെന്നു പറഞ്ഞ് മഹാരാജാസ് കോളേജിലെ എസ് എഫ് ഐ ജോയിന്റ് സെക്രട്ടറി മുസ്തഫയാണ് അഭിമന്യുവിനെ കൊണ്ടുവരുന്നത്. നല്ല ഉയരമുള്ള, മെലിഞ്ഞ, എപ്പോഴും ചിരിച്ചുകൊണ്ടിരിക്കുന്ന, ഉറക്കെ സംസാരിക്കുന്ന ഒരു പാവം കുട്ടി.

എന്ന ഈ വീൽച്ചെയറിൽ നിന്നൊന്ന് എഴുന്നേല്പിക്കണമെങ്കിൽ നല്ല തണ്ടും തടിയും വേണമെന്ന് പറഞ്ഞ് ഞാനവനെ വഴക്കു പറയും.

അപ്പോഴുള്ള അവന്റെ പറച്ചില് കേൾക്കാൻ നല്ല രസമാണ്. 'എന്റെ സഖാവേ, മനുഷ്യനെപ്പോഴും ഭക്ഷണം കഴിക്കുന്നത് രാവിലെ, ഉച്ചയ്ക്ക്, രാത്രി. ഞാനെന്തു ചെയ്യുമെന്നറിയാമോ. മൂന്നു നേരത്തെയും കൂടി ഒറ്റ നേരം കഴിക്കും. അങ്ങനെയുള്ള എനിക്ക് എങ്ങനെ തണ്ടും തടിയും ഉണ്ടാകാൻ.'

അവൻ വിശപ്പറിഞ്ഞിരുന്നു

'എഴുതാനിരിക്കുമ്പോൾ ബ്രിട്ടോ വേറെ ഒരാളാണ്. പെട്ടെന്ന് ദേഷ്യം വരികയും കയർക്കുകയും ചെയ്യും. അത്ര എളുപ്പത്തിലാർക്കും പിടിച്ചു

അഭിമന്യു

നില്ക്കാൻ പറ്റില്ല. അഭിമന്യു മാത്രമാണ് പിടിച്ചു നിന്നത്.' ബ്രിട്ടോയുടെ ഭാര്യ സീന ഓർമ്മകളിലേക്ക് മടങ്ങി.

'പറയുന്ന അതേ വേഗത്തിൽ തെറ്റുകൂടാതെ എഴുതിയെടുക്കാനും മണിക്കൂറുകളോളം ക്ഷമയോടെ ഇരിക്കാനും അവനു കഴിഞ്ഞിരുന്നു. ശരിക്കും പറഞ്ഞാൽ അവൻ ബ്രിട്ടോയെ കൈയിലെടുത്തു. ബ്രിട്ടോ ഒച്ചയെടുക്കുമ്പോൾ ചിലപ്പോൾ അവനെന്തെങ്കിലും തിരിച്ചുപറഞ്ഞ് അകത്തേക്ക് നടക്കും. അവൻ എന്റെ പിന്നാലെ വന്നു പറയും. 'സഖാവിനോടു ദേഷ്യപ്പെടല്ലേ ചേച്ചീ. ഇതുപോലെ തളർന്ന അവസ്ഥയിൽ എന്തു മാത്രം സഹിക്കുന്നുണ്ടാകും. നമ്മളൊന്നും അങ്ങനെയല്ലല്ലോ.'

പോടാ, ഒരു സപ്പോർട്ട് പറയാൻ വന്നിരിക്കുന്നു. എന്ന് പറഞ്ഞ് ഞാൻ ഓടിക്കും. ശരിക്കും ഇവിടുത്തെ കുട്ടിയായിരുന്നു അവൻ. വ്യാഴാഴ്ച കോളേജിൽനിന്നു വന്നാൽ ശനിയാഴ്ച രാത്രി വരെ വീട്ടിലുണ്ടാകും. ഭക്ഷണവും കിടപ്പുമെല്ലാം ഇവിടെത്തന്നെ. എന്തു കൊടുത്താലും കഴിക്കും. ഒന്നും ബാക്കി വെക്കില്ല.

ഏതൊരു മലയാളിക്കുട്ടിയേക്കാളും നന്നായി അവൻ മലയാളം പറയുകയും എഴുതുകയും ചെയ്യും. യാത്രാവിവരണങ്ങൾ പകർത്തിയെഴുതുന്നതിൽ തെറ്റുകളൊന്നും വരുത്താറില്ലായിരുന്നു. ഒരിക്കൽ ഒരു തെറ്റു കണ്ടുപിടിച്ചപ്പോൾ ദേഷ്യം പിടിപ്പിക്കാനായി ഞാൻ പറഞ്ഞു. 'നിന്റെ എന്തു മലയാളമാണ്.'

ചിരിച്ചുകൊണ്ടിരുന്ന അവന്റെ മുഖം പെട്ടെന്ന് കടുപ്പം വച്ചു. 'ചേച്ചിക്ക് എന്നെക്കുറിച്ച് എന്തറിയാം?' പെട്ടെന്നെനിക്ക് തോന്നി അവനെന്തോ പറയാനുണ്ടെന്ന്. പിന്നെയവൻ അവന്റെ കഥ പറഞ്ഞു. 'ഞങ്ങൾ തമിഴ്നാട്ടിൽ നിന്നു കുടിയേറി പാർത്തവരാണ്. നാലാം ക്ലാസു വരെ തമിഴ് മാത്രമാണു പഠിച്ചത്. പിന്നീട് ഇടപ്പള്ളിയിലെ പള്ളിസ്കൂളിൽ വന്നു പഠിച്ചെടുത്തതാണ് മലയാളം.'

അവന്റെ ജാതിയും മതവുമൊക്കെ ഏതാണെന്ന് ഇപ്പോൾ പത്രങ്ങളിലൂടെയാണ് ഞങ്ങളറിയുന്നത്. വട്ടവട എന്ന ഗ്രാമത്തിൽ ആദ്യമായി എസ് എസ് എൽ സിയും പ്ലസ്ടുവും ജയിച്ചത് ഇവനായിരുന്നു. തുടർന്ന് പഠിക്കണമെന്ന ആഗ്രഹമുണ്ടായിരുന്നെങ്കിലും പഠനച്ചെലവ് ഏറ്റെടുക്കാനുള്ള കഴിവ് വീട്ടിലുണ്ടായിരുന്നില്ല. വിഷമിച്ചിരിക്കുമ്പോഴാണ് പരിചയത്തിലുള്ള ഒരാൾക്ക് കൊച്ചി ലുലുവിൽ പ്ലംബിങ്ങിന്റെ കോൺട്രാക്ട് കിട്ടുന്നത്. അയാളുടെ കൈയാളായി പണിക്കുവന്നു. ഹോട്ടലുകളിലും ജോലിക്കു നിന്നിട്ടുണ്ട്. ആ പൈസയും കൊണ്ടാണ് മഹാരാജാസിൽ പഠിക്കാൻ വരുന്നത്. പലപ്പോഴും കോളേജിന്റെ മുന്നിലൂടെ പോകുമ്പോൾ മഹാരാജാസ് അത്രയേറെ ആഴത്തിൽ അവനെ തൊട്ടിരിക്കണം. വട്ടവടയിലെ ആദ്യത്തെ ശാസ്ത്രജ്ഞനാവണം എന്നായിരുന്നു അവന്റെ മോഹം.'

ബ്രിട്ടോ

അഭിമന്യു

കൂട്ടുകാരികളുടെ ഒരു പങ്ക് ചോറ്

'നല്ലപോലെ പിശുക്കിയാണ് ചെലവാക്കുക. ഒരു നേരമാണ് ഭക്ഷണം. പലപ്പോഴും ഉച്ചയ്ക്ക് ഉണ്ണാതിരിക്കുന്നത് കണ്ടു ക്ലാസിലെ പെൺകുട്ടികൾ കാര്യം തിരക്കി. വിശന്നിരിക്കുന്ന അവന് അവർ ചോറ് പങ്ക് വെക്കാൻ തുടങ്ങി. ആ സമയത്തും അവൻ വിശന്നിരിക്കുന്ന മറ്റു കൂട്ടുകാരെ ഓർമ്മിക്കും. അവർക്കുകൂടി കൊടുക്കും. ഓരോ ദിവസവും അവൻ ഡയറിയിലെഴുതി വച്ചു. ഇന്ന് വിശപ്പുമാറി. ഇന്നു വയറു നിറഞ്ഞില്ല. ഇന്ന് മൃഷ്ടാന്നം. ഇന്ന് കരിംപട്ടിണി.

അവനുവേണ്ടി ക്ലാസിലെ പെൺകുട്ടികൾ കൂടുതൽ ചോറ് കൊണ്ടുവരാൻ തുടങ്ങി. കഴിച്ച് ബാക്കി വന്നത് ഹോസ്റ്റൽ റൂമിലെ ഒരു പാത്രത്തിൽ വെള്ളമൊഴിച്ചിടും. പിറ്റേന്ന് കാലത്ത് ആ പഴഞ്ചോറ് വാരിത്തിന്നാണ് ക്ലാസിലേക്കും സംഘടനാപ്രവർത്തനത്തിലേക്കും ഒക്കെ വന്നിരുന്നത്. തൊണ്ട പൊട്ടുമാറുച്ചത്തിൽ നല്ലൊരു നാളേക്കായി മുദ്രാവാക്യം വിളിച്ചിരുന്നത്.

ഞങ്ങളുടെ വീട്ടിലേക്കുള്ള പടി കടക്കുമ്പോഴേ അവൻ പാടും. 'നിലാവേ മാഞ്ഞുപോകുമോ.' മോളേ ഉദ്ദേശിച്ചാണ് ആ പാട്ട് എന്നു കാണുമ്പോൾ ചേച്ചി എന്നു വിളിച്ച് ഒരു ചിരിയുണ്ട്. വിശന്നിരിക്കുന്ന കുഞ്ഞ് അമ്മയെ കാണുംപോലെയായിരുന്നു അത്. എന്താ കഴിക്കാൻ വേണ്ടതെന്നു ചോദിക്കുമ്പോൾ 'വിശക്കുന്നവന്റെ മുന്നിലാണോ ചേച്ചി

വിഭവങ്ങളുടെ മെനു.' ഞാൻ ചോദിക്കും. 'ബ്രിട്ടോയുടെ കൂടെ കൂടി നീയും സാഹിത്യകാരനായോ?'

പുട്ടും കടലയുമായിരുന്നു കൂടുതലിഷ്ടം. അവന്റെ ഭാഷയിൽ സിമന്റിട്ട പോലെ അതവിടെ കിടന്നോളും. ഊണുമേശയിലിരിക്കുമ്പോൾ അവൻ വല്ലാത്ത സന്തോഷത്തിലാവും. അപ്പോഴാണ് ഹൃദയം തുറന്നിരുന്നത്. പട്ടിണി കിടക്കുന്ന അവന്റെ അച്ഛനെയും അമ്മയെയും ഒറ്റമുറി വീടിനെയും നാട്ടിലെ ആൾക്കാരെക്കുറിച്ചെല്ലാം പറയുന്നത്. 'ചേച്ചി, ഞങ്ങളുടെ നാട്ടിൽ ചോറിന് കറികളൊന്നും ഉണ്ടാകില്ല. മുളകുപൊടിച്ചോ അല്ലെങ്കിൽ പച്ചച്ചോറായാലും ഞങ്ങളുണ്ണും.'

ശരിക്ക് ഭക്ഷണം കഴിക്കാത്തതുകൊണ്ടോ എന്തോ അവന്റെ തല ചെറുതായി നരച്ചിരുന്നു. വീട് വളരാനല്ല നാട് വളരാനായിരുന്നു അവൻ രാഷ്ട്രീയത്തിലേക്ക് വന്നത്. അവനെയാണ് കൊന്നു കളഞ്ഞത്. വീട്ടുകാരേക്കാൾ കൂടുതൽ ആ നാടിനാണു പോയത്.' വാക്കുകളിടറി സീന എഴുന്നേറ്റു.

പത്മവ്യൂഹത്തിലകപ്പെട്ടവൻ

'എഴുതാൻ വേണ്ടി മാത്രമായിരുന്നില്ല ഇവിടെ വന്നിരുന്നത്.' ബ്രിട്ടോ ഓർക്കുന്നു. 'എന്റെ ഭൂതകാലമറിയണം. ഞാനതൊന്നും ഇപ്പോൾ കുട്ടികളോട് പറഞ്ഞു കൊടുക്കാറില്ല. എന്നാലും അവനോരോന്ന് കുത്തി കുത്തി ചോദിച്ചറിയും. ഞാൻ പറഞ്ഞ പല പുസ്തകങ്ങളും വായിച്ചു. *ദാസ് ക്യാപിറ്റലും* മറ്റും കഥ പോലെ പറഞ്ഞുകൊടുത്തു. എല്ലാം ശ്രദ്ധയോടെ കേട്ടിരിക്കും. ശരിക്കും കൗതുകങ്ങൾ തീരാത്ത ഒരു കുട്ടിയായിരുന്നു അവൻ.

ചിലപ്പോൾ ഞാൻ ഉച്ചയ്ക്ക് ഉറങ്ങിയെഴുന്നേറ്റു വരുമ്പോൾ അവൻ വരാന്തയിലെ ചുമലിൽ ചാരി വിദൂരതയിലേക്കു നോക്കിയിരിക്കുന്നതു കാണാം.

ഞാൻ ചോദിക്കും. 'എന്താ നീ ചിന്തിച്ചുകൂട്ടുന്നത്?' അവൻ പറയും. 'ഒന്നുമില്ല സഖാവേ, ഞാനെന്റെ നാടിനെക്കുറിച്ചോർക്കുകയായിരുന്നു. എന്റെ നാട്ടിൽ ഒരു ആശുപത്രിയില്ല. സ്കൂളില്ല. അവിടേക്ക് വണ്ടികളും വരില്ല. എനിക്ക് എന്റെ വട്ടവടയെ ഒന്നുയർത്തണം. എന്റെ നാടിന്റെ പേര് ലോകമറിയണം.'

ഒരിക്കൽ വെറുതെ ഞാനവനോട് ചോദിച്ചു. നിനക്ക് ആരാണ് ഈ പേരിട്ടത്? നീ പുരാണത്തിലെ അഭിമന്യുവിന്റെ കഥ കേട്ടിട്ടില്ലേ. നല്ലവനാണ്. മിടുക്കനാണ്. നിഷ്കളങ്കനാണ്. എല്ലാം ശരി. പത്മവ്യൂഹത്തിനകത്തു കയറാനും സാധിച്ചു. പക്ഷേ, പുറത്തിറങ്ങാൻ പറ്റിയില്ല.

പെരുമ്പാവൂരിൽ ജോലി ചെയ്യുന്ന മകൾ കൗസല്യയെ കാണാനായി അവന്റെ അച്ഛൻ വന്നിട്ടുണ്ടായിരുന്നു. ഒരു ചെറിയ ആക്സിഡന്റ് എന്നു

പറഞ്ഞ് അച്ഛനെ വിളിച്ചുവരുത്തി ഞാനും അദ്ദേഹവും കൂടിയാണ് മോർച്ചറിയിലേക്കു പോകുന്നത്. അവനെ കണ്ടതോടെ ആ അച്ഛൻ എന്നെ കെട്ടിപ്പിടിച്ച് ഭീകരമായി നിലവിളിക്കാൻ തുടങ്ങി.

ചെവിയിൽ അച്ഛന്റെ നെഞ്ചു പിളർക്കുന്ന കരച്ചിൽ. കാഴ്ച മാഞ്ഞു തുടങ്ങിയ കണ്ണിൽ അഭിമന്യു, എതിരാളികളുടെ പത്മവ്യൂഹത്തിൽ നിന്ന് പുറത്തിറങ്ങിയ അവൻ നീണ്ടു നിവർന്നു കിടക്കുകയാണ്. ജീവന്റെ തുടിപ്പ് നിലച്ച് നിശ്ചലനായി.

അസാധാരണനായ ഒരാൾ

പ്രേം കൃഷ്ണൻ

ഇന്ന് അവിചാരിതമായി ഒരു എൽ ഐ സി ഏജന്റിനെ കാണാനിടയായി....

കേരളത്തിലെ ക്യാമ്പസുകളുടെ പൂമരമായിരുന്ന ഒരു ചെറുപ്പക്കാരൻ....

സാധാരണ മനുഷ്യൻ അമ്പേ തകർന്നടിഞ്ഞുപോകുമായിരുന്ന ജീവിത സാഹചര്യങ്ങൾ നേരിട്ട്, ഒന്നിനും കീഴടങ്ങാത്ത പ്രത്യാശാനിർഭരമായ ഇടതുപക്ഷ മനസ്സുമായി ജീവിക്കുന്ന ഒരു മനുഷ്യൻ.

രാവിലെ ഓഫീസിലെത്തി ചില ഏജൻസി സുഹൃത്തുക്കളുമായി സംസാരിച്ചിരിക്കുമ്പോഴാണ് ചിറ്റൂർ കോളേജിലെ കെമിസ്ട്രി അദ്ധ്യാപകനായ റിജുലാൽ വിളിക്കുന്നത്.

കേരളാ യൂണിവേഴ്സിറ്റി ഡിപ്പാർട്ടുമെന്റ്സ് യൂണിയൻ ഭാരവാഹികളും കാര്യവട്ടം ക്യാമ്പസ് എസ് എഫ് ഐ യൂണിയന്റെ സജീവ പ്രവർത്തകരുമായിരുന്നു ഞങ്ങൾ ഇരുവരും.

"പ്രേമേ, ബ്രിട്ടോ വന്നിട്ടുണ്ട്. ടി ബിയിലുണ്ട്.

പുള്ളിക്ക് എൽ ഐ സി ഏജൻസി ഉണ്ട്. കുറച്ച് ഫോം 300 വേണം."

"ആരാടാ. ഇനി ജോൺ ബ്രിട്ടാസ് ആയിരിക്കുമോ?" എന്നു സംശയിച്ചു ഞാൻ വ്യക്തത വരുത്താൻ തിരിച്ചു ചോദിച്ചു.

"എടാ സൈമൺ ബ്രിട്ടോ."

"അതിനെന്താ ഞാൻ ഇപ്പോൾ കൊണ്ടുവരാമല്ലോ." പറഞ്ഞതും ഞാൻ ഫോമെടുത്ത് ഇറങ്ങി.

ടി ബിയിൽ കയറി ചെന്നപ്പോൾ എല്ലാ പ്രതിസന്ധികളെയും തരണം ചെയ്യാനുള്ള ഊർജ്ജം നല്കുന്ന തിളങ്ങുന്ന കണ്ണുകളും ആരിലും

ബ്രിട്ടോ

പ്രത്യാശ ജനിപ്പിക്കുന്ന നിറഞ്ഞ ചിരിയുമായി കട്ടിലിൽ ഇരിക്കുകയായിരുന്നു സൈമൺ ബ്രിട്ടോ.

ചിറ്റൂരിൽ നടക്കുന്ന എസ് എഫ് ഐ ജില്ലാ സമ്മേളനത്തിൽ പങ്കെടുക്കാനാണ് ബ്രിട്ടോ ചിറ്റൂരിലെത്തിയത്.

ഫോം ചിരിച്ചുകൊണ്ടു വാങ്ങുമ്പോൾ ബ്രിട്ടോ പറഞ്ഞു. "എൽ ഐ സി ഏജൻസി എന്റെ ജീവിതമാർഗ്ഗമാണ്."

എ സി ആർ/എം എച്ച് ആർ ഫോം നീട്ടിയപ്പോൾ അതൊക്കെ എന്റെ ഡെവലപ്മെന്റ് ഓഫീസർ നോക്കിക്കൊള്ളും. അദ്ദേഹവും ഞാനും തമ്മിലുള്ള ബന്ധത്തിന്റെ അടിസ്ഥാനത്തിലാണ് ഏജൻസി ഇങ്ങനെ നിലനിന്നുപോകുന്നത് എന്നായിരുന്നു മറുപടി.

ഏജൻസിയെക്കുറിച്ചു ചോദിച്ചപ്പോൾ എറണാകുളം ഡിവിഷനിലെ സൈനുദ്ദീനാണ് ഡെവലപ്മെന്റ് ഓഫീസർ എന്നു മനസ്സിലായി.

ഡെവലപ്മെന്റ് ഓഫീസറുടെ ജോലി ചെയ്യുന്ന ഏതൊരാൾക്കും അഭിമാനിക്കാവുന്നതായിരുന്നു സഖാവ് ബ്രിട്ടോ സൈനുദ്ദീനെക്കുറിച്ച് പറഞ്ഞ വാക്കുകൾ.

ഞങ്ങൾ തമ്മിൽ വളരെ വർഷക്കാലത്തെ ബന്ധമുണ്ട്. എന്റെ ജീവചരിത്രമെഴുതാനുള്ള ആത്മബന്ധവും എന്റെ ജീവിതത്തെക്കുറിച്ച് അതിനുള്ള അറിവും സൈനുദ്ദീനുണ്ട്.

'വിപ്ലവ വായാടികൾ' ഭഗ്നാശരായി സംഘടനയെ പലവട്ടം തള്ളിപ്പറഞ്ഞ് പുതിയ മേച്ചിൽ പുറങ്ങൾ തേടുമ്പോൾ സ്വന്തം നിലപാടുകൾ കൊണ്ട് കൂടുതൽ സന്ദേഹികളെ സൃഷ്ടിക്കാതെ കരുതലോടെ നിന്ന,

നേതൃപരമായ അപകഃതകൾ പങ്കാളിയുടെ ജീവിത മാർഗ്ഗം കവർന്നെടുത്തപ്പോഴും പരസ്യമായി കലഹിക്കാതെ അടിയുറച്ച ഇടതുപക്ഷ മനസ്സുകാത്തു സൂക്ഷിച്ച ഒരു പോരാളിക്ക് യാത്രയിൽ അല്പമെങ്കിലും തണലേകാൻ ഞങ്ങളിൽപ്പെട്ട ഒരാൾക്ക് കഴിഞ്ഞതിൽ അത്യധികം സന്തോഷിച്ച നിമിഷങ്ങളായിരുന്നു അവ.

മാർച്ച് 7 ന് ആണ് എന്റെ ഏജൻസി തുടങ്ങിയത്... അതിനു മുൻപ് 13 പോളിസി പൂർത്തിയാക്കണം.

20% ഞാൻ ഏബിളാണെന്ന് 200% ആർജ്ജവത്തോടെ ലോകത്തോടു പറഞ്ഞ ആ മനുഷ്യൻ ആത്മവിശ്വാസത്തോടെ പ്രഖ്യാപിക്കുന്നു.

"ഞാൻ നാഷണൽ ഫെഡറേഷന്റെ മീറ്റിങ്ങിൽ സംസാരിച്ചിട്ടുണ്ട്."

"ഏജന്റുമാർക്കൊപ്പം ആതിരപ്പള്ളി വാഴച്ചാൽ യാത്ര നടത്തിയിട്ടുണ്ട്."

"സാധാരണ ഇൻഷുറൻസ് കമ്പനി ജനറൽ മാനേജർമാർ പോളിസി തരാറുള്ളതല്ലല്ലോ. ഒരുജനറൽ മാനേജർ എനിക്ക് പോളിസി തന്നിട്ടുണ്ട്."

കുറച്ചു നേരം മാത്രം നീണ്ട ആ സംഭാഷണത്തിനിടയ്ക്ക് ബ്രിട്ടോ പറഞ്ഞതിലേറെയും എൽ ഐസി ഏജൻസിയെക്കുറിച്ചുള്ള നല്ല വാക്കുകൾ...

സഖാവേ! നിങ്ങൾ 1983 ൽ രാഷ്ട്രീയ അസഹിഷ്ണുതയുടെ കഠാരയ്ക്ക് ഇരയാകുമ്പോൾ എനിക്ക് മൂന്നു വയസ്സാണ് പ്രായം.

ജീവിതത്തിലെ പ്രതിസന്ധി ഘട്ടങ്ങളിലും ആത്മവിശ്വാസം കൈവിടാതെ നന്മയുടെയും ശാന്തിയുടെയും ലോകം സ്വപ്നം കണ്ട, പ്രത്യാശയുടെ പൂമരമായി ഇന്നും യുവത്വത്തിന് ഊർജ്ജം നല്കുന്ന താങ്കളുടെ മുന്നിൽ എന്നെപ്പോലുള്ള നിസ്സാരർ വളരെ ചെറുതാണെന്നെനിക്കു ബോദ്ധ്യപ്പെടുന്നു....

61 വയസ്സിന്റെ ചെറുപ്പത്തിലും ഇന്ത്യ ചുറ്റിക്കാണാൻ കാറിൽ പുറപ്പെട്ട നിങ്ങളുടെ സാഹസികത ഞങ്ങളെ അതിശയിപ്പിക്കുന്നു...

23 വർഷം മുൻപ് സൈമൺ ബ്രിട്ടോയ്ക്ക് ഏജൻസി നല്കിയ കെ എ സൈനുദ്ദീൻ (Devt. Officer) പറഞ്ഞ ചില കാര്യങ്ങൾ കൂടി...

Simon Britto Rodrigius P N എന്ന സഖാവ് സൈമൺ ബ്രിട്ടോ എറണാകുളം ബ്രാഞ്ച് 1 ൽ എൽ ഐ സി ഏജൻസി എടുത്തത് 30/5/1994 ൽ ആണ്.

574 പോളിസികൾ നിലവിൽ in force ആയി നിലനിർത്തുന്ന ഇദ്ദേഹം Divisional Managers Club Member ആയിരുന്നു.

കഴിഞ്ഞ നിയമസഭയിൽ ആംഗ്ലോ ഇന്ത്യൻ പ്രതിനിധി എന്ന നിലയിൽ എം എൽ എ ആയി നോമിനേറ്റ് ചെയ്യാൻ ഇടതുപക്ഷ ജനാധിപത്യ മുന്നണി തീരുമാനിച്ചപ്പോൾ ബ്രിട്ടോ ആദ്യം അന്വേഷിച്ചത് എൽ ഐ സി ഏജൻസി എം എൽ എയ്ക്കു തുടരാൻ കഴിയുമോ എന്നാണ്. നിയമസഭാ സെക്രട്ടറിയിൽനിന്നും സ്പീക്കറിൽനിന്നും ഇക്കാര്യത്തിൽ ഉറപ്പു ലഭിച്ചതിനുശേഷം മാത്രമാണ് സൈമൺ ബ്രിട്ടോ എം എൽ എ സ്ഥാനത്തേക്ക് തന്നെ നോമിനേറ്റ് ചെയ്യാൻ സമ്മതം നല്കിയത്.

ഒരു തുണിക്കടയിലോ ജ്വല്ലറിയിലോ 10,000 രൂപ ശമ്പളം ലഭിക്കുന്ന ജോലി കിട്ടിയാൽ എൽ ഐ സി ഏജൻസി ഉപേക്ഷിച്ച് 'സ്ഥിര ജോലിക്ക്' അഭിമാനത്തോടെ പോകുന്ന എല്ലാവർക്കും പാഠമാണ് ഈ ചരിത്രം.

പ്രോട്ടോക്കോൾ പ്രകാരം ഡി ജി പിക്കും പ്രിൻസിപ്പൽ സെക്രട്ടറിക്കും മുകളിലുള്ള ഒരു പദവി സ്വീകരിക്കാൻ എൽ ഐ സി ഏജൻസി തുടരാൻ സാധിക്കില്ലെങ്കിൽ, തനിക്കു കഴിയില്ലെന്ന് പറഞ്ഞ എൽ ഐ സിയൻ ആണ് സൈമൺ ബ്രിട്ടോ.

സിവിൽ സർവ്വീസ് ഉപേക്ഷിച്ച് പ്രോട്ടോക്കോൾ പ്രകാരം മുകളിലുള്ള എം എൽ എ സ്ഥാനം നേടാൻ പലരും രാഷ്ട്രീയ പാർട്ടികളുടെ വാതിലുകളിൽ മുട്ടുന്നതും പാർട്ടികൾ മാറുന്നതും നാം കണ്ടിട്ടുള്ളതാണ്.

ഇവിടെ വേറിട്ട ഒരു ശബ്ദമാണ് ബ്രിട്ടോയിൽനിന്നു നമ്മൾ കേൾക്കുന്നത്.

ബ്രിട്ടോ പോളിസി എഴുതിയ 'ജനറൽ മാനേജർ' എൽ ഐ സിയുടെ മുൻ എറണാകുളം സീനിയർ ഡിവിഷണൽ മാനേജർ, അനിൽ കുമാർ സാർ ആണ്.

അദ്ദേഹത്തിന്റെ ഭാര്യയുടെ പേരിൽ 10 ലക്ഷം രൂപയുടെ പോളിസി ബ്രിട്ടോ പൂർത്തിയാക്കിയിരുന്നു.

സഖാവ് ബ്രിട്ടോയുടെ ഏജൻസി ഇയർ അവസാനിക്കുന്നത് മേയിലാണ്.

പിന്നെ എന്തിനാണ് മാർച്ച് 7 ന് മുൻപ് ബിസിനസ് ടാർഗറ്റ് കംപ്ലീറ്റ് ചെയ്യണം എന്നു പറഞ്ഞത്?

'കൂടെയുള്ള ഹിന്ദിക്കാരൻ സഹായി നാട്ടിൽ പോകുന്നത് മാർച്ചിലാണ്.

അതിനു മുൻപ് എനിക്ക് എന്റെ ബിസിനസ് പൂർത്തിയാക്കണം...'

കഴിഞ്ഞ വർഷങ്ങളിലെ പാളിച്ചകൾ പരിഹരിച്ചു മുന്നേറാൻ സ്വന്തമായി ഡെഡ് ലൈൻ വെച്ചു പ്രയത്നിക്കാനുള്ള എൽ ഐ സി ഏജന്റിന്റെ മനോഭാവം എത്ര ഏജന്റുമാരിൽ നമുക്ക് കാണാൻ കഴിയും?

ആ മനോഭാവം ലക്ഷ്യം കണ്ടെന്നുവേണം കരുതാൻ.

ചിറ്റൂർ കോളേജിലെ ചില അദ്ധ്യാപകരുടെ പോളിസി ഉറപ്പാക്കിയാണ് സഖാവ് ബ്രിട്ടോ മടങ്ങിയത്.

പ്രൊപ്പോസൽ ഫോം കൊണ്ടുകൊടുക്കാൻ പോയ എന്നോടും ഭംഗ്യന്തരേണ പോളിസി ചോദിക്കാൻ സഖാവ് ബ്രിട്ടോ മറന്നില്ല.

അടുത്ത വരവിൽ ശരിയാക്കാം എന്ന ഉറപ്പിൽ ഞാൻ...

ചെറിയ ഒരു മാറ്റം ഉൾക്കൊള്ളാനാകാതെ നിരാശരാകുന്ന, നിഷേധചിന്തകളുടെ കോട്ട കെട്ടി സ്വന്തം മാർഗ്ഗം തനിയെ അടച്ചു വെക്കുന്ന ഏജന്റ് സുഹൃത്തുക്കൾക്ക് മുൻപൊരിക്കൽ നിങ്ങൾ നിങ്ങളുടെ സുഹൃത്തിനു നല്കിയ ഉദ്ദേശം വഴികാട്ടിയേക്കാം.

'കത്തി നില്ക്കുന്ന മെഴുകുതിരിക്കേ ചുറ്റിലും പ്രകാശം പരത്തി ഇരുട്ടിനേ അകറ്റാൻ സാധിക്കുള്ളൂ...

കത്തി തീർന്ന മെഴുകുതിരിക്ക് അതിനാകില്ല. നിങ്ങൾ കത്തി തീർന്ന മെഴുകുതിരിയാകാതെ കത്തി നില്ക്കുന്ന മെഴുകുതിരിയാകൂ.'

തൊഴിലിനോടുള്ള നിങ്ങളുടെ ആത്മാർത്ഥത ഞങ്ങൾക്കു നിങ്ങളോടുള്ള ബഹുമാനം ഇരട്ടിപ്പിക്കുന്നു.

കേരളത്തിലെ യുവജനങ്ങളുടെ മനസ്സിൽ നന്മയും സ്നേഹവും ആത്മാർത്ഥതയും പ്രത്യാശയും പൂക്കുന്ന പൂമരങ്ങൾ നടാൻ, അതു വസന്തമായെത്തുന്നതു കാണാൻ ജീവന്റെ അവസാന മിടിപ്പുവരെ താങ്കൾക്കു കഴിയട്ടെ..

നിങ്ങൾക്ക് എന്റെ വിപ്ലവാഭിവാദനങ്ങൾ.

യാത്ര

വീൽച്ചെയറിൽ ഒരു ഹിമാലയൻ ദർശനം

സൈമൺ ബ്രിട്ടോ

ഹിമാലയത്തിലേക്കു പോകണം എന്നു ഞാൻ തീരുമാനിച്ചതറിഞ്ഞ് കേരളത്തിലെ പ്രമുഖ പത്രങ്ങൾ അത് യാത്ര പുറപ്പെടും മുൻപേ വാർത്തയാക്കിയിരുന്നു. പലരും ഇത്ര ദീർഘമായ യാത്ര പോകരുത് എന്നുപദേശിച്ചു. ഒരേ ഇരുപ്പിരുന്ന് ദേഹം പൊട്ടാൻ സാദ്ധ്യത ഉണ്ട് എന്നതാണ് ആ അഭ്യുദയകാംക്ഷികൾ പറഞ്ഞത്. പക്ഷേ, വാട്ടർകുഷ്യനുകൾ ആ കാര്യത്തിൽ എനിക്കു സഹായകമായി. യാത്ര ഓരോ ഇടത്തെത്തുമ്പോഴും യാത്രയെക്കുറിച്ചറിഞ്ഞവർ അവിടങ്ങളിലെത്തി രണ്ടായിരവും അയ്യായിരവും കൈയിൽ വച്ചുതന്നു. അതനുസരിച്ച് യാത്രയിൽ മുൻകൂട്ടി ആസൂത്രണം ചെയ്തതിൽനിന്നു വ്യത്യസ്തമായ ചില കൂട്ടിച്ചേർക്കലുകൾ ഉണ്ടായി. ജിജോ ആയിരുന്നു എന്റെ ഡ്രൈവർ. എന്റെ സഹായിയായ ബംഗാളി അർജുൻദാസ് ഈ യാത്രയിലുമുണ്ടായിരുന്നു. ഞാൻ യാത്ര പോകുന്നുവെന്നു കേട്ട് ആവേശഭരിതനായി ചാക്കോ എന്നൊരാളും കൂടെ വരാൻ താല്പര്യം പ്രകടിപ്പിച്ചു. മാസങ്ങൾക്കു മുൻപ് പക്ഷാഘാതം വന്ന് ശരീരം തളർന്ന ചാക്കോ സാറിന് എന്റെ യാത്ര ആവേശം പകർന്നു. അദ്ദേഹത്തെയും കൂട്ടിയായിരുന്നു യാത്ര. പക്ഷേ, ഭോപ്പാലിൽ വച്ച് പനി പിടികൂടിയതിനാൽ ചാക്കോ സാറിനു തിരിച്ചുവരേണ്ടി വന്നു. ഞാനും അർജുൻദാസും പിന്നെയും യാത്ര തുടർന്നു.

ദില്ലിയിൽ ചെന്ന് ഹരിദ്വാറിലേക്കു പുറപ്പെടും മുൻപ് ഭാര്യ സീനയും മകൾ നിലാവും സീനയുടെ സഹോദരി സലീനയും മകൾ അച്ചുവും ദില്ലിയിലെത്തി. ഹിമാലയം കാണണമെന്നത് അവരുടെയെല്ലാം ആഗ്രഹമായിരുന്നു. അംബാസഡർ കാറിൽ തന്നെ പോകണമോ എന്ന് അവർ സംശയം പ്രകടിപ്പിച്ചു. പക്ഷേ, എന്റെ വീൽച്ചെയർ കെട്ടിവയ്ക്കാനുള്ള സൗകര്യം കണക്കിലെടുത്തും എന്റെ ജാറുകളും കുപ്പികളും ഒക്കെ

അംബാസഡർ കാറിൽ നിന്നു മാറ്റി മറ്റൊന്നിലേക്കാക്കാനുള്ള ബുദ്ധി മുട്ടു കണക്കിലെടുത്തും യാത്ര അംബാസഡർ കാറിൽ തന്നെ എന്നു തീരുമാനിച്ചു. എം എൽ എ ആയിരിക്കെ 2006 ൽ സാമാജികർക്കുള്ള വായ്പയിൽ വാങ്ങിയതാണ് അംബാസഡർ കാർ. എന്റെ യാത്രകൾക്ക് എപ്പോഴും കൂട്ടായി അവനുണ്ട്. അന്ന് എനിക്കൊപ്പം അംബാസഡർ കാർ വാങ്ങിയ എം എൽ എമാരെല്ലാം പിന്നെ അതു മാറ്റി മോഡേൺ കാറുകൾ സ്വന്തമാക്കി. പക്ഷേ, ഞാൻ ഇപ്പോഴും ഇവന്റെ കൂടെ തന്നെ യാത്ര. എം എൽ എ ആയിരിക്കെ ഒരു ലക്ഷം കിലോമീറ്റർ അവൻ ഓടിക്കഴിഞ്ഞിരുന്നു. അത് കഴിഞ്ഞ് അഞ്ചു വർഷം പിന്നിട്ടു. അതുകൊണ്ട് അവന്റെ കണ്ടീഷൻ അത്ര മെച്ചമെന്നു പറയാനും വയ്യ. പരമാവധി ഭാരം കുറയ്ക്കണം എന്ന ഉദ്ദേശ്യത്തോടെ ഒരു പെട്ടി ദില്ലിയിൽ ജെ പിയുടെ വീട്ടിൽ വച്ചു.

ഡ്രൈവർ ജിജോയ്ക്ക് കല്യാണം കഴിക്കാനായി ഉടൻതന്നെ കേരളത്തിലേക്കു തിരിക്കേണ്ടിവന്നത് ചെറിയൊരു പ്രതിസന്ധിയായി. പക്ഷേ, ബീഹാറിയായ ചന്ദൻലാലിനെ അവിടെനിന്നു ഡ്രൈവറായി കിട്ടി. ചന്ദൻലാൽ മോശമല്ലാത്ത ഡ്രൈവറാണ്. പക്ഷേ, ദില്ലി നഗരത്തിന്റെ തിരക്കിനിടയിലൂടെ അംബാസഡർ കാറോടിക്കുവാൻ ചന്ദൻലാലിനു കഴിവു പോരാ. ആക്സിലേറ്ററും ഗിയറും ബ്രേക്കുമെല്ലാം ചവിട്ടി ചവിട്ടിയെടുക്കുമ്പോൾ എന്റെ കാർ ഞരങ്ങുകയും അമിതമായി ചൂടാകുകയും മൂളുകയും കരയുകയും ചെയ്തു. ഒടുക്കം ദില്ലിയിലെ ചരിത്രസ്മാരകങ്ങൾ ദൂരെയായിരുന്ന് കണ്ട് യമുനാനദിക്കു വിലങ്ങനെയുള്ള പാലത്തിൽ നിന്ന് അപ്പുറത്തെത്തിയപ്പോൾ ഞാൻ ആശ്വസിച്ചു. തിരക്കൊഴിഞ്ഞല്ലോ.

ദില്ലി വിട്ട് യു പി ആയെങ്കിലും തിരക്ക് കൂടിയതല്ലാതെ കുറഞ്ഞില്ല. വഴി രണ്ടായിട്ടു തിരിയുന്നു. ഒന്ന് മീററ്റിലേക്ക്. മറ്റൊന്ന് തെക്കോട്ട് അലിഗഡിലേക്കോ കാൺപൂരിലേക്കോ ലക്നൗവിലേക്കോ എങ്ങോട്ട് വേണമെങ്കിലും പോകാം. ഞങ്ങൾ മീററ്റ് റോഡിലേക്ക് തിരിഞ്ഞു. യു പി ഗ്രാമങ്ങൾ ഇനിയും കാണുവാൻ തുടങ്ങിയിട്ടില്ല. മീററ്റ് നഗരത്തിൽ നിന്ന് കുറച്ചു കൂടി പോയാൽ *മഹാഭാരത*ത്തിലെ ഹസ്തിനിപുരത്തിലെത്താം. മീററ്റ് ഒന്ന് വലം വച്ച് ഞങ്ങൾ ഹരിദ്വാർ റോഡിലേക്ക് കയറി. സൂര്യൻ ചുട്ടുപൊള്ളാൻ തുടങ്ങി. വണ്ടി ഇടയ്ക്കൊന്ന് ഓഫ് ചെയ്യുന്നത് നല്ലതാണ് എന്നു തോന്നി. പഴയ മോഡലായതുകൊണ്ട് ഇടയ്ക്കൊന്ന് ഓഫ് ചെയ്ത് നിർത്തിയിട്ടാണ് യാത്ര പുനരാരംഭിച്ചത്.

ഗാസ്രിയബാദിൽ നിന്ന് മീററ്റ് വഴിയാണ് ഹരിദ്വാറിലേക്കുള്ള ഹൈവേ. മീററ്റ് കഴിഞ്ഞതോടെ സ്വാശ്രയ കോളേജുകൾ ധാരാളമായി കാണാൻ തുടങ്ങി. അതുകഴിഞ്ഞ് ഗ്രാമപ്രദേശത്തെ ഒരു ചെറിയ പട്ടണത്തിലെ ബസ് സ്റ്റോപ്പിൽ വണ്ടി നിർത്തി. ഒരു കുട്ടയിൽ അടുത്തുനിന്നും പറിച്ചുകൊണ്ടുവന്ന പ്ലംസ് വില്ക്കുന്നു. കിലോയ്ക്ക് മുപ്പത് രൂപയേ ഉള്ളൂ. അതു വാങ്ങി മുന്നോട്ട് പോകുമ്പോൾ ഗ്രാമങ്ങളും പട്ടണങ്ങളും കാണാൻ തുടങ്ങി. ഭക്ഷണം കഴിക്കണം. എന്റെ വീൽച്ചെയ

റിന്റെ അറ്റകുറ്റപ്പണിയും നടത്തണം. ഒരു ചെറു പട്ടണത്തിൽ തിരക്കുള്ള ഒരുസൈക്കിൾ കട കണ്ടു. അതിനരികെ ഭോജനശാലയും. കാറിൽ എന്നെ കൂടാതെ ആറുപേരുണ്ട്. ലജേഗ് വയ്ക്കാൻ സ്ഥലമില്ലാത്തതു കൊണ്ട് വീൽച്ചെയറിന്റെ മേലെ തടിച്ച ബാഗുകളും കെട്ടി വച്ചുകൊണ്ടാണ് യാത്ര. ബാഗും ബെഡും ഇറക്കി വീൽച്ചെയർ എടുത്ത് പണി യുവാൻ കൊടുത്തു. അത് എനിക്ക് ഒത്തു കിട്ടിയ സൈക്കിൾ കട ആയിരുന്നു. റിക്ഷാവണ്ടിക്കാരാണ് ഏറെയും അവിടെ അറ്റകുറ്റപ്പണിക്കായി ആശ്രയിക്കുന്നത്.

ഞാൻ വീൽച്ചെയറിൽ ഹിമാലയം കയറുന്നു എന്നത് കടക്കാരന് അത്ഭുതമായി. വീൽച്ചെയറിൽ റിക്ഷാ വണ്ടിയുടെ ആക്സിൽ പിടിപ്പിച്ചു തരാമെന്നായി കടക്കാരൻ. അതാവുമ്പോൾ വലിയ ആയാസം വേണ്ടിവരില്ല എന്നായി അദ്ദേഹം. കാര്യമായി ചെലവു വരുത്താതെ അദ്ദേഹം ആക്സിൽ പിടിപ്പിച്ചു. ഹിമാലയം കയറുന്ന എന്നെ സഹായിക്കണമെന്ന് അദ്ദേഹത്തിന് ശരിക്കും വാശി ഉള്ളതുപോലെ.

ആക്സിൽ പിടിപ്പിച്ച ശേഷം വീൽച്ചെയറിൽ ഇരുന്നു നോക്കിയപ്പോൾ നല്ല വ്യത്യാസം. യാത്ര അല്പം എളുപ്പമുള്ളതാവുമെന്ന് എനിക്കും തോന്നി. അപ്പോൾ ആത്മവിശ്വാസം ഇരട്ടിച്ചു. കടക്കാരനും സന്തോഷമായി. അടുത്ത കടയിൽ പച്ചരിച്ചോറും ഡാലും സബ്ജിയും അതിനടുത്ത് നല്ല പൂരിയും ചുട്ടുകൊടുക്കുന്നുണ്ട്. നല്ല വിശപ്പ്. മൃഷ്ടാന്നം അത് കഴിച്ചു. വീൽച്ചെയർ കാറിനു മുകളിൽ കയറ്റിവച്ചു. വണ്ടി പിന്നെയും ഓടി. യു പിയുടെ തനതു ഗ്രാമക്കാഴ്ചകൾ കാണാൻ തുടങ്ങി. ഹരിദ്വാറിലേക്കുള്ള പകുതി ദൂരം താണ്ടിക്കഴിഞ്ഞപ്പോഴാണ് ഗ്രാമങ്ങൾ കണ്ടുതുടങ്ങിയത്. നല്ല നല്ല മാവിൽ തോട്ടങ്ങൾ. വഴിയരികിൽ നിരത്തി വച്ച മാമ്പഴക്കുട്ടകൾ കാണാൻ തുടങ്ങി. കസേരിയും മറ്റ് നാടൻ മാമ്പഴവും വാങ്ങി. നമ്മുടെ നാട്ടിലെ പൂപ്പരത്തി വച്ചുപിടിപ്പിച്ചപോലെ വലിയ തോട്ടങ്ങൾ അവിടുണ്ടായിരുന്നു. ഇലയും തണ്ടും എല്ലാം പൂപ്പരത്തിപോലെ. പക്ഷേ, വളഞ്ഞ ഒരു പൂപ്പരത്തിയും കാണുന്നില്ല. സംശയം തോന്നിയ ഞങ്ങൾ ഗ്രാമീണരോട് ചോദിച്ചപ്പോൾ മനസ്സിലായി, അത് പോപ്ലർ (തീപ്പെട്ടി) മരങ്ങളാണെന്ന്. യു പിയിലെ കൃഷിക്കാരൻ ഗോതമ്പും നെല്ലും കൃഷി ചെയ്യുമ്പോൾ അതിന്റെ കൂടെയുള്ള അവന്റെ പ്രധാന വരുമാനമാണ് പോപ്ലർ മരങ്ങൾ. നല്ല വിലയ്ക്ക് പ്ലൈവുഡ് ഉരുപ്പടിയായി അത് വിറ്റുപോകും.

റുട്കി വഴിയാണ് ഞങ്ങൾ ഹരിദ്വാറിൽ എത്തിയത്. ഹിമാലയം ചരിവ് താണ്ടിയിറങ്ങുന്ന മനോഹരമായ ഭൂപ്രദേശമാണ് റുട്കി. തീർത്തും കന്റോൺമെന്റ് ഏരിയ. വിസ്തൃതമായ പട്ടാള ബാരക്കുകൾ. വൈകുന്നേരം ഒരു എഞ്ചിനീയറിങ് കോളേജിലേക്ക് തിരിയുന്ന ഗ്രാമവഴിയിൽ വണ്ടി നിർത്തി ചായയും സമോസയും കഴിച്ചു. ഇരുട്ടുന്നതിന് മുൻപ് ഞങ്ങൾ ഹരിദ്വാറിൽ എത്തി. സ്വാമി അഭേദാനന്ദയുടെ ഗംഗാമയി ആശ്രമത്തിൽ.

ബ്രിട്ടോ, നിലാവ്

ഹരിദ്വാറിൽ എല്ലാവർക്കും ആശ്രമമുണ്ട്. ഞങ്ങൾ താമസിച്ച ആശ്രമം സ്ഥാപിച്ച സ്വാമി അഭേദാനന്ദ തിരുവനന്തപുരത്തുകാരനാണ്. 1957 ൽ കേരളത്തിൽ കമ്യൂണിസ്റ്റ് പാർട്ടി അധികാരത്തിൽ വന്നപ്പോൾ പലരും വിചാരിച്ചു, മലയാളിക്ക് ഈശ്വരവിശ്വാസം നഷ്ടപ്പെട്ടെന്ന്. വിശ്വാസം പുനഃസ്ഥാപിക്കാനായി ഈ സ്വാമി ഒരുകോണകം മാത്രം ധരിച്ച് തിരുവനന്തപുരത്തെ സെക്രട്ടേറിയറ്റിനു ചുറ്റിലും പാളയത്തും തമ്പാനൂരുമൊക്കെ ഈശ്വരനാമം ജപിച്ച് നടന്ന് അവസാനം ഹരിദ്വാറിലെത്തി. ഗംഗയിൽ ജലസമാധി ഇരുന്നു. അഖണ്ഡനാമം ചെയ്യാൻ ആശ്രമം തുടങ്ങി. ഗംഗാതീരത്തെ മണ്ണിൽ ഒരുചെറിയ ആശ്രമം. ഞങ്ങൾക്ക് എല്ലാവർക്കും താമസിക്കാൻ കട്ടിലും കിടക്കയും എല്ലാമുള്ള മുറി കിട്ടി. രാത്രിഭക്ഷണവും അവർ ഒരുക്കിയിരുന്നു. ഞാൻ മാമ്പഴം കഴിച്ചു.

ഏതാണ്ട് ത്രിസന്ധ്യയായപ്പോൾ നമ്മുടെ നാട്ടിലെ അമ്പലത്തിലെ നട തുറക്കുമ്പോൾ കേൾക്കുന്ന കൊട്ടിൽനിന്നും വ്യത്യസ്തമായ ഒരു കൊട്ടും മണികിലുക്കവും. ഒരു തമ്പേറും കൊട്ടുപോലെ. എന്റെ ജീവിതത്തിൽ ഇത്തരം ഒരു അനുഭവം ആദ്യമായിട്ടായിരുന്നു. ശിവാനി കുന്നിൽ സുഖകരമായ നേരിയ തണുപ്പ് ആയിരുന്നു. അപ്പോൾ അവിടെ കിടന്നുറങ്ങണമെന്നായി എനിക്ക്. ആഗ്രഹം പ്രകടിപ്പിച്ചപ്പോൾ കൂടെയുള്ളവർ എന്നെ ആ കുന്നിൻതാഴ്വരയിലേക്ക് എടുത്തുകിടത്തി. ആ സുഖശീതളിമയിൽ ഞങ്ങൾ സുഖമായുറങ്ങി.

സ്വപ്നതുല്യം ഭാഗീരഥി

രാവിലെ ഉണർന്നപ്പോൾ എന്റെ അവസ്ഥ കണ്ടിട്ടാണോ എന്റെ കാറിന്റെ സ്ഥിതി മനസ്സിലാക്കിയിട്ടാണോ എന്നറിയില്ല. സ്വാമി അഭേദാനന്ദ പറഞ്ഞു ഞാൻ നിങ്ങളെ കുറച്ചുപേരെ ഉത്തരകാശിയിൽ എത്തിക്കാം. എനിക്കു സന്തോഷമായി. ഹിമാലയം കയറുമ്പോൾ ഒരു സ്വാമി ഉള്ളത് നല്ലതാണ്. യാത്ര പുറപ്പെടും മുൻപ് സ്വാമി ഫോണിൽ എറണാകുളത്ത് ജൈവക്കട നടത്തുന്ന നിയോഗം ഷാജിയെ വിളിച്ചു പറയുന്നു. 'നിങ്ങൾ മാത്രമല്ല ഹിമാലയം കയറുന്നത് ഞാൻ ഇപ്പോൾ ബ്രിട്ടോയുമൊത്ത് ഉത്തരകാശിക്ക് പുറപ്പെടുകയാണ്.' എന്റെ അംബാസിഡർ കാറിലെ നാലുപേർ സ്വാമിയുടെ മാരുതികാറിൽ കയറി. സ്വാമിയും അർജുൻദാസും കൂടി എന്നെ എന്റെ അംബാസഡർ കാറിലും കയറ്റി. അവർ മുൻപും ഞങ്ങൾ പിന്നിലുമായി യാത്ര തുടർന്നു. ഹിമാലയത്തിന്റെ തെക്കുഭാഗത്തായി കിന്നരിത്തൊങ്ങൽപോലെ നിരയായി നിരന്നു നില്ക്കുന്ന ശിവാനി കുന്നുകളിലൂടെ, ഡൂൺ വാലിയിലൂടെ ഞങ്ങൾ കയറ്റം കയറുവാൻ തുടങ്ങി. രാവിലെ ഹരിദ്വാറിൽനിന്നു പുറപ്പെട്ട് ഋഷികേശിലെത്തിയത് അറിഞ്ഞതേയില്ല. തുടർന്ന് ബർസാത്തി നദി കടന്ന് സ്വച്ഛമായി മല കയറുമ്പോൾ ഹിമാലയത്തിന്റെ കുളിർമ്മയും ആസ്വദിച്ച് യാത്ര ചെയ്യുമ്പോൾ ഒരു ചെക്ക്പോസ്റ്റിൽ എത്തി. ഉത്തരാഖണ്ഡ്

ബ്രിട്ടോ

പൊലീസുകാർ വളരെ സൗമ്യമായി കാറിന്റെ ബുക്കും പേപ്പറും ചോദിച്ചു. പെട്ടെന്ന് പിറകിൽ തപ്പി നോക്കിയപ്പോൾ ഞെട്ടിപ്പോയി. ലഗേജിന്റെ എണ്ണം കുറയ്ക്കാൻ, ഡൽഹിയിൽ ജെ പിയുടെ വീട്ടിൽവച്ച ബാഗിൽ അത് പെട്ടുപോയിരിക്കുന്നു. ഞാൻ ഒന്നു പരുങ്ങി. എന്റെ എക്സ് എം എൽ എ തിരിച്ചറിയൽ കാർഡ് എടുത്ത് പൊലീസുകാരന് നീട്ടിക്കൊണ്ട് ഞാൻ പറഞ്ഞു. ഞാൻ ദില്ലിയിൽവച്ച് ബുക്കും പേപ്പറും മറന്നുപോയി. എടുക്കണമെങ്കിൽ തിരികെ ദില്ലി വരെ പോകണം. ആ ഉത്തരാഖണ്ഡുകാരൻ വളരെ സൗമ്യമായി പറഞ്ഞു. 'ഇതല്ല ഞങ്ങൾക്കാവശ്യം എന്നാലും പൊയ്ക്കോളൂ.'

ഉയർന്ന മലനിരകൾ ഞങ്ങൾ മെല്ലെ മെല്ലെ കയറാൻ തുടങ്ങി. മല കയറി ഞങ്ങൾ ഒരു ചെറു നഗരത്തിലെത്തി. നരേന്ദ്രനഗർ. സ്വാമി സംവിധാനന്ദ അവിടെ പ്രഭാത ഭക്ഷണത്തിന് കയറി. പിറകെ ഞങ്ങളും. ഹിമാലയത്തിൽ കയറിയിട്ട് ആദ്യം കയറുന്ന കട. ആലു പൊറോട്ടയും ബട്ടറും സബ്ജിയും ഒക്കെയുണ്ട്. ഞാൻ പഴം കഴിച്ചു. പിന്നെ യാത്ര തുടർന്നു

മുന്നോട്ടു പോകവെ,. ഒരു ഗഡ്വാളിച്ചെറുക്കൻ ലിഫ്റ്റ് ചോദിച്ചു. ഞങ്ങൾ വണ്ടി നിർത്തി. അവനെ കയറ്റി പെട്ടെന്ന് ഞങ്ങൾ ലോഹ്യത്തിലായി. ആട് വളർത്തലും കൃഷിയുമാണ് ഗഡ് വാളികൾക്ക് മുഖ്യം. നെല്ലും ഗോതമ്പും കുരങ്ങ് ശല്യം കാരണം കൃഷി ചെയ്യാൻ പ്രയാസപ്പെടുന്നതായി അവൻ പറഞ്ഞു. കനത്ത തണുപ്പുള്ളതുകൊണ്ടാവണം ഇവിടെ പാമ്പില്ല. പയ്യൻ ഒരുബന്ധുവിന്റെ കല്യാണത്തിന് പോകുകയാണ്. കല്യാണം കൂടാൻ ഞങ്ങളും വന്നോട്ടെയെന്ന് ചോദിച്ചപ്പോൾ

ഹൃദയം നിറഞ്ഞ സന്തോഷത്തോടെ അവൻ സമ്മതം മൂളി. എത്ര ഉയരത്തിലാണെങ്കിലും എന്നെ പൊക്കി കൊണ്ടുപോകാമെന്നായി അവന്റെ വാഗ്ദാനം. ഉത്തരകാശിക്ക് നല്ല ദൂരമുണ്ട്. വഴിയിലൊരിടത്തും തങ്ങേണ്ട എന്നെനിക്ക് ഉപദേശം കിട്ടി.

ഞങ്ങൾ തെഹ്‌രിയിലെത്തി. ഭാഗീരഥിയുടെ സ്വപ്നതുല്യവും ശുഭ്രവും ഹരിതാഭവുമായ നിറത്തിൽ കുതിർന്ന ജലഭംഗി കണ്ടു. ഇടയ്ക്ക് റോഡിൽ ഒരു തടസ്സം. പെട്ടെന്ന് പൊട്ടി ഉതിരുന്ന റോഡിന്റെ ഒരു ഭാഗം നന്നാക്കുകയാണ്. ഞങ്ങൾ അല്പം കാത്തെങ്കിലും സുഗമമായി യാത്ര തുടർന്നു. നദിയിറമ്പിലൂടെ ഉത്തരകാശിയിലേക്ക് നീങ്ങുന്ന മനോഹര വഴി ഗോതമ്പ് വയലുകൾ. മുന്നോട്ടു പോകുന്തോറും ഹിമാലയം മൺകൊട്ടാരം പോലെ ഉതിർന്നു വീഴുന്ന ദയനീയ കാഴ്ച. ഉതിരുന്ന മലയിലേക്ക് കയറ്റം തന്നെ. ഉത്തരകാശിയെ അടയാളപ്പെടുത്തിക്കൊണ്ട് മനോഹരമായ ഭാഗീരഥി നദിയുടെ കാഴ്ചകൾ കണ്ടു. വെറുതെ വളർന്നു നില്ക്കുന്ന ഭാങ് ചെടികൾ കാഴ്ചയ്ക്ക് മനോഹാരതി പകർന്നു. വൈകുന്നേരം ഞങ്ങൾ ഉത്തരകാശിയിലെത്തി.

പൂവണിയുന്ന ദേവദാരുക്കൾ

പിറ്റേന്ന് ഉച്ചയ്ക്കു ശേഷം ഹരി ഓം ആനന്ദ് വന്നു. കൂടെ മുപ്പതിനും നാല്പതിനും ഇടയിൽ പ്രായമുള്ള രണ്ടുസന്ന്യാസിമാരും. കണ്ണൻ സ്വാമിയും ലളിത് സ്വാമിയും. ഞങ്ങൾ സ്നേഹത്തോടെ കുറേ സംസാരിച്ചിരുന്നു. ഹരി ഓം ആനന്ദ് സീനയെയും നിലാവിനെയും സലീനയെയും മകളെയും കൂട്ടി ആശ്രമത്തിലേക്ക് പോയി. സമയം ഉച്ച കഴിഞ്ഞതുകൊണ്ട് വെയിലിനു ചൂടില്ല. എന്തോ കണ്ണൻ സ്വാമിയോട് വല്ലാത്ത ഒരുസ്നേഹബന്ധം തോന്നി. അതുപോലെ അദ്ദേഹത്തിനു തിരിച്ചും തോന്നിയിരിക്കണം.

കണ്ണൻ സ്വാമി തന്നെ വീൽച്ചെയർ തള്ളി ഓരോന്ന് പറഞ്ഞ് എന്നെയും കൂട്ടി നടക്കുവാൻ തുടങ്ങി. ആശ്രമത്തിൽ നിന്ന് ഇറക്കം ഇറങ്ങി പ്രധാന റോഡിലെ പഴങ്ങളും പച്ചക്കറികളും വില്ക്കുന്ന കടകൾക്കിടയിലൂടെയാണ് ഞങ്ങളുടെ യാത്ര. എന്റെ ചോദ്യങ്ങൾക്ക് കണ്ണൻ സ്വാമി കൃത്യമായി ഉത്തരം തന്നുകൊണ്ടിരുന്നു. ഉത്തര കാശിയിലെ താമസക്കാരിൽ എൺപതു ശതമാനവും ബ്രാഹ്മണരാണ്. എന്നാൽ പഴം പച്ചക്കറി കച്ചവടം നടത്തുന്ന മുഴുവൻ പേരും മുസ്ലീം സഹോദരങ്ങളാണ്. ഉത്തരകാശിയിൽ ഒരു മലയാളി കുടുംബം പോലും താമസമില്ല. ഞങ്ങൾ അവിടെനിന്നും ഭാഗീരഥിയെ മുറിച്ചുകൊണ്ട് ബദരിനാഥിലേക്കും കേദാർനാഥിലേക്കും പോകുവാൻ കഴിയുന്ന ത്രിലോക് പാലത്തിനു മേലെ നിന്ന് മനോഹരമായി ഒഴുകുന്ന ഭാഗീരഥിയും നാല് ചുറ്റുമുള്ള മലകളും പടിഞ്ഞാറോട്ടൊഴുകുന്ന സൂര്യന്റെ അസ്തമയഭംഗിയും ചിറകുതേടി പറക്കുന്ന പക്ഷിക്കൂട്ടങ്ങളെയും കണ്ടു.

ഭാഗീരഥിയിൽ സോപ്പ്തേച്ച് കുളിച്ചുകൂടാ. അത് എല്ലാവരും അനുസരിക്കുന്ന അലിഖിത നിയമമാണിവിടെ. ഞങ്ങൾ ഭഗീരഥിയെ നോക്കി നില്ക്കുമ്പോൾ ഒരാൾ വന്നു പരിചയപ്പെട്ടു പേർ കനക് പാൽ. നാട്ടുകാരനാണ്. കോൺഗ്രസ് രാഷ്ട്രീയക്കാരനാണ്. ഞാൻ മാർക്സിസ്റ്റുകാരൻ എന്നു പറഞ്ഞിട്ടും സ്നേഹത്തിന് ഒരുകുറവും ഉണ്ടായില്ല. ഞങ്ങൾ പാലത്തിന് അപ്പുറം പോയി. ഉത്തരകാശിയുടെ സൗഭഗമായ വർണ്ണക്കാഴ്ചകൾ കണ്ട് മടങ്ങുവാൻ തുടങ്ങി. ഫ്ളാറ്റുകൾ ഒന്നും അവിടെയില്ല. മിക്കവാറും മേൽക്കൂരകൾക്ക് ചരിവുണ്ട്. വാരണാസി പോലെയല്ല. വെടിപ്പുള്ള പട്ടണം. പ്രകൃതി ക്ഷോഭത്തിൽ അധികൃതവും അനധികൃതവുമായ പല നിർമ്മാണങ്ങളും പ്രകൃതി ഇടിച്ചുതകർത്തു. നദിയിൽ പലയിടത്തും ജെ സി ബി പ്രവർത്തിപ്പിച്ച് മരാമത്ത് പണികൾ നടക്കുന്നുണ്ട്. ഇടിഞ്ഞു പോയ പടവുകൾ കെട്ടിപ്പടുക്കുകയാണ്. ഞങ്ങൾ കാശി വിശ്വനാഥ ക്ഷേത്രത്തിലേക്ക് നീങ്ങി. സ്വാമി എനിക്കു വേണ്ടി വീൽച്ചെയർ തള്ളി തന്നു. മാനുഷികത വറ്റാത്ത ആളുകൾ ഇങ്ങനെ അവതരിക്കാറുണ്ട്. അതു ബോദ്ധ്യപ്പെടുമ്പോഴുള്ള സന്തോഷമാണ് യാത്രകളുടെ ആകത്തുക എന്നുപറയാം.

ഉത്തരകാശി പട്ടണം ചുറ്റിക്കറങ്ങുമ്പോൾ കണ്ണൻ സ്വാമിയോട് ഞാൻ രഹസ്യത്തിൽ ചോദിച്ചു. ഇവിടെ പശു ഇറച്ചി കിട്ടുന്ന ഹോട്ടൽ വല്ലതും ഉണ്ടോ? വണ്ടി മുന്നോട്ടു തള്ളിത്തള്ളി ഒരു ചെറിയ ഹോട്ട

യാത്രാവേളയിൽ

ലിന്റെ മുന്നിലേക്കു കൈ ചൂണ്ടി കണ്ണൻ സ്വാമി പറഞ്ഞു. ഈ ഹോട്ടലിന്റെ ഉള്ളിൽ ചെന്ന് രഹസ്യമായി ചോദിച്ചാൽ അവർ ആരും അറിയാതെ ബീഫ് കറി തരും. പശു ആണോ പോത്ത് ആണോ എന്നു നിശ്ചയമില്ല. പക്ഷേ, രഹസ്യമായി ഇറച്ചിക്കറി വില്പന ഉണ്ട് എന്ന സത്യം എന്നെ അത്ഭുതപ്പെടുത്തി.

വിശ്വനാഥ ക്ഷേത്രത്തിനു മുന്നിലെ ഹാളിലെ വലിയ ഒരു ത്രിശൂലം കാണാം. ചെമ്പ് കൊണ്ടാണ് അതിന്റെ നിർമ്മിതി. ഏകദേശം ഒരു മീറ്റർ ചുറ്റളവും നാല് മീറ്റർ ഉയരവും കാണും. അവിടെ പലയിടത്തും ശൂലങ്ങൾ കാണാം. ആ ഹാളിൽ ഭസ്മത്തിന്റെ ഗന്ധവും പുണ്യതീർത്ഥങ്ങളിൽ ചുറ്റിക്കറങ്ങുന്ന ബാബാമാരെയും കാണാം. ബാബാമാർക്കെല്ലാം വസ്ത്രം കുറവാണ്. വേനൽക്കാലമായതുകൊണ്ടാകണം ദേഹമാസകലം അവർ ഭസ്മം പൂശിയിട്ടുണ്ട്. ഇതിനടുത്ത പ്രധാനപ്പെട്ട അഞ്ച് ക്ഷേത്രങ്ങൾ ചുറ്റിക്കറങ്ങുന്നത് ഇനിയൊരവസരത്തിലേക്ക് മാറ്റിവച്ച് ഞങ്ങൾ ആശ്രമത്തിലേക്ക് തിരിച്ചു. ഹിമാലയൻ ത്രിസന്ധ്യയിൽ തണുപ്പു ഞങ്ങളെ അമർത്തി തടവാൻ തുടങ്ങി.

ഒരു കാലത്ത് ഇവിടെ മുന്നൂറിൽപ്പരം ക്ഷേത്രങ്ങൾ ഉണ്ടായിരുന്നുവെന്ന് പറഞ്ഞു കേട്ടു. അത്രയും അവശേഷിപ്പുകൾ ഇന്നിവിടെ കാണുന്നില്ല. നാളെ ഗംഗോത്രിക്ക് പുറപ്പെടണം. എന്റെ പഴയ കാറിൽ പോകണോ എന്ന് സ്വാമി ഹരി ഓം ആനന്ദിന്റെ സാന്നിദ്ധ്യത്തിലാണ് ഞാൻ ചർച്ച ചെയ്തത്. വലിയ വണ്ടി വിളിച്ചുപോയാൽ പണം ഏറെയാകും. ഉത്തരകാശി വരെ സഞ്ചരിച്ചിട്ട് ദേവദാരുക്കൾ ഇതുവരെ കണ്ടില്ല. ഗംഗോത്രിക്ക് പോകാൻ റോഡ് നല്ലതാണെന്ന് സന്ന്യാസിമാർ അന്വേഷിച്ച് പറഞ്ഞു തന്നു. അവസാനം ഒരുതീരുമാനമെടുത്തു. പോകുന്നിടത്തോളം കാറിൽ തന്നെ യാത്ര പോകുക. ഗംഗോത്രി എത്തിയില്ലെങ്കിലും ദേവദാരുക്കൾ കണ്ടെങ്കിലും മടങ്ങണം. ഗംഗോത്രിയിൽ താമസിക്കാൻ ഒരു ആശ്രമവും സന്ന്യാസിമാർ ഏർപ്പെടുത്തിത്തന്നു. പിറ്റേന്നത്തെ സ്വപ്ന സാക്ഷാൽക്കാരം പോലുള്ള യാത്രയും ഓർത്തോർത്ത് ഭാഗീരഥിയിലൂടെ ഒഴുകിയെത്തുന്ന ശുദ്ധവായുവും ശ്വസിച്ച് അന്നു രാത്രി ഞാൻ ഉറങ്ങിയതറിഞ്ഞില്ല.

പൂവണിയും ദേവദാരുക്കൾ തേടി ഞങ്ങൾ ഭാഗീരഥിയുടെ തീരത്തു കൂടി യാത്ര തുടങ്ങി. ഹിമാലയൻ പ്രഭാതക്കുളിർ കോരി നിറച്ച യാത്ര. വണ്ടി പോകുമ്പോൾ ഇടതുവശത്ത് ഒരു ക്ഷേത്രം കണ്ടു. വലതുവശത്ത് ഭാഗീരഥിയും. ഇവിടെയാണ് പഞ്ചപാണ്ഡവന്മാർക്കായി അരക്കില്ലം ഒരുക്കിയത്. അരക്കില്ലത്തിന്റെ രഹസ്യമായ ഭൂമിക്കടിയിലെ പാതയിലൂടെ സഞ്ചരിച്ച് ഭാഗീരഥി നദിയും കടന്ന് അപ്പുറത്തെത്തിയതിന്റെ അടയാളമായിട്ടാണ് ആ ക്ഷേത്രമെന്ന് അറിയാൻ കഴിഞ്ഞു.

സ്ഫടികം പോലെ

ഞങ്ങൾ ഉത്തരകാശിയിലെ അസീ നദിക്കു മേലെയുള്ള പാലം കടന്നു. പാലം കടന്നയുടനെ മത്സ്യമാംസങ്ങൾ കറിവച്ചു കൊടുക്കുന്ന ഒരു ഹോട്ടലിന്റെ ബോർഡ് കണ്ടു. സ്ഥലം ഗ്രാമപാനി. അവിടെ നിന്ന് ഞങ്ങൾ മനേരിലേക്ക് കടന്നു. അത് ആൾത്താമസമുള്ള ഒരു കൊച്ചു ഗ്രാമപട്ടണമാണ്. ഗ്രാമപാനി ഒരുചെറിയ പ്രദേശമാണെങ്കിൽ മനേരി ഭാഗത്താണ് ഡാമിന്റെ പണി നടക്കുന്നത്. അവിടെ പലയിടത്തും സിമന്റു കമ്പിയും മണലും ജെ സി ബിയും കണ്ടു. അവിടെ നിന്ന് 19 കിലോമീറ്റർ പോയാൽ മഡ്‌വാടിയായി. ഇവിടെ കേദാർനാഥിലേക്കു പണ്ട് പോയ വഴികൾ കാണാം. ആ പ്രദേശത്ത് നല്ല ആൾത്താമസമുണ്ട്. റോഡരികിൽ വീടുകൾ. അവിടെ നിന്ന് ഗോഡൂരാണിയിൽ എത്തിയപ്പോൾ കടകൾ കാണാൻ തുടങ്ങി. ഒപ്പം പൊലീസും. അവിടെ ഏതോ സർക്കാർ കേന്ദ്രങ്ങൾ ഉണ്ടെന്ന് മനസ്സിലായി. അവിടെ നിന്ന് ഞങ്ങൾ റൈഗറിലേക്ക് കടന്നു. റൈഗറിലും കുചൽഗാട്ടിനും ഇടയ്ക്കായി ഞങ്ങൾ തലേന്നു പരിചയപ്പെട്ട ബാബുജിയെ കണ്ടു. മദ്ധ്യപ്രദേശുകാരനാണ്. അദ്ദേഹത്തിന് അമിതമായ ഭക്തിയോ ആർത്തിയോ ഇല്ല. പക്ഷേ, മനുഷ്യസ്നേഹത്തിനു കുറവുമില്ല. കാരണം എന്റെ വീൽച്ചെയർ തള്ളുവാൻ അദ്ദേഹം താല്പര്യം പ്രകടിപ്പിച്ചു.

കേരളത്തിലാണെങ്കിലും വീൽച്ചെയർ തള്ളിത്തരാനും മറ്റുമായി എന്നെ സഹായിക്കാനെത്തിയിട്ടുള്ളതെല്ലാം അത്ര തന്നെ ഔപചാരിക വിദ്യാഭ്യാസം നേടിയിട്ടില്ലാത്തവരാണ്. വിദ്യാഭ്യാസം കൂടുതലാവുമ്പോൾ മാനവികത വറ്റുന്നതെന്തേ എന്ന് പലപ്പോഴും ഞാൻ ആലോചിച്ചുപോയിട്ടുണ്ട്. അതേ ആലോചന എന്നിൽ ഈ സമയത്തും ഉടലെടുത്തു.

വീണ്ടും കാറിൽ കയറി. മേലേക്ക് മേലേക്ക് കയറുമ്പോൾ മുകളിൽനിന്ന് ഇടിഞ്ഞിടിഞ്ഞ് വീഴുന്ന ഹിമാലയത്തിന്റെ മണലും തിട്ടയും ഞാൻ നോക്കിനിന്നു. കുചാൽ ഗാട്ടിൽ തിട്ട ഇടിയാതിരിക്കാൻ സർക്കാർ കമ്പിവേലി കെട്ടി സംരക്ഷിച്ചിട്ടുണ്ട്. മനോഹരമായ മലമടക്കുകളും വളവും തിരിവുകളും. പട്ടാളക്കാരുടെ നേതൃത്വത്തിൽ റോഡ് പണി നടക്കുന്നുണ്ട്. വളഞ്ഞൊഴുകുന്ന പുഴകൾ പോലെ ഹിമാലയത്തിന്റെ മേലേക്കു ഞങ്ങൾ കയറുകയാണ്. പകൽ വെളിച്ചത്തിൽ നീലയും വെള്ളയും കലർന്ന് സ്ഫടികംപോലെ ഹിമാലയം, കാടുകൾക്കു മുകളിൽ തെളിമയാർന്ന ആകാശം, ദൂരെ ഹിമക്കട്ടികൊണ്ട് പൊതിഞ്ഞ മലയുടെ മേലാപ്പും നോക്കി നോക്കി ഞങ്ങൾ ഗംഗാനദിയിലെത്തി. വർഷങ്ങളായി ഗംഗോത്രിക്ക് പോകുന്നവരുടെ ഇടത്താവളമാണ് ഗംഗാനാനി. ഹിമാലയത്തിന്റെ വരദാനമായി ഈ യാത്രയിലെ ഏക ചൂടുറവ ഇവിടെയാണ്. ഇവിടം സമുദ്ര നിരപ്പിൽനിന്ന് 1670 മീറ്റർ ഉയരത്തിലാണെങ്കിൽ ഇനി ഇവിടെനിന്ന് 247 മീറ്റർ ഉയരത്തിലുള്ള സുഖി എന്ന ചെറുപട്ടണം വരെ കുത്തനെയുള്ള കയറ്റമാണ്. ഇവിടെനിന്നുള്ള കയറ്റത്തിൽ മനോഹരമായ കാഴ്ചകൾ കാണാൻ തുടങ്ങി. ഞങ്ങൾ ഹിമാലയത്തിലെ

റിക്ഷാവാലയ്ക്കൊപ്പം

കൊച്ചു കൊച്ചു ചെടികളിലെ വർണ്ണഭംഗിയുള്ള പൂക്കളും തണ്ടും ചെടിയും ക്യാമറയിൽ പകർത്തി. ഇടയ്ക്കിടെ വണ്ടി നിർത്തി എല്ലാവരും പുറത്തിറങ്ങി. മലയിൽനിന്നും പാറവിടവിലൂടെ നീർച്ചാലുകൾപോലെ ഒലിച്ചിറങ്ങുന്ന നീർധാരയിൽനിന്നും കൈക്കുമ്പിളിൽ തണുത്ത വെള്ളം കുടിച്ച് കുപ്പികളിൽ ശേഖരിച്ചു.

വഴിയരികിൽ ഗീർവനങ്ങൾ കാണാൻ തുടങ്ങി. മേലേക്കു കയറുന്തോറും താഴേക്ക് കാണാൻ കഴിയാത്ത അത്രയും ഗർത്തം. ഗർത്തത്തിനപ്പുറത്ത് ആകാശം മുട്ടി നില്ക്കുന്ന മലകൾ. ആ മലകളിലെ മനോഹരമായ പച്ച പുൽക്കാടുകളും പുൽമേടുകളും. നേരം ഉച്ച കഴിഞ്ഞെങ്കിലും ആഹ്ലാദത്തിമിർപ്പിൽ വിശപ്പറിഞ്ഞില്ല. മലമടക്കുകളുടെ വളവുകൾ തിരിയുമ്പോൾ മേലെ നിന്ന് നോക്കുമ്പോൾ മലയുടെ അരഞ്ഞാണം പോലെ താഴേക്ക് നീണ്ടുപോകുന്ന ടാറിട്ട റോഡ് കൗതുകവും ഭയവും ജനിപ്പിക്കും. ഓരോ മലമടക്ക് തിരിയുമ്പോഴും മുന്നിൽ ആഴത്തിലുള്ള മഞ്ഞിൻ മരണഗർത്തങ്ങളാണ്. വന്യമായ ആ കാഴ്ച കണ്ട് മേലേക്ക് കയറുമ്പോൾ വണ്ടി അസ്വസ്ഥമാകുവാൻ തുടങ്ങി. പെട്ടെന്ന് വെട്ടിച്ചെടുക്കേണ്ട മലമുകളിൽ വന്നപ്പോൾ വണ്ടി കേടുപാടുകൾ പറ്റിയ പോലെ ഉലഞ്ഞു. ചക്രത്തിൽ തീ പാറുന്ന ശബ്ദം. വണ്ടി ഉലഞ്ഞുലഞ്ഞ് ഗർത്തത്തിലേക്ക് വീഴുമോയെന്ന് തോന്നി.

ഹിമാലയൻ മലമടക്കുകൾ കയറി പരിചയമുള്ള നല്ല ആരോഗ്യവാനും അവിവാഹിതനുമായ ചന്ദൻലാൽ എന്ന ബീഹാറി ഡ്രൈവർ എന്തൊക്കെയോ കാണിച്ചു. ഗർത്തത്തിലേക്ക് വീഴാതെ വലത്തേക്ക് വളച്ചെടുത്തു. വണ്ടിയുടെ റേഡിയേറ്റർ തിളച്ച് ചൂട് ആവി പൊന്തി. ടയറാണോ ബ്രേക്ക് ആണോ എന്നറിയില്ല. ഒരു കരിഞ്ഞ ഗന്ധം. ഓടാൻ

കഴിയാതെ വണ്ടി അരികിലൊതുക്കി. എല്ലാവരും വണ്ടിയിൽ നിന്നിറങ്ങി. ചന്ദൻലാൽ എന്നോട് മെല്ലെ പറഞ്ഞു: 'ബ്രേക്ക് കംപ്ലെയ്ന്റ് ആണ്.' ബ്രേക്ക് ജാം ആയി, ഉള്ളിൽ ഒരു ആന്തൽ. പക്ഷേ, ആ കയറ്റം കയറി വളവിൽ വച്ച് എങ്ങനെയോ ജാം മാറി. ചന്ദ്രലാൽ നിർത്തി. ഇനി റേഡിയേറ്റർ തണുക്കണം. ഞാൻ വണ്ടിയിൽ ഇരുന്നു. വണ്ടി തണുക്കാൻ തുടങ്ങിയിരുന്നു. ഭീതി മാറി മനസ്സും തണുക്കാൻ തുടങ്ങി. കൂടെയുള്ളവർ ഹിമാലയം നടന്നു കാണട്ടെ എന്നു പറഞ്ഞ് മുന്നോട്ടു നടന്നു.

ഒരു വാഹനവും അങ്ങോട്ടോ ഇങ്ങോട്ടോ പോയിക്കാണുന്നില്ല. ഞാൻ കാറിലിരുന്ന് ഹിമാലയം നോക്കി. അതിന്റെ ഭംഗിയും നോക്കി എല്ലാം മറന്ന് കാത്തിരുന്നു. ഹിമവാന്റെ തണുപ്പുകൊണ്ടാവാം പെട്ടെന്നു തന്നെ റേഡിയേറ്ററിന്റെ താപം കെട്ടു. ചന്ദൻലാൽ വീണ്ടും വണ്ടി ഓടിക്കാൻ തുടങ്ങി. ഹിമാലയൻ സാനുക്കൾ ആസ്വദിച്ച് മുന്നോട്ടു പോയ ഓരോരുത്തരെയും തിരിച്ച് കാറിൽ കയറ്റി. പിന്നെയും കയറ്റം തന്നെയാണ്.

പിന്നീടങ്ങോട്ട് പാറമലകൾ നിറഞ്ഞ പ്രദേശമാണ്. മരങ്ങൾ തീരെ കുറവ്. മാനം മുട്ടി നില്ക്കുന്ന പാറകൾ. മേലേക്ക് വളഞ്ഞും തിരിഞ്ഞും കയറ്റങ്ങൾ തന്നെ. വണ്ടിയുടെ റേഡിയേറ്റർ ചൂടായി പിന്നെയും പുകഞ്ഞു. ഒട്ടേറെ തവണ നിർത്തിയിട്ട് ചൂടാറ്റിയിട്ടാണ് ഞങ്ങൾ കയറ്റം കയറിയത്. ഒരു വളവ് തിരിഞ്ഞ് നീണ്ട ഒരു കയറ്റം കയറിക്കൊണ്ടിരിക്കുമ്പോൾ വണ്ടിയുടെ ബ്രേക്ക് വീണ്ടും ജാം ആയി. വണ്ടി ഒരിഞ്ച് മുന്നോട്ടുപോയില്ല. അതും കയറ്റത്ത്. വണ്ടിയുടെ ചക്രം അഴിക്കാൻ ടൂൾസ് ഒന്നും വണ്ടിയിൽ ഇല്ല. ഉള്ള ടൂൾസ് കൊണ്ട് അഴിക്കാനും കഴിയില്ല. ദൂരെ നിന്ന് ഒരു ക്വാളിസ് യാത്രക്കാരെയും നിറച്ചുവരുന്നുണ്ട്. ചന്ദൻലാൽ അവരെ തടഞ്ഞു നിർത്തി. അവരുടെ കൈയിലും എന്റെ വണ്ടിക്കു പറ്റിയ ടൂൾസ് ഇല്ല. പിന്നെയും ചില വണ്ടികൾക്ക് കൈ കാണിച്ചു ആരുടെ കൈയിലും എന്റെ വണ്ടിക്ക് പറ്റിയ പണിയായുധമില്ല. വണ്ടിയിൽ എന്റെ കൂടെയുള്ളവർ ഹിമാലയത്തിന്റെ സൗന്ദര്യസൗഭാഗ്യങ്ങളിൽ എല്ലാം മറന്നവരായി ആസ്വദിക്കുകയാണ്. ഹിമാലയ സൗന്ദര്യത്തിന്റെ വള്ളികൾകൊണ്ട് ചുറ്റി വരിഞ്ഞ് ഓരോരുത്തരെയും ബന്ധിച്ചപോലെ എനിക്കുതോന്നി.

ബെഡ് പുറത്തിട്ട് എന്നെ അതിൽ കിടത്താൻ ഞാൻ കൂടെയുള്ളവരോടു പറഞ്ഞു. റോഡരികിൽ ഇട്ട ബെഡ്ഡിൽ ഞാൻ നടു നിവർത്തി. ചന്ദൻലാൽ ദൂരെ കണ്ട ഒരുവീട്ടിലെ ഒരു പഹാഠിയെയും കൂട്ടി വന്നു. ഒരു വശത്ത് ഹിമാലയൻ കാഴ്ചയുടെ കന്യാവസന്തം മോഹിപ്പിക്കുമ്പോഴും മറുവശത്ത് പെട്ടെന്ന് മാറിമറയുന്ന ഹിമാലയ രൗദ്രത എന്റെ മനസ്സിനെ ആക്രമിക്കുകയും ചെയ്തു. ഇനി ഇവിടെ കിടക്കുന്നത് അപകടമാണ്. അടിയന്തരമായ ഒരുവാസസ്ഥലം തരപ്പെടുത്തണം. എപ്പോൾ വേണമെങ്കിലും മുനിഞ്ഞിറങ്ങുന്ന ഈ വെയിൽ മരിക്കാം. മേഘം ഇരുണ്ട് കറുക്കാം. ഭൂതലത്തെ വിറപ്പിക്കുന്ന കാറ്റൂതാം. ചാറ്റൽമഴ മുതൽ മേഘമഴ വരെയും പെയ്ത് ഇടിഞ്ഞിറങ്ങാം...

പഹാഠി അടുത്തെത്തിയപ്പോൾ ഞാൻ തിരക്ക് കൂട്ടിക്കൊണ്ടു പറഞ്ഞു. "എന്നെ പൊക്കി വീൽച്ചെയറിൽ ഇരുത്തൂ. വീൽച്ചെയർ കയറ്റം കയറ്റി മുന്നോട്ട് തള്ളൂ." മൂന്നുപേരും കൂടി പ്രയാസപ്പെട്ട് വണ്ടി തള്ളുമ്പോൾ ഞാൻ പഹാഠിയോട് ചോദിച്ചു. 'പേരെന്താ?'

"ശരത്."

ദൂരെ പതിഞ്ഞ് ഭംഗിയുള്ള റോഡരികിലെ ഒരുകെട്ടിടം ചൂണ്ടി ഞാൻ ചോദിച്ചു. 'ആ കെട്ടിടം ഏതാണ്?'

"സർ, അത് മിലിട്ടറി ക്യാമ്പ് ആണ്" ആരെയും അകത്ത് കയറ്റിയിട്ടില്ല."

ഞാൻ ചോദിച്ചു. "ശരത്തിന്റെ വീട് എവിടെയാണ്?" വലതുവശത്ത് ചവിട്ടി കയറാവുന്ന ഒരു മലയുടെ ഉച്ചിയിലേക്ക് ചൂണ്ടി അയാൾ പറഞ്ഞു. "ആ മേലേ കാണുന്നതാണ്." അതിനടുത്ത് ചുറ്റിനും കാണുന്ന കൊച്ചു കൊച്ചു സഹപാഠികൾ കണ്ടു. അവിടെ എനിക്ക് കയറിച്ചെല്ലാൻ കഴിയില്ല. വണ്ടി നേരെ പട്ടാളക്യാമ്പിലേക്ക് തള്ളുമ്പോൾ പഹാഠി വീണ്ടും പറഞ്ഞു. "വെറുതെ പോയിട്ട് കാര്യമില്ല, സാബ്. പട്ടാളക്കാർ ആരെയും അകത്ത് കയറ്റി താമസിപ്പിക്കില്ല. നിങ്ങൾ ഹിമാലയത്തിൽ വണ്ടി ഉപേക്ഷിച്ച് താഴെ പോകൂ. അതാണ് സേഫ്."

ഒരു കിലോമീറ്ററോളം ദൂരം ശരത് എന്നെ വീൽച്ചെയറിൽ ഇരുത്തി തള്ളി തന്നു. പട്ടാള ക്യാമ്പിന്റെ മുന്നിലെത്തി. തണുപ്പ് കൂടിക്കൂടി വന്നു. ആരും ഭക്ഷണം കഴിച്ചിട്ടില്ല. ഞാൻ എന്റെ പഴ്സിൽനിന്ന് എം എൽ എ കാർഡ് എടുത്ത് സീനയുടെ കൈയിൽ കൊടുത്തു. അകത്തേക്കുപോയ സീന സന്തോഷത്തോടെ തിരിച്ചുവന്നുകൊണ്ടു പറഞ്ഞു. "ഒരു നല്ല മേലുദ്യോഗസ്ഥൻ. ഐ ഡി പ്രൂഫ് ഒന്നും അവർക്ക് കാര്യമില്ല."

ക്യാമ്പിൽ പോയിക്കിടക്കാൻ ആ ആന്ധ്രാക്കാരായ ഹവിൽദാറെ ക്കൂടി അയച്ചിരിക്കുകയാണ്. ആന്ധ്രാക്കാരൻ വളരെ സ്നേഹത്തോടെ ഒരു മിലിറ്ററി ക്യാമ്പിൽ കൊണ്ടുപോയി കിടത്തി. അല്പം കഴിഞ്ഞ് പട്ടാള മേലുദ്യോഗസ്ഥൻ അവിടെ വന്നു. പേര് ശിവപ്രസാദ് യാദവ്. അച്ഛന്റെ പേര് പ്രബുനാഥ് യാദവ്. ന്യൂ ഉത്തർപ്രദേശിലെ മാൾ ജില്ലക്കാരൻ. പോസ്റ്റ് ഓഫീസും ഗ്രാമവും റാണിപൂർ. കിഴക്കൻ ഉത്തർപ്രദേശിലെ വാരണാസിക്കടുത്തുള്ള ഏതോ ജില്ലയാണ്.

കിടക്കുവാൻ വേണ്ട കട്ടിൽ, ബെഡ്, പുതപ്പ്, കമ്പിളി ഒക്കെ ഉണ്ടാ യിരുന്നു. അർജുൻദാസും ഞാനും ഒഴികെ മറ്റുള്ളവരെല്ലാം ഞങ്ങളുടെ ക്യാമ്പിന് മേലെയുള്ള ഓഫീസ് ക്യാമ്പിലേക്ക് പോയി. പോകും മുൻപ് സ്നേഹത്തോടെ അയാൾ പറഞ്ഞു. എല്ലാവർക്കും ഭക്ഷണം തയ്യാറാ ക്കുന്നുണ്ട്. ആകാശം സന്ധ്യക്കു മുൻപേ ഇരുളാൻ തുടങ്ങി. ഡ്രൈവറും പട്ടാള എഞ്ചിനീയർമാരും മെക്കാനിക്കുകളുമായി അവരുടെ പട്ടാളവണ്ടി യിൽ എന്റെ വണ്ടിക്കരികിലേക്ക് പോയി. കുറെക്കഴിഞ്ഞ് അവർ തിരി ച്ചെത്തി പറഞ്ഞു. ഞങ്ങൾ പട്ടാള എഞ്ചിനീയർമാർ ആണെങ്കിലും വണ്ടി യുടെ സ്പെയർ പാർട്സ് ഇല്ലാതെ അത് പണിയാൻ കഴിയില്ല. ചന്ദൻലാൽ പട്നയിലെ ഒരു മെക്കാനിക്കിനെ വിളിച്ചു. അയാൾ പറഞ്ഞു. ഹിമാലയത്തിൽ വണ്ടി ഉപേക്ഷിച്ചു പോരുക അപകടമാണ്. ബ്രേക്ക് മുറിച്ച് താഴേക്ക് ഇറക്കിക്കൊണ്ടുവരണം. ചന്ദൻലാൽ അതിന് സന്നദ്ധ നായിരുന്നു. ഞാൻ എന്റെ നാട്ടിലെ ചേരനല്ലൂരിലെ അശോകൻ എന്ന മെക്കാനിക്കിനെ വിളിച്ചു. സംശയലേശമെന്യേ അശോകൻ പറഞ്ഞു. ഡ്രൈവർ തയ്യാറാണെങ്കിൽ ബ്രേക്ക് മുറിച്ച് സാവകാശം താഴേക്കിറക്കി ക്കൊണ്ടുവന്ന് ഉത്തരകാശിയിലെത്തി സ്പെയർ പാർട്സ് വാങ്ങി പണിത് മടങ്ങുന്നതാണ് ബുദ്ധി.

സമയം രാത്രി ഏഴുമണിയായി. വാതിലിൽ മുട്ടുകേട്ടു. എല്ലാവർക്കും സ്ലീപ്പിങ് കിറ്റ് കൊണ്ടുവന്നിരിക്കുന്നു. കിറ്റ് എന്റെ മുന്നിൽ അപഹാസ്യ മായി കിടന്നു. എന്റെ മനസ്സിൽ സുഖിയിൽനിന്ന് ഉത്തരകാശിക്ക് 59 കിലോമീറ്റർ ദൂരം ബ്രേക്ക് ഇല്ലാതെ വണ്ടി ഇറക്കുന്നതിനെക്കുറിച്ചായി ആശങ്ക. ഞാൻ ആകെ പുകഞ്ഞ് കിടക്കുകയാണ്. രാത്രി വൈകു ന്തോറും ഹിമാലയൻ തണുപ്പ് യഥാർത്ഥ മുഖം കാണിക്കാൻ തുടങ്ങി. ഞാൻ മെല്ലെ കിറ്റിലേക്ക് കിടന്നു. പട്ടാള ക്യാമ്പിന്റെ എല്ലാ സുഷിര ങ്ങളും അടഞ്ഞിട്ടും നൈസർഗ്ഗികമായ തണുപ്പ് ശരീരത്തിൽ കുത്തിക്ക യറുവാൻ തുടങ്ങി. കിറ്റിനു മേലെ കമ്പിളിയും പുതപ്പുമിട്ട് ഞാൻ ആ രാത്രി ഇടയ്ക്കിടെ തണുത്തെങ്കിലും സുഖമായി കിടന്നുറങ്ങാൻ തുടങ്ങി.

യഥാർത്ഥത്തിൽ ഈ പട്ടാളക്കാരൻ ഞങ്ങളുടെ ആരാണ്? അവർ ഞങ്ങളെ സഹായിക്കേണ്ട ആവശ്യമെന്താണ്? എല്ലാവരും മനുഷ്യരാണ് എന്നതു മാത്രമാണ് അതിനുള്ള ഉത്തരം.

സ്നേഹം ദുഃഖമാണ്

രാത്രി മഞ്ഞിൽ തണുത്തുറങ്ങിയെങ്കിലും പ്രഭാത സൂര്യൻ ഉണർന്ന തോടെ മനസ്സും ശരീരവും സജീവമായി. അതിരാവിലെ തന്നെ നിലാവിന്റെ കൈ പിടിച്ച് ശിവപ്രസാദ് യാദവ് എന്ന പട്ടാള ഉദ്യോഗസ്ഥൻ എത്തി. ചുരുങ്ങിയ സമയത്തിനുള്ളിൽ നാട്ടിൽ ഏറ്റവും ഇണക്കമുള്ളവരോട് ജീവിക്കുന്നതുപോലെ എന്റെ മകൾ ശിവപ്രസാദ് യാദവുമായി കൂട്ടുകെട്ടിലായി. അദ്ദേഹത്തിന് നിലാവിന്റെ പ്രായമുള്ള ഒരുകുഞ്ഞുണ്ട്. ആ കുഞ്ഞ് ഉത്തർപ്രദേശിലെ ഗ്രാമത്തിലാണ്. പലവട്ടം അയാൾ തന്നെ നിലാവിന് പാലും ഭക്ഷണവും സ്നേഹത്തോടെ നല്കി. രാത്രിതന്നെ കൂടെയുള്ള സ്ത്രീകൾക്കും നിലാവിനും ഉറങ്ങുവാൻ ഓഫീസേഴ്സ് ബംഗ്ലാവിലെ മുറി കൊടുത്തിരുന്നു. രാവിലെ അവർ പ്രഭാത ഭക്ഷണം ക്യാമ്പിൽ നിന്ന് തന്നു. ചന്ദൻലാലും അർജുൻദാസും എന്റെ വണ്ടിയുടെ പിൻ ചക്രത്തിന്റെ ബ്രേക്ക് പൊട്ടിച്ച് അൻപത്തൊൻപതുകിലോമീറ്റർ കുത്തനെ താഴേക്കുള്ള ഉത്തരകാശിക്ക് തിരിച്ചു.

ഞങ്ങൾ ബാക്കിയുള്ളവർ ഹിമാലയൻ യാത്ര തുടരാൻ പട്ടാളക്കാർ ഉപദേശിച്ചു. ഗംഗോത്രി കാണിച്ച് ഉത്തരകാശിക്ക് എത്തിക്കുവാൻ മുന്നൂറു രൂപയ്ക്ക് അവർ ഒരു വണ്ടി ഏർപ്പാടാക്കി. ശരത് പഹാഠിയെ അവർ കൂട്ടിനായി വിട്ടുതന്നു. മുറിഞ്ഞ യാത്ര സന്തോഷത്തോടെ ഞങ്ങൾ പുനരാരംഭിച്ചു. സുഖി ഹിമാലയത്തിന്റെ ഒരു മേൽത്തട്ടാണെങ്കിൽ 305 മീറ്റർ താഴേക്കാണിനി യാത്ര. ഝല ഒരു ചെറിയ പട്ടണമാണ്. യാത്രയിൽ അവിടെനിന്ന് ചായ കുടിക്കുക പതിവാണ്. ഞങ്ങളുടെ വണ്ടി നിറയെ യാത്രക്കാർ ഉണ്ടായിരുന്നു. ഒരു പാസഞ്ചർ വണ്ടി പോലെ അങ്ങോട്ടും ഇങ്ങോട്ടും ഓടുന്ന പ്രൈവറ്റ് ക്വാളിസ് വണ്ടി. വഴിയരികിൽ കടകളും ചില സർക്കാർ മന്ദിരങ്ങളും കണ്ട് ഞങ്ങൾ താഴേക്കിറങ്ങാൻ തുടങ്ങി. പട്ടാള ക്യാമ്പിൽനിന്ന് കയറിയവരായതുകൊണ്ട് ഞങ്ങൾക്ക് വേണ്ടത്ര സ്വാതന്ത്ര്യം ഉണ്ടായിരുന്നു.

ആ താഴ്വാരത്ത് ഒരിടത്ത് വണ്ടി നിർത്തി ഞാനൊഴികെ എല്ലാവരും താഴെയിറങ്ങി. ഉയർന്നു നീണ്ട പാറയിൽനിന്നും ആദ്യം ശരത് പഹാഠി കൈകൊണ്ട് മഞ്ഞ് മാന്തിയെടുത്തു. പിറകെ എന്റെ കൂടെയുള്ളവരും. എനിക്കായി സീന കൈയിൽ കുറേ മാന്തിക്കൊണ്ടു വന്നു. പിറകെ നിലാവും. സലീനയും അച്ചുവും അത് മാന്തി വായിൽ വയ്ക്കുന്നത് കണ്ടു. അവിടെ നിന്ന് ചീന്തിയെടുത്ത മഞ്ഞുപൊടി സീന എന്റെ കൈവെള്ളയിൽ കൂട്ടിയിട്ടു തന്നു. പെട്ടെന്ന് ഞാനോർത്തത് സ്കൂളിൽ പഠിക്കുമ്പോൾ പച്ചാളം മാർക്കറ്റിനു മുൻപിൽ ഐസ് കട്ടയെടുത്ത് കായ വറുക്കാൻ അരിയും പോലെ ചീന്തി മധുരവും നിറവും ഒരു കുഞ്ഞുകപ്പിൽ ചാലിച്ച് സ്പൂണിൽ വച്ചുതരുന്ന നാടൻ ഐസ്ക്രീം കച്ചവടക്കാരനെയാണ്. ഇതോടെ ഒരു കാര്യം എനിക്ക് വിശ്വാസമായി. ഹിമാലയത്തിന്റെ മുടികളിൽ കാണുന്ന വെളുപ്പ് വെള്ളാരം പാറകളല്ല. ലെയ്സറുകളുടെ രൂപമായ ഐസാണെന്ന്.

ഗംഗോത്രിയിൽ വീൽച്ചെയറിൽ ഇറങ്ങിയ ഞാൻ ആദ്യം കണ്ടത് ഭിക്ഷക്കാരുടെ നീണ്ട നിരയാണ്. ജഡയും ശാരീരിക വൈകല്യവും വൈകൃതവും വാർദ്ധക്യവും ദാരിദ്ര്യവും ഭക്തിയും വെറുപ്പും ഒറ്റനോട്ടത്തിൽ ഇവരിലൂടെ കാണാം. ഗംഗോത്രിയിൽ എത്തിയതല്ലേ. അവിടെ നിരത്തി വച്ച ശുദ്ധമായ ഗംഗാജലം വില്ക്കുന്നു. ഞാൻ പണം കൊടുത്ത് ഗംഗാജലം വാങ്ങുവാൻ ഒരുങ്ങുമ്പോൾ ശരത് പഹാഠി എന്നെ വിലക്കി.

രണ്ട് കന്നാസ് വാങ്ങി ഓടിപ്പോയി തൊട്ടടുത്ത് കടകൾക്കപ്പുറമായി ഒഴുകുന്ന ഗംഗയിൽനിന്ന് വെള്ളമെടുത്ത് കൊണ്ടുവന്നു. ആ വെള്ളമാണ് ഇപ്പുറത്ത് വില്പനയ്ക്കു വച്ചിരിക്കുന്നത്.

വീണ്ടും ശരത്തിനൊപ്പം നീങ്ങി. അപ്പുറത്തും ഇപ്പുറത്തുമുള്ള കടകൾ നിറയെ രുദ്രാക്ഷം, കുങ്കുമം, ദേവീദേവന്മാരുടെ ഫോട്ടോകൾ, മാലകൾ അങ്ങനെ ഭക്തിയുമായി ബന്ധപ്പെട്ട വസ്തുക്കൾ എല്ലാം നിരന്നിരിക്കുന്നു. അതെല്ലാം കണ്ടും ഇടയ്ക്കിടെ കാണുന്ന ഹോട്ടലുകൾ ശ്രദ്ധിച്ചും ഗംഗോത്രി ക്ഷേത്രത്തിന്റെ കവാടത്തിൽ എത്തി. അവിടെയും സന്ന്യാസിവേഷം ധരിച്ച ഭിക്ഷക്കാരുണ്ടായിരുന്നു. അതിൽ ഞാൻ ശ്രദ്ധിച്ചത് സന്ന്യാസവേഷം ധരിച്ച ഒരു വീൽച്ചെയർ ഭിക്ഷക്കാരനെയാണ്. ഞാൻ നേരെ ക്ഷേത്രത്തിനു മുന്നിലെ നിരപ്പായ സ്ഥലത്തൂടെ ചുറ്റിക്കറങ്ങാൻ തുടങ്ങി.

ക്ഷേത്രത്തിൽ നാല് വശവും കുത്തനെ ഉയർന്ന മലകൾ. താഴെ മരവും പച്ചയും മേലെ മഞ്ഞും കനത്തു കിടക്കുന്ന വന്യമായ മലകൾ. എതിർവശത്തുള്ള മറ്റൊരു കവാടത്തിലൂടെ കടന്നു വേണം മുമ്പോട്ടുള്ള യാത്ര. ഗോമുഖിലേക്കുള്ള യാത്രയുടെ വഴിയരികിൽ കെട്ടിയ കൊച്ച് കൊച്ച് ആശ്രമങ്ങളും കാവൽപ്പുരകളും പൊളിച്ചുകളഞ്ഞു. ഡോളിയുമില്ല. കോവർ കഴുതകളുമില്ല. വേണമെങ്കിൽ പ്രയാസപ്പെട്ട് നടന്നുപോകണം.

ഗംഗോത്രി ക്ഷേത്രത്തിന്റെ നട തുറക്കുന്ന ദിവസമായിരുന്നു അത്. ഒരു താലത്തിൽ പൂജാസാമഗ്രികൾ നിരത്തി ക്ഷേത്രത്തിലെ പൂജയ്ക്കായി നിരത്തി വച്ചിട്ടുണ്ട്. ഞാൻ പുറത്തുനിന്ന് ഗംഗാദേവിയെ നോക്കിക്കൊണ്ട് തൊഴുതു. ഈശ്വരവിശ്വാസി അല്ലെങ്കിലും ഭക്തിയുടെ സ്ഥാനത്ത് ധിക്കാരം കാട്ടരുതല്ലോ. ഭക്തിക്കു പകരം വിനയാന്വിതനായി ഞാൻ തൊഴുതു. നിലാവ് തികഞ്ഞ സന്തോഷത്തോടെ നാളികേരമടക്കമുള്ള നിവേദ്യങ്ങളുമായി വന്നു.

ഞാൻ ആ വീൽച്ചെയറിലിരുന്ന് സ്വച്ഛവും സുന്ദരവും കാഴ്ചയിൽ ഉത്തുംഗവുമായ ഭാഗീരഥിയിലെ കാഴ്ചകൾ നോക്കി. അവിടെയെല്ലാം ഒന്ന് ചുറ്റിക്കറങ്ങി പതുക്കെ ഗംഗോത്രി ക്ഷേത്രത്തിന്റെ കവാടത്തിൽ തിരികെ വന്നിരുന്നു. വീൽച്ചെയർ സന്ന്യാസി അപ്പോഴും അവിടെ ഇരിക്കുന്നുണ്ട്. ഞങ്ങൾ പതുക്കെ സൗഹൃദത്തിലായി. സന്ന്യാസിമാരോട് പൂർവ്വാശ്രമം ചോദിക്കുന്നത് ഇഷ്ടമാകില്ലെന്നറിയാം. ഞാൻ ചോദിച്ചു. സ്വാമിയുടെ നാടെവിടെയാ?" പെട്ടെന്നുള്ള ചോദ്യത്തിൽ സ്വാമി പറഞ്ഞു

പോയി. "തൃശൂർ." ഞാൻ വീൽച്ചെയർ സ്വാമിയുമായി സംസാരിച്ചിരിക്കുമ്പോൾ ഗംഗോത്രി ഗേറ്റിലൂടെ കടന്നുവന്ന സ്വാമിമാർ എല്ലാവർക്കും ധർമ്മം കൊടുക്കുന്നു. വീൽച്ചെയറിലായതുകൊണ്ട് എനിക്കും കിട്ടി ഭിക്ഷ. പത്തു രൂപയുടെ ഒരു നോട്ട്, ഞാൻ അത് മടക്കി പോക്കറ്റിലിട്ടു.

എന്റെ കൂടെയുള്ളവരെല്ലാം തിരിച്ചു വന്നു. അധികം വൈകാതെ മടങ്ങാൻ നിശ്ചയിച്ചു. നല്ല വിശപ്പുണ്ട്. എന്തെങ്കിലും കഴിക്കണം. ഞാൻ ഒരു ഹോട്ടലിൽ കയറി. ജനലിലൂടെ നോക്കിയാൽ അപ്പുറത്ത് ഗംഗാനദിയാണ്. ഇഡ്ഡലിയുണ്ടെന്നറിഞ്ഞപ്പോൾ ഞാൻ ഓർഡർ ചെയ്തു. നമ്മുടെ ഇഡ്ഡലിയുടെ ഗുണമൊന്നും ഇല്ല. കൂടെ ഉണ്ടായിരുന്നവർ കിച്ചടിയും ചപ്പാത്തിയും വെജിറ്റബിൾ കറിയും ഒക്കെ ഓർഡർ ചെയ്തു.

വീണ്ടും വണ്ടിയിൽ കയറി. ഹിമാലയൻ കാഴ്ചകൾ വീണ്ടും കാണുവാൻ തുടങ്ങുമ്പോൾ ശരത് പഹാഠി ദൂരെ ചൂണ്ടി ബോജ്പത്ര കാട്ടിത്തന്നു. പണ്ട് ഈ തൊലിയിൽ ആണ് അക്ഷരങ്ങൾ എഴുതി ഗ്രന്ഥങ്ങളാക്കി സൂക്ഷിച്ചിരുന്നത്. വണ്ടി കുറച്ച് നീങ്ങിയപ്പോൾ അവിടെയും ഇവിടെയുമായി ജെ സി ബികൾ കാണാം. പല സ്ഥലങ്ങളും ജെ സി ബി കുത്തിപ്പൊളിക്കുന്നുണ്ട്. ജെ സി ബിയും ടിപ്പറും കൂടി ഇവിടെ പ്രവർത്തിച്ചാൽ പരിസ്ഥിതി നാശം ഉറപ്പ്. അല്പം കഴിഞ്ഞ് വണ്ടി നിർത്തി പഹാഠി ഒരു ചെറിയ മലവാരത്തേക്ക് ഓടിപ്പോയി. അടുത്തെത്തിയപ്പോൾ തുളസിയാണെന്നു മനസ്സിലായി. മനം മയക്കുന്ന തുളസിഗന്ധം. നല്ല വീതിയുള്ള പച്ചയില. 'ഇതാണ് ഹിമാലയൻ തുളസി.' പഹാഠി പറഞ്ഞു. ഹിമാലയം നിറയെ ഒരുകാലത്ത് ദേവദാരുക്കൾ ആയിരുന്നു. കാലാവസ്ഥാവ്യതിയാനങ്ങളും മലയിടിച്ചിലും ചീഡ് (പൈൻ) മരങ്ങളും കൂടിയായപ്പോൾ ദേവദാരുക്കൾ ഹിമാലയത്തിൽനിന്ന് അപ്രത്യക്ഷമാകുവാൻ തുടങ്ങി.

വണ്ടി ഹർസിലിൽ എത്തി. ചെറിയ പട്ടണമാണെങ്കിലും സ്വച്ഛമാണ്. അവിടെ പച്ചച്ചായം തേച്ച വീടുകൾക്ക് ഒരു പ്രത്യേക ചാരുത ഉണ്ടായിരുന്നു. ഞങ്ങൾ വേലിത്തലപ്പുപോലെ കുഴിച്ചിട്ട ആപ്പിൾ പൂക്കളും ദേവദാരുക്കളും ആപ്രിക്കോട്ടും ഒറ്റപ്പെട്ട ആഗ്നോഡ് മരങ്ങളും കണ്ട് നീങ്ങുമ്പോൾ വഴിയിൽനിന്ന് ഹൈസ്കൂളിൽ പഠിക്കുന്ന പെൺകുട്ടികൾ കാറിനു കൈ കാണിച്ചു. അവരെ കയറ്റി. അവർ വളരെ നിഷ്കളങ്കരും ചെറിയ ജീവിതം നയിക്കുന്നവരുമായിരുന്നു. ഉള്ള ഭംഗി കൃത്രിമപ്പെടുത്തി പൊലിപ്പിക്കാതെ ഒതുക്കി സൂക്ഷിക്കുന്നവർ. പെട്ടെന്ന് ഞങ്ങൾ ഒരേ ദേശക്കാരും ഒരേ കുടുംബക്കാരും പോലെയായി. എന്റെ മകൾ അവരോട് ഹിന്ദി പറഞ്ഞതോടെ അവരുടെ അടുപ്പവും സ്നേഹവും ഇരട്ടിച്ചു. കാലത്തിന്റെയും ഭാഷയുടെയും സ്നേഹത്തിന്റെയും അതിർവേരുകൾ അറ്റുപോയി. അവർ ഞങ്ങളോട് മലയാളത്തിൽ പാടാൻ പറഞ്ഞു. ഞങ്ങൾ പാടിയപ്പോൾ അവർ ഹിന്ദിയിൽ പാടി. പിന്നെ ഞങ്ങൾ ഹിന്ദിയിൽ പാടിയപ്പോൾ അവർ ഏറ്റുപാടി. അവസാനം ഞങ്ങളെല്ലാം ഹോകേ കാമിയേയും വീഷാൽ ഓവർ കമ്മും ആരോഹണാവരോഹണക്രമത്തിൽ

പാടിയപ്പോൾ അതേ ആരവത്തിൽ അവരും ലയിച്ചു പാടി. അടുത്ത സ്റ്റോപ്പിൽ പിരിയുമ്പോൾ എല്ലാവർക്കും വിഷമമായി. സ്നേഹം ദുഃഖ മാണെന്ന് ബുദ്ധൻ പറഞ്ഞതിന്റെ പൊരുൾ അപ്പോഴാണ് ഞങ്ങൾക്ക് മനസ്സിലായത്.

ഞങ്ങൾ തിരിച്ച് സുഖിയിലെത്തി. മിലിറ്ററി ക്യാമ്പിലെ ശിവപ്രസാദ് യാദവിനെ കണ്ടു. ക്യാമ്പ് ഇരിക്കുന്ന ഗ്രാമത്തിന്റെ പേരാണ് മാഗോമു ഖാവൽ ഗ്രാമം. ആ മിലിറ്ററി ക്യാമ്പിന്റെ മുൻവശത്ത് ആരും നോക്കി പോകുന്ന ആപ്രിക്കോട്ട് മരം തല ഉയർത്തി നില്ക്കുന്നു. ശരത് പഹാഠി വിഷമത്തോടെ ഞങ്ങളോടു യാത്ര പറയുന്നു. സ്നേഹം ദുഃഖമാണ്.

ഞങ്ങൾ സുഖിയിൽനിന്ന് ഹിമാലയം ഇറങ്ങുമ്പോൾ എന്റെ മനസ്സ് ഉൽക്കണ്ഠയിലായി. എന്റെ അംബാസിഡർ കാറുമായി പോയ ഡ്രൈവർ ചന്ദൻലാലും സഹായി അർജുൻദാസും ബ്രേക്ക് മുറിച്ചവണ്ടിയിൽ ഉത്തര കാശിയിൽ എത്തിയോ ആവോ? മനസ്സ് ഉൽക്കണ്ഠപ്പെട്ടപ്പോൾ ഞാൻ എന്റെ മനസ്സിനെ ഹിമാലയൻ മടക്കയാത്രയുടെ അനുഭൂതിയിലേക്ക് തള്ളിയിട്ടു. സായന്തനത്തിന്റെ ഒടുങ്ങാത്ത സൗന്ദര്യത്തിലേക്ക് ഇടയ്ക്ക് ശക്തമായ മഴ ചീറി വീണു. അങ്ങോട്ടുപോയ പുതിയ ടാറിട്ട റോഡ് പലയിടത്തും കാണുന്നില്ല.

ഒരു വളവ് തിരിഞ്ഞ് ചെല്ലുമ്പോൾ നല്ല വീതിയുള്ള പുതിയ ടാറിട്ട റോഡ് നീണ്ടുകിടക്കുന്നു. ഡ്രൈവർ അങ്ങോട്ട് നീട്ടിയെടുക്കാതെ വലത്തെ അരിക് ചേർത്തെടുത്തു. ഞാൻ കാറിൽനിന്നു പുറകിലേക്ക് തിരിഞ്ഞ് നോക്കുമ്പോൾ പുതിയതായി ഭംഗിയിൽ പണിതീർത്ത ആ റോഡിന്റെ ഇടതുഭാഗത്ത് ഒന്നര മീറ്റർ ദൂരത്തിൽ റോഡ് തന്നെ ഇല്ല. അവിടെ അടിഭാഗത്തു മണ്ണുപോലും ഇല്ലാതെ അടർന്നു പോയിരിക്കുന്നു. പെട്ടെന്ന് ഞാൻ ഡ്രൈവർ ചന്ദൻലാലിനെയും അർജുൻദാസിനെയും എന്റെ കെ എൽ ബി 19733 നമ്പർ അംബാസിഡർ കാറിനെയും ഓർത്തു. അവർ ഇതുപോലുള്ള എവിടെയെങ്കിലും?

അന്തരീക്ഷം മെല്ലെ ഇരുളാൻ തുടങ്ങി. വണ്ടിയിൽ ആളുകൾ ഇറ ങ്ങിയും കയറിയും കൊണ്ടിരിക്കുന്നു. ത്രിസന്ധ്യയായി, ഇരുണ്ട് കാർമേ ഘമുള്ളതുകൊണ്ടായിരിക്കണം ഹിമാലയൻ വീടുകളിലെ വിളക്കുകൾ തെളിഞ്ഞു കണ്ടു. എന്നാൽ ഭാഗീരഥിക്കപ്പുറത്ത് ഒരു വിളക്കും കണ്ടില്ല. അത് വെട്ടുമുറിക്കാത്ത ഹിമാലയത്തിൽ കാടുകളുടെ അവശേഷിപ്പാ ണെന്ന് മനസ്സിലായി. വഴിയിൽ ഇടയ്ക്കിടെ വണ്ടി ഇടത് ചേർത്തെടു ക്കുമ്പോൾ മനസ്സിലായി ഒരു ഭാഗത്ത് മണ്ണിടിഞ്ഞുപോയെന്ന് ചില വഴി കൾ തടസ്സമുള്ളതുകൊണ്ടോ എന്തോ ഗ്രാമപട്ടണങ്ങളുടെ ഉള്ളിലൂടെ യാണ് വണ്ടി എടുത്തത്. ഉത്തരകാശി പട്ടണം അടുക്കുന്തോറും എന്റെ മനസ്സിൽ ഉൽക്കണ്ഠകൂടി. പട്ടണത്തെ ഓർമ്മിപ്പിക്കുന്ന നഗരവിളക്കു കൾ ഭാഗീരഥിയുടെ അപ്പുറവും ഇപ്പുറവും തെളിഞ്ഞു കണ്ടു. പെട്ടെന്ന് എന്റെ പഴയ സുഹൃത്ത് കെ വി കോശി ഫോണിൽ വിളിച്ചു. ഞാൻ ഗംഗോത്രിയിൽ പോയി മടങ്ങിയെന്ന് പറഞ്ഞിട്ട് വിശ്വസിക്കുവാൻ കഴി

യുന്നില്ല. കൈലാസ ഗ്രാമത്തിനു മുൻപിൽ എത്തിയപ്പോൾ അതാ എന്റെ അംബാസിഡർ കാർ. എനിക്ക് ആശ്വാസമായി.

ഓരോന്ന് ചിന്തിച്ചു ചിന്തിച്ച് വണ്ടി മുന്നോട്ട് പൊയ്ക്കൊണ്ടിരിക്കുമ്പോൾ വണ്ടി തകരാറിൽ ആകുംപോലെ. അതിൽ ഏഴു യാത്രക്കാർ. ഡിക്കി നിറയെ ലഗേജും. കാരിയറിൽ രണ്ട് ബക്കറ്റിനും വീൽച്ചെയറിനും പുറമെ ബാഗും കെട്ടിവച്ചിട്ടുണ്ട്. ഉച്ചകഴിഞ്ഞ് ചുട്ടുപൊള്ളുന്ന ചൂട്. വണ്ടി കേടുവരുംപോലെ അമിതമായി ചൂടുപിടിക്കുന്നു. റേഡിയേറ്റർ പുകയാതിരിക്കാൻ ഇടയ്ക്കിടെ ഓഫ് ചെയ്ത് കാത്തുകാത്ത് കിടന്നാണ് യാത്ര.

മഥുരയിലെത്തി. കാറിൽനിന്നും വീൽച്ചെയർ ഇറക്കി എന്നെ അതിലിരുത്തി. എന്നെ പൊക്കി വീൽച്ചെയറിൽ ഇരുത്തുമ്പോൾ രഹസ്യമായി ഞാൻ മാർട്ടിനോട് പറഞ്ഞു. "ഇനി ഞാൻ എന്തു പറയുന്നുവോ അതുപോലെ മാത്രം നീ ചെയ്യണം." സാംജിക്കും ഞാൻ അപകട സൂചന കൊടുത്തു. ഒരു പൊട്ടിയ നിരത്ത്. വണ്ടി കടകടാ എന്ന് പ്രയാസപ്പെട്ട് മുന്നോട്ട് നീങ്ങി. ഒരാൾ പിന്നിൽ നിന്ന് തള്ളിയപ്പോൾ രണ്ട് പേർ മുന്നിൽ നിന്ന് വലിച്ചു. നേരെ പോയി പിന്നെ ഇടത്തേക്ക് തിരിഞ്ഞു. അത് വളരെ നേർത്ത ഒരു ഇടവഴിയായിരുന്നു. ആകെ പൊട്ടി പൊളിഞ്ഞു കിടക്കുന്നു. ഒപ്പം ഇരുട്ടും. ഇങ്ങോട്ടും വരാനുള്ളയിടം. കുറച്ച് മുന്നോട്ടുപോയപ്പോൾ ഇരുവശവും പഴയ കനത്ത ഉയരമുള്ള മതിൽ. ആ മതിൽ ഏതാണ്ട് 70 മീറ്റർ. ഞങ്ങൾ അങ്ങനെ സഞ്ചരിച്ചു. അവസാനം ഒരു കനത്ത മതിലിന്റെ അരികെ വണ്ടിനിന്നു. അവൻ ഞങ്ങളെയെല്ലാവരെയും കനത്ത മതിലിന്റെ അരികെ കൊണ്ടുപോയി ഇരുട്ടത്ത് വിരൽ ചൂണ്ടിക്കൊണ്ട് പറഞ്ഞു. 'ആ കാണുന്നതാണ് കാളിന്ദി. ഞാൻ ചൊല്ലുന്ന പ്രാർത്ഥന കൈകൂപ്പി നിങ്ങളെല്ലാവരും ഉറക്കെ ചൊല്ലണം.' കാറിൽ നിന്ന് ഇറങ്ങുമ്പോൾ സർദാർജിയെയും കൂട്ടിയിരുന്നു. സീന ഒഴികെ എല്ലാവരും 'ഏയ് യമുനാ മയ്യാ രക്ഷാ കരോ' എന്ന പ്രാർത്ഥന ഉറക്കെ ചൊല്ലി.

വണ്ടിയിൽ കയറിക്കൂടി ഞങ്ങൾക്കൊപ്പം വന്നിറങ്ങിയ പാണ്ട ഞങ്ങൾക്ക് വീണ്ടും ആജ്ഞ തന്നു. 'നിങ്ങൾ ഇനി ഇവിടെ നിരന്ന് നിലത്തിരിക്കണം. എന്നിട്ട് നിരങ്ങി നിരങ്ങി തൊട്ടിലിൽ കിടത്തിയിരിക്കുന്ന ശ്രീകൃഷ്ണന്റെ ബൊമ്മയുടെ അരികിൽ ചെല്ലണം.' അവർ പറയുന്ന പ്രാർത്ഥന ഉറക്കെ ചൊല്ലാൻ ഞങ്ങൾ എല്ലാവരും തയ്യാറായെങ്കിലും സീനയ്ക്ക് അപ്പോൾ യുക്തിവാദം തലയിൽ കയറി. ഞാൻ സീനയുടെ ചെവിയിൽ രഹസ്യമായി പറഞ്ഞു. 'മര്യാദയ്ക്ക് ഇവൻ പറയുന്നത് കേൾക്ക്.'

ഇതിനിടെ വീൽച്ചെയറിന്റെ കുഷ്യൻ നിലത്തിട്ട് സാംജിയും മാർട്ടിനും കൂടി എന്നെ നിലത്തിരുത്തി. ഞങ്ങൾ നിലത്തിരുന്ന് പ്രാർത്ഥന തുടങ്ങി. ഒപ്പം നിരങ്ങലും. എനിക്ക് നിരങ്ങാൻ കഴിയാത്തതുകൊണ്ട് അയാളുടെ സഹായികൾ പൊക്കിയെടുത്ത് വലിച്ചിഴയ്ക്കാൻ തുടങ്ങി.

തൊട്ടിലിൽ കിടക്കുന്ന ശ്രീകൃഷ്ണന്റെ പ്രതിമയുടെ അടുത്തേക്ക് ഞങ്ങളെ നിരക്കി. അവിടെ ഓരോ രൂപക്കൂട്ടിൽ കൃഷ്ണന്റെ അച്ഛന്റെയും

അമ്മയുടെയും വളർത്തച്ഛന്റെയും വളർത്തമ്മയുടെയും എല്ലാം രൂപങ്ങളുണ്ട്. ആദ്യമായി ശ്രീകൃഷ്ണന്റെ അമ്മയെ വണങ്ങിക്കഴിഞ്ഞപ്പോൾ ദക്ഷിണ കൊടുക്കാൻ പറഞ്ഞു. ഞങ്ങൾ ഓരോരുത്തരും ഇരുപതുരൂപ വച്ചു. ഓരോ രൂപക്കൂടിനു മുൻപിലും ഭീഷണിപ്പെടുത്തുംപോലെ ദക്ഷിണ വയ്പിച്ചു. തിരിച്ച് ശ്രീകൃഷ്ണന്റെ മുൻപിൽ കൊണ്ടുവന്നിരുത്തി.

അവിടെ എന്തൊക്കെയോ ചടങ്ങുകൾ കാട്ടിക്കൂട്ടിയ ശേഷം, പൂജാരിയെപ്പോലെയിരിക്കുന്ന പാണ്ട പറഞ്ഞു. 'ഇനി നിങ്ങൾ ദക്ഷിണയായി ആയിരം രൂപയും ആയിരം ബ്രാഹ്മണർക്ക് സദ്യയും കൊടുക്കണം.' അതിന് എന്റെ കൈയിൽനിന്ന് അവർ ആദ്യം 25,000 രൂപ ചോദിച്ചു.

അപകടം മനസ്സിലാക്കിയ ഞാൻ ഹിന്ദിക്കാരനായി അഭിനയിച്ചുകൊണ്ട് പറഞ്ഞു. 'ഹേ പണ്ഡിറ്റ്ജി, മേം രജ്പുത്രഹൈ. ആപ് കിത്തനാ സോനാ ചാഹിയേ ഹം ദേദുഗാ. പണ്ഡിറ്റ് ജീ കേ കിത്തനാ ചാഹിയേ മേരേ സാത്ത് ആവോ. അഭി ഹം ഹോസ്പിറ്റൽ സേ വാപ്പസ് ആരഹേ ഹേ.' എന്നിട്ട് ഉറക്കെ ഡ്രൈവറോട് വിളിച്ചു പറഞ്ഞു. 'ഏസേ ദോർജി സാബ് തുമാരാ സാത്ത് കിത്തനാ റുപ്പിയാ ഹേ സബ് പണ്ഡിറ്റ്ജി കോ ദേ ദോ.'

സർദാർജി കീശ തപ്പി. 115 രൂപ എടുത്തു. ആർത്തിയോടെ പാണ്ട അതേറ്റുവാങ്ങി എന്നെ വീൽച്ചെയറിൽ കയറ്റാൻ അവൻ കൂടെയുള്ളവരോടു പറഞ്ഞു. എന്നെ വീൽച്ചെയറിൽ കയറ്റി ഞങ്ങൾ രക്ഷപ്പെടാൻ ശ്രമിക്കുമ്പോൾ പഴയ പാണ്ടയും സംഘവും കാത്തിരിക്കുകയാണ്. ഇനിയുമുണ്ട് അമ്പലപ്പറമ്പിൽ കുറെ കടമുറികൾ. അതിൽ ആദ്യത്തെ കടമുറി തുറന്നു. അതിൽ ഒരു പാണ്ട ഇരിപ്പുണ്ട്. ഒരു പ്രതിമ ചൂണ്ടിക്കാണിച്ചുകൊണ്ട് പറഞ്ഞു. ഇത് രാധ. രാധയ്ക്ക് സംഭാവന. സാംജിയുടെ കൈയിൽ നിന്ന് 10 രൂപ വാങ്ങിക്കൊടുത്തു. അതുകഴിഞ്ഞപ്പോൾ അടുത്തത് തുറന്നു. അവിടെ ബലവന്ദന്റെ ചിത്രം. അവിടെയും 10 രൂപ ഇട്ടു. അടുത്തത് ശ്രീകൃഷ്ണൻ- വെണ്ണ മോഷ്ടിക്കുന്ന ചിത്രം. അവിടെയും പത്തു രൂപ. അവസാനം ഒരിടത്ത് വന്നപ്പോൾ ശ്രീകൃഷ്ണന്റെ ചിത്രത്തിനടുത്ത് ഒരു തളിക വച്ചിട്ടുണ്ട്. അതിൽ കുറച്ച് നെല്ലിട്ട് എന്നോടും സീനയോടും നെല്ലു കുത്താൻ പറഞ്ഞു. നെല്ലുകുത്തു കഴിഞ്ഞപ്പോൾ അവിടെയും വേണം ദക്ഷിണ. ഇരുപത് രൂപ അവിടെയും കൊടുത്തു. അവിടെ നിന്ന് തിരിച്ച് വീൽച്ചെയറിൽ വേഗം പുറത്തു കടക്കാൻ നോക്കവെ, ചെറുപ്പക്കാരൻ പാണ്ട പുറകെ വന്നു. അവിടെ ശ്രീകൃഷ്ണന്റെ ക്ഷേത്രം പണിയണം. മന്ദിർ പണിയുവാൻ ഒരു മാർബിൾ ഫലകത്തിന്റെ പൈസ കൊടുക്കണം. അതാണ് അവന്റെ ആവശ്യം. ഞാൻ കേൾക്കാത്ത മട്ടിൽ വണ്ടി തള്ളി കാറിന്റെ അടുത്തെത്തി. അടുത്തെത്തിയതും വീൽച്ചെയറിന്റെ ആക്സിൽ ഒടിഞ്ഞു. ഒരു വിധം എല്ലാവരും കൂടി എന്നെ വാരിപ്പൊക്കി കാറിലിട്ടു. പാണ്ട കാശ് ആവർത്തിച്ചാവർത്തിച്ച് ചോദിച്ചുകൊണ്ടിരുന്നു. കാർ സ്റ്റാർട്ട് ചെയ്തപ്പോൾ പാണ്ട വീണ്ടും കയറാൻ നോക്കി. മടങ്ങിപ്പോകാൻ വഴിയെല്ലാം അറിയാമെന്നു

പറഞ്ഞ് കാർ വേഗം വിട്ടു. വന്ന വഴി ഞാൻ മനസ്സിൽ ഊഹിച്ചെടുത്തു. എന്തുകൊണ്ടോ സർദാർജിയുടെ പഴഞ്ചൻ കാർ അപ്പോഴൊന്നും കേടായില്ല.

വൃന്ദാവനിലേക്കായിരുന്നു പിന്നത്തെ യാത്ര. വൃന്ദാവനിലെ ഏറ്റവും പഴക്കം ചെന്ന ക്ഷേത്രത്തിനു സമീപത്താണ് എത്തിയത്. അവിടെ ഒരാൽ ചുവട്ടിൽ ബെഡ് വിരിച്ച് ഞാൻ അവിടെ വിശ്രമിക്കാൻ തീരുമാനിച്ചു. എന്നെ കൂടെയുള്ളവർ ബെഡ്ഡിൽ കിടത്തി. ഞാൻ സീനയോടു പറഞ്ഞു. 'നിങ്ങൾ ക്ഷേത്രത്തിന്റെ അകത്തുപോയി, അവിടെ കൃഷ്ണന്റെ രാസലീലയാടിയ യമുനാതീരത്തെ വൃക്ഷങ്ങളും കുചനങ്ങളും കൊണ്ടു നിറഞ്ഞ ക്ഷേത്രവും വൃന്ദാവനവും കാണുന്നെങ്കിൽ എന്നെ വന്നു വിളിക്കുക.' അവരെല്ലാം ക്ഷേത്രത്തിലേക്ക് കടന്നുപോയി. ഞാൻ കുരങ്ങന്മാർ ചാടിക്കളിക്കുന്ന ആൽച്ചുവട്ടിൽ കിടന്നു. എന്റെ കൂടെ യൂറിനൽ ബോട്ടിലും ഒരുചുവന്ന മഗ്ഗും. ചന്ദൻലാൽ കാർ അടച്ച് അവനും അമ്പലത്തിലേക്ക് പോയി. ഞാൻ ചാടിക്കളിക്കുന്ന കുരങ്ങന്മാരെ നോക്കി കിടന്നു.

കുറച്ചുകഴിഞ്ഞപ്പോൾ ഒരോട്ടപ്രദക്ഷിണം നടത്തിക്കൊണ്ട് സീന തിരിച്ചുവന്നിട്ടു പറഞ്ഞു. 'നമ്മുടെ സങ്കല്പത്തിലുള്ള വൃന്ദാവനമൊന്നും ഇവിടില്ല. ഒരു ക്ഷേത്രം. പിറകിൽ യമുന ഒഴുകുന്നുണ്ടെന്നുമാത്രം. അർജുൻദാസും ചന്ദൻലാലും ക്ഷേത്രത്തിലേക്ക് പോയകാരണം എനിക്ക് പെട്ടെന്ന് വീൽച്ചെയറിൽ കയറി പോകാൻ കഴിഞ്ഞില്ല. സീന നിലാവിനെ എന്റടുത്താക്കി ക്ഷേത്രദർശനത്തിനു പുറപ്പെട്ടു. ഞാൻ നിലാവിനെ ആ ആൽച്ചുവട്ടിൽ എന്റെ കിടക്കയിൽ തന്നെ ഇരുത്തി. വൃക്ഷത്തലപ്പുകളിൽ ചാടിക്കളിക്കുന്ന കുരങ്ങന്മാരെ കണ്ടപ്പോൾ നിലാവിനു സന്തോഷമായി. എന്റെ വലതുവശം ക്ഷേത്രഭാഗവും ഇടതുവശം ക്ഷേത്രത്തിലെ അന്തേവാസികൾക്ക് താമസിക്കാനുള്ള ഇടവുമാണെന്നു തോന്നി. ഞാൻ അവിടെ കണ്ട സവിശേഷ ശുഭ്രവസ്ത്രധാരികളായ ഒരുപാടു സ്ത്രീകൾ കള്ളക്കണ്ണിട്ട് എന്നെ ശ്രദ്ധിച്ചുകൊണ്ട് ആ പരിസരത്ത് ചുറ്റി നടക്കുന്നുണ്ട്. ചിലർ റോഡിലൂടെ പുറത്തേക്ക് പോകുകയും ചിലർ അകത്തേക്ക് കയറുകയും ചെയ്യുന്നു. നിലാവത്ത് അഴിച്ചുവിട്ട ലഗോൺ പിടക്കോഴികളെപ്പോലെയാണ് അവരെ കണ്ടപ്പോൾ എനിക്ക് തോന്നിയത്.

നിലാവിന് അപ്പോൾ ഒന്ന് മൂത്രമൊഴിക്കണം. മധുരയുടെ അപകടം അറിയാവുന്ന ഞാൻ എന്റെ അടുത്തുനിന്നും അവളെ ദൂരേക്ക് വിട്ടില്ല. എന്റെ കിടക്കയുടെ അടുത്തിരുന്ന് ആരും അറിയാതെ നിലാവ് മൂത്രമൊഴിച്ചു.

ചുറ്റും നടക്കുന്ന പാണ്ടകളെയും വിഷ്ണുഭക്തരെയും ശ്വേതാംബരികളായ ഇവറ്റകളെയും സസൂക്ഷ്മം നിരീക്ഷിച്ചുകൊണ്ട് ഞാൻ കിടന്നു. ക്ഷേത്രദർശം കഴിഞ്ഞ് എല്ലാവരും തിരിച്ചെത്തി. ഇനി എന്തായാലും മാധവന്റെ പുല്ലാങ്കുഴൽ വിളി കേട്ട ആ കാളിന്ദിതടം ഒന്നു കണ്ടുകളയാം എന്നു ഞാനും തീരുമാനിച്ചു.

ഞാൻ ചുറ്റിക്കറങ്ങി വരുന്നതിനിടെ സീനയെ അതിൽ ചില സ്ത്രീകൾ പിടികൂടിയിരുന്നു. പീതാംബര വസ്ത്രധാരികളായ കൃഷ്ണന്റെ ആ കള്ളകാമുകിമാർ സീനയോടു പറഞ്ഞു: "ഈ കുഞ്ഞ് അധികം വളരും മുമ്പ് നിങ്ങളിൽ നിന്നകന്ന് എന്നന്നേക്കുമായി നഷ്ടപ്പെടും. അതിന്റെ ലക്ഷണങ്ങൾ ആ കുട്ടിയിൽ ഞങ്ങൾ കാണുന്നു. അതിനു പ്രതിവിധിയായി ചില കർമ്മങ്ങൾ ഉണ്ട്."

അവർ അതു പറഞ്ഞുതീരും മുൻപ് സീന പൊട്ടിക്കരഞ്ഞു. ചന്ദൻലാൽ എന്റെ അടുത്തേക്ക് വന്നു. കുട്ടി അപ്പോൾ സീനയുടെ കൈകളിലാണ്. അവൻ രോക്ഷം ഉള്ളിൽ അടക്കിക്കൊണ്ട് പറഞ്ഞു. "സാബ്, ഇവർ ബീഹാറിൽനിന്നും ബംഗാളിൽ നിന്നുമൊക്കെ ഭർത്താവ് മരിച്ചും പല കാരണങ്ങൾകൊണ്ടും ഇവിടെ അടിഞ്ഞുചേരുന്ന അഴുക്കു പെണ്ണുങ്ങളാണ്. നമുക്ക് വേഗം സ്ഥലം വിടാം.' ഞാൻ കാർക്കശ്യത്തോടെ സീനയെ വിളിച്ചു. ഇതിനിടെ ആ സ്ത്രീകൾ പിന്നെയും എന്തൊക്കെയോ പറയുന്നുണ്ട്. പെട്ടെന്ന് എല്ലാവരുടെയും സഹായത്തോടെ ഞാൻ കാറിൽ കയറി. സീനയും അച്ചുവും മുൻപിൽ കയറി. ചന്ദൻ ലാൽ താഴെയിറക്കിവച്ച വീൽച്ചെയർ വേഗം കാറിനു മുകളിൽ കെട്ടി.

ആളുകളെ കബളിപ്പിച്ച് ജീവിക്കുന്നവർ എല്ലായിടത്തും ഉണ്ട്. അവർക്കിടയിൽനിന്ന് നമ്മെ സഹായിക്കുന്നത് മാനവികത വറ്റാത്ത മനു

സീന ഭാസ്കർ, നിലാവ്

ഷ്യരാണ്. ആ മാനവികത അനുഭവിക്കുക എന്നതാണ് യാത്രകളുടെ പ്രധാന ഉദ്ദേശ്യം.

മാനുഷികത ഇല്ലാത്ത ലോകത്ത് മനുഷ്യജീവിതം ദുസ്സഹമായിരിക്കും. കൊച്ചിയിൽ ആയുർവ്വേദ ഡോക്ടർമാരുടെ യോഗത്തിൽ കുമ്മനം രാജശേഖരന്റെ പ്രസംഗം ഞാൻ ഹിന്ദിയിലേക്കു പരിഭാഷപ്പെടുത്തിയത് വലിയ ഒച്ചപ്പാടിനു കാരണമായല്ലോ? എന്തിനു ഞാൻ കുമ്മനത്തിന്റെ പ്രസംഗം പരിഭാഷപ്പെടുത്തി എന്നാണ് ചിലർ ചോദിച്ചത്. അതിനും ഉത്തരം മാനുഷികതയുടെ പേരിൽ എന്നാണ്. ഹിന്ദി അറിയാവുന്ന വേറെ യാരും അവിടെ ഉണ്ടായിരുന്നില്ല. അതറിയാവുന്ന എനിക്ക് അവരെ സഹായിക്കാനാവും എന്നുവന്നു. ഞാൻ പരിഭാഷപ്പെടുത്തി. എന്നോടു പരിഭവം പറഞ്ഞവരോട് ഞാൻ ചോദിച്ചത് ഇത്രേയുള്ളൂ. 'നിങ്ങൾ വഴിയിൽ നില്ക്കെ ആരെങ്കിലും നിങ്ങളോടു വഴി ചോദിച്ചാൽ അവർ ബി ജെ പിക്കാരാണോ സി പി എമ്മുകാരാണോ എന്നു നോക്കിയാണോ നിങ്ങൾ വഴി പറഞ്ഞു കൊടുക്കുക...?'

വഴിയിൽ കാണുന്ന എന്നെ അറിയാത്ത ആരുടെയൊക്കെയോ നന്മകൾ കൊണ്ടാണ് ഞാൻ യാത്രകൾ പൂർത്തിയാക്കുന്നത്. മാനുഷികതയുടെ അർത്ഥവും അനുഭവവും എന്നെപ്പോലൊരാൾക്ക് മനസ്സിലാക്കാനാവുന്നത്ര സാധാരണ ആരോഗ്യവാനായ ഒരാൾക്കു മനസ്സിലാക്കാനായിക്കൊള്ളണമെന്നില്ല. ചുറ്റിലും മാനുഷികത വറ്റിയിട്ടില്ല എന്ന് എനിക്ക് എന്നെ ബോദ്ധ്യപ്പെടുത്തേണ്ടതുണ്ട്. പലപ്പോഴും ആ അർത്ഥത്തിൽ യാത്രകൾ നിരാശയാണ് സമ്മാനിക്കുന്നതെങ്കിലും യാത്രകൾ ഇനിയും തുടരണം എന്നുതന്നെയാണ്.

സൈമൺ ബ്രിട്ടോയെയുംകൊണ്ട് ആ അംബാസിഡർ കാർ ഓടിയത് ഒരു സ്വപ്നത്തിലേക്കാണ്. കുത്തേറ്റ് വീഴുമ്പോൾ ബ്രിട്ടോ മനസ്സിൽ താലോലിച്ച ഇന്ത്യാ പര്യടനത്തിലേക്ക്...

സുജിത് നായർ

മുപ്പത്തിമൂന്നു വർഷം മുമ്പ്, ഒരു യാത്രയ്ക്കുള്ള തയ്യാറെടുപ്പിനിടെയാണ് സൈമൺ ബ്രിട്ടോയുടെ ജീവിതം മാറി മറിയുന്നത്. 1983 ഒക്ടോബർ 14 ന് എറണാകുളം ജില്ലാ ആശുപത്രിയുടെ ഇടനാഴിയിൽ നട്ടെല്ലിന് കുത്തേറ്റു വീണപ്പോൾ ബ്രിട്ടോയുടെ കൈയിൽ ഒരു ട്രെയിൻ ടിക്കറ്റ് ഉണ്ടായിരുന്നു. ബീഹാറിലെ മിഥിലയിലേക്ക് പോകാനുള്ളത്. പഠനം പാതിവഴിയിൽ അവസാനിപ്പിച്ച് പോന്ന നഗരം ഒന്നുകൂടി കാണാൻ.

"മരണത്തിൽനിന്നു ജീവിതം തിരിച്ചുപിടിച്ചപ്പോഴേക്കും വീൽച്ചെയറിലേക്ക് പൂർണ്ണമായും മാറേണ്ടി വന്നു. എങ്കിലും സ്വപ്നം കണ്ടുകൊണ്ടേയിരുന്നു ഞാൻ, ഇന്ത്യ മുഴുവൻ യാത്ര ചെയ്യുന്ന നാളുകൾ വരുമെന്ന്" തെളിഞ്ഞ പുഞ്ചിരിയോടെ ബ്രിട്ടോ സ്വപ്നസാഫല്യത്തിന്റെ കഥ പറയുന്നു.

"മൂന്നു പതിറ്റാണ്ടുകൾക്കിപ്പുറം പഴയ അംബാസിഡർ കാറിനെയും കൂട്ടുപിടിച്ച് ഒരു സഹായിയേയും ഒപ്പം കൂട്ടി ആ സ്വപ്നം എന്റെ ഒപ്പം സഞ്ചരിച്ചു. ഒന്നും രണ്ടുമല്ല 138 ദിവസങ്ങൾ. എല്ലാ പിന്തുണയും നല്കിയത് ഭാര്യ സീനയും മകൾ ഏഴുവയസ്സുള്ള നിലാവുമാണ്."

കണ്ണുള്ളപ്പോൾ കാണണം

സഞ്ചാരിയാകുക അത്ര എളുപ്പമല്ല. അതിന് മനസ്സിനെ പാകപ്പെടുത്തണം. എല്ലാ കെട്ടുപാടുകളിൽനിന്നും വിട്ടുമാറി മനസ്സ് കാഴ്ചയ്ക്കായി തുറന്നിടണം. കാണുന്നതിനെ അറിയുകയും സ്നേഹിക്കുകയും വേണം. എന്നു തിരിച്ചെത്താമെന്നു പോലും ചിന്തിക്കരുത്.

ശരീരം അനുവദിക്കുമോ എന്നായിരുന്നു ഭയം. ശരീരത്തിന് ഒരു പാട് പരിമിതികളുണ്ട്. അധികം ചൂടും തണുപ്പും പറ്റില്ല. ചർമ്മം എളുപ്പം

പൊട്ടും. എങ്കിലും മനുഷ്യനല്ലേ ആഗ്രഹങ്ങൾക്കു വല്ല നിയന്ത്രണവുമുണ്ടോ? കാഴ്ചയാണെങ്കിൽ കുറഞ്ഞു വരികയുമാണ്. ഇന്നു പോയില്ലെങ്കിൽ എന്നാണ് പോവുക?

എൽ ഐ സി പോളിസി മെചർ ആയതിന്റെ പണവും വീടിന്റെ ഓടുമാറ്റിയിടാൻ വച്ചിരുന്ന പണവും എല്ലാം ചേർത്ത് ഒന്നരലക്ഷത്തോളം രൂപയായിരുന്നു മൂലധനം. തീരുമാനം അറിഞ്ഞപ്പോൾ സ്നേഹം കൊണ്ടാകണം കൂടുതൽ പേരും നിരുത്സാഹപ്പെടുത്തി. ഏറ്റുമാനൂർ എം എൽ എ സുരേഷ് കുറുപ്പിനെ പോലെ ചിലരാണ് പിന്തുണച്ചത്. "ഒരു കാര്യം തീരുമാനിച്ചാൽ നടപ്പാക്കണം." കുറുപ്പ് പറഞ്ഞു. അതേ, ഞാൻ തീരുമാനിച്ചു കഴിഞ്ഞിരുന്നല്ലോ.

യാത്രയുടെ തലേന്ന് സുഹൃത്ത് ചാക്കോ സാറും ഒപ്പം ചേർന്നു. എഞ്ചിനീയറായ അദ്ദേഹത്തിന്റെ വലതു കൈകാലുകൾക്ക് ബലം കുറവാണ്. യാത്ര പോകണമെന്ന് അടങ്ങാത്ത ആഗ്രഹവും. "നിങ്ങ കേറിക്കോ" എന്നു ഞാനും പറഞ്ഞു. വീൽച്ചെയറും യൂറിൻ ബോട്ടിലും കിടക്കയും വാക്കറും. ഒപ്പം രണ്ട് കന്നാസ് നിറയെ കുടിവെള്ളവും. സഹായിക്കാൻ അർജുൻ ദാസും ഡ്രൈവറും. ഏപ്രിൽ ഒന്നിന് വടുതലയിലെ വീട്ടുമുറ്റത്തുനിന്ന് 2006 മോഡൽ അംബാസിഡർ കാർ ഇളവെയിലിലൂടെ റോഡിലേക്കിറങ്ങി. കാണുന്നതിലെല്ലാം കൗതുകം കാണുന്ന കൊച്ചുകുട്ടിയുടെ നവ്യമായ മനസ്സോടെ ഞാനും.

ഇന്ത്യ ചുട്ടുപൊള്ളുന്ന ഏപ്രിൽ മാസം യാത്രയ്ക്കായി തെരഞ്ഞെടുത്തതിനും കാരണമുണ്ട്. വേനലിൽ ഏതു വഴിയരികിലും കിടക്കാം. മഴയാണെങ്കിൽ അതു സാധിക്കില്ല. കൂര അത്യാവശ്യമാകും. പക്ഷേ, അതു പോക്കറ്റ് ചോർത്തും. നേരമിരുളുമ്പോൾ കിടക്കും. പൈപ്പ് വെള്ളത്തിൽ കുളിക്കും. മരച്ചുവട്ടിൽ വിശ്രമം. ഇങ്ങനെയായിരുന്നു യാത്ര.

ഭക്ഷണം ഒരു നേരമാണ് പണ്ടേ എന്റെ രീതി. യാത്രയിലും അതിനു

മാറ്റമുണ്ടായില്ല. പഴങ്ങളാണ് മറ്റു നേരങ്ങളിൽ കഴിക്കുക. പലപ്പോഴും സഹിക്കാൻ കഴിയാത്ത ചൂടാണ് വെല്ലുവിളിയായത്. കാറിന്റെ ഏസിയും തകരാറിലായി. ഇടയ്ക്കിടെ ശരീരത്തിൽ വെള്ളം ഒഴിച്ചു തണുപ്പിച്ചാണ് പിടിച്ചു നിന്നത്.

അത്ഭുതപ്പെടുത്തി അജന്ത

നാസിക്കിലെ മുന്തിരിത്തോട്ടങ്ങളുടെ ഭംഗി ആസ്വദിക്കുമ്പോൾ മനസ്സിൽ *നമുക്ക് പാർക്കാം മുന്തിരിത്തോപ്പു*കളിലെ ദൃശ്യങ്ങളാണ് തെളിഞ്ഞു വന്നത്. ഷിർദി സായിബാബയുടെ ഖബർ കണ്ട്, ജൈന ക്ഷേത്രത്തിൽ വിശ്രമിച്ച ശേഷം ഔറംഗബാദിലേക്കാണ് പോയത്.

കാലാവസ്ഥ വളരെ മോശം. എങ്കിലും അക്ബർ ചക്രവർത്തിയുടെ ഭാര്യയുടെ ഖബറായ 'ബീബി കാ മക്ബറാ' യും മറ്റും കണ്ടതിനു ശേഷമാണ് എല്ലോറയിലേക്ക് പുറപ്പെട്ടത്. ശില്പഭംഗി തുളുമ്പുന്ന എല്ലോറയിലെ കൽപ്രതിമകളുടെ മുന്നിൽ എത്രസമയം വേണമെങ്കിലും ചെലവഴിക്കാം. ഇനി ലക്ഷ്യം അജന്ത. കിലോമീറ്ററുകൾക്കകലെനിന്നും കാണുന്ന ആ തലയെടുപ്പിനു മുന്നിൽ കണ്ണുനിറഞ്ഞു പോയി. 'പ്രഭോ, ഇതാ ഞാൻ വരുന്നു. സ്വീകരിച്ചാലും...?' സ്വയമറിയാതെയാണ് പറഞ്ഞു പോയത്.

പക്ഷേ, യാതനകൾ അവിടെ തുടങ്ങുകയായിരുന്നു. അരകിലോമീറ്റർ പിന്നിട്ടു വേണം അജന്തയുടെ അടുക്കലേക്കെത്താൻ. എന്റെ അംബാസിഡർ കാർ അവിടേക്ക് പോകില്ല. എന്തു ചെയ്യണമെന്നറിയാതെ നില്ക്കുമ്പോഴാണ് ഒരു ലോ ഫ്ളോർ ബസ് അവിടെ എത്തിയത്. പിന്നെ മടിച്ചില്ല. വീൽച്ചെയറിലേക്ക് കയറി. യൂറിൻ ബോട്ടിലും സഞ്ചിയും കൈയിൽ കരുതി.

ബസിൽ കയറിപ്പറ്റുക എന്നതായിരുന്നു മറ്റൊരു വെല്ലുവിളി. എന്നെ എടുത്തു കയറ്റാൻ ആരും മുന്നോട്ടുവന്നില്ല. അർജുൻദാസിന് ഒറ്റയ്ക്ക് അതു സാദ്ധ്യമായിരുന്നില്ല. ഒടുവിൽ ബസിലെ കണ്ടക്ടറോട് സഹായം അഭ്യർത്ഥിച്ചു. ആരോഗ്യമുള്ള ഒരു ചെറുപ്പക്കാരനായിരുന്നു അയാൾ. എന്നെ കൈകളിൽ പിടിച്ച് അയാൾ വണ്ടിയിലേക്ക് എടുത്തുകയറ്റി. അസ്ഥികൾ നുറുങ്ങുന്ന വേദനയായിരുന്നു അപ്പോൾ. പക്ഷേ, എല്ലാം ഞാൻ സഹിച്ചിരുന്നു. എനിക്ക് അജന്ത കാണണമായിരുന്നു.

മനുഷ്യർ എത്ര വിചിത്രമാണ്

യാത്രയിൽ ഇതുവരെ തോന്നാത്തതൊന്ന് ആ അപരിചിതരായ സഹയാത്രികരോടു തോന്നി. കടുത്ത അമർഷം. ഇരുകാലുകൾക്കും ശേഷിയില്ലാത്ത ഒരാൾ കഷ്ടപ്പെടുമ്പോൾ അതു കണ്ട ഭാവം പോലും നടിക്കാതെ ഇരിക്കാൻ ഇവർക്ക് എങ്ങനെ കഴിയുന്നു?

ദുരിതം അവിടെ തീരുന്നതായിരുന്നില്ല. ബസിറങ്ങി മല കയറി

വേണം അജന്ത ഗുഹകളിൽ എത്താൻ. ഡോളിക്കാരെ ആശ്രയിക്കാമെന്നു കരുതി. എന്റെ വയ്യായ്ക കണ്ടിട്ടാകണം അവർ നിരക്കു കുറച്ചുതന്നു. ഡോളി ഉയർത്തിയ ഉടൻ ഞാൻ നിരങ്ങി താഴേക്കു വീണു. സ്വാധീന ക്കുറവുകൊണ്ട് ബാലൻസ് ചെയ്യാൻ കഴിയാത്തതായിരുന്നു കാരണം. മുന്നോട്ടുപോകണമെങ്കിൽ എന്തെങ്കിലും വഴി കണ്ടെത്തിയേ തീരൂ.

ഡോളിയിലെ കസേരയിലുണ്ടായിരുന്ന കുഷ്യൻ എടുത്തു മാറ്റി. ബാഗിൽ കരുതിയിരുന്ന മുണ്ട് എടുത്ത് കസേരയുമായി ചേർത്ത് ശരീരം വരിഞ്ഞു മുറുക്കിക്കെട്ടി. കുത്തനെ കയറാതെ അല്പം സൂക്ഷിച്ചാണ് ഡോളിക്കാരും എന്നെ കൊണ്ടുപോയത്. കൈകൊണ്ട് സർവ്വശക്തിയു മെടുത്ത് ബാലൻസ് ചെയ്ത് മലമുകളിലേക്ക്.

കാത്തിരുന്ന നിമിഷമെത്തി. സൈമൺ ബ്രിട്ടോ എന്ന ഞാൻ അജ ന്തയുടെ കവാടത്തിൽ. ഒരു നിമിഷം കണ്ണുകളടച്ചുനിന്നു. ജീവിതത്തിൽ ഒരിക്കലും നടക്കില്ലെന്നു കരുതിയ നിമിഷമാണിത്. പിന്നെ വീൽച്ചെയ റിൽ അജന്തയുടെ ഉള്ളിലേക്ക്. ചെരിപ്പിട്ട് ആരേയും അകത്തേക്ക് കയ റ്റില്ല. എന്റെ പ്രത്യേക സാഹചര്യം കണ്ടിട്ടാകണം അവർ അതിനു സമ്മ തിച്ചു. എം എൽ എ ആയിരുന്നുവെന്നു പറഞ്ഞതും സ്വാധീനിച്ചിരി ക്കണം.

അവാച്യമായൊരു ശാന്തതയായിരുന്നു ഉള്ളിൽ. മനസ്സ് ഭാരമില്ലാതെ ഒരു അപ്പൂപ്പൻ താടിയായി മാറുംപോലെ. കറുപ്പിനും വെളുപ്പിനും ഇട യിലൂടെയുള്ള കാഴ്ചകൾ. പ്രാചീന മനുഷ്യന്റെ കരവിരുതും കലാമി കവും വിളിച്ചോതുന്ന കാഴ്ചകൾ. എന്റെ വീൽച്ചെയറിനു സാദ്ധ്യമായ എല്ലാ വഴികളിലൂടെയും ഉരുണ്ടു.

മദ്ധ്യപ്രദേശിലേക്കായിരുന്നു തുടർയാത്ര. ഭോപ്പാലും ഇന്റോറു മെല്ലാം കണ്ണുനിറയെ കണ്ടു. സാഞ്ചിയും കൗശമ്പിയും പിന്നിടുമ്പോൾ അശോക ചക്രവർത്തിയും ബുദ്ധസന്ദേശങ്ങളുമായിരുന്നു മനസ്സു നിറയെ. സാഞ്ചിയിലാണ് അശോക ചക്രവർത്തി ബുദ്ധമത പ്രചാരണ ത്തിനു തുടക്കമിട്ടത്. മകൾ സംഘമിത്ര അവിടെനിന്നാണ് ബുദ്ധമത ത്തെക്കുറിച്ചു പഠിക്കുന്നതും പിന്നീടു പ്രചരിപ്പിക്കാനായി സിലോണി ലേക്കുപോയതും. അശോകന്റെ ലിഖിതങ്ങളും സ്തൂപങ്ങളുമാണ് സാഞ്ചി യിലെ കാഴ്ചകൾ.

വിധിഷയും കടന്ന് ഖജുരാഹോയിലെത്തിയപ്പോൾ കാഴ്ചകൾക്ക് പുതിയ നിറം. കല്ലിൽ കൊത്തിവച്ച കാമസൂത്രയെന്നു തോന്നിപ്പോകും ശില്പങ്ങൾ കണ്ടാൽ. അത്രമാത്രം സൂക്ഷ്മതയോടെയുള്ള കൊത്തുപ ണികൾ. രണ്ടര മീറ്റർ ഉയരത്തിലാണ് ശില്പങ്ങൾ കൊത്തിവച്ചിരിക്കു ന്നത്. ശരീരത്തിന്റെ വൈകല്യം പരിമിതിയായി തോന്നിയ മറ്റൊരവസരം. ഒപ്പമുണ്ടായിരുന്ന ഡ്രൈവറെക്കൊണ്ട് ചിത്രങ്ങൾ ക്യാമറയിൽ പകർത്തി യാണ് കണ്ടത്.

ഓർച്ചയും ഝാൻസിയും ഗ്വാളിയോറും സന്ദർശിച്ച് ഡൽഹിയി ലേക്ക്. ഗ്വാളിയോറിൽ താൻസന്റെ ശവകുടീരത്തിലെത്തിയപ്പോൾ ഒരു

കൗതുകക്കാഴ്ച കണ്ടു. കയ്ക്കാത്ത പുളിയുടെ ഇല. ഇന്ത്യയിൽ അപൂർവ്വമായി കാണുന്ന ഒരു കാഴ്ച.

ഇടയ്ക്കൊരു കുടുംബയാത്ര

ഇതിനിടയിൽ മകൾ നിലാവിന്റെ പിറന്നാൾ വന്നു. ഒരുമിച്ച് ആഘോഷിക്കാനും എനിക്കൊപ്പം കുറച്ചു ദിവസങ്ങൾ ചെലവഴിക്കാനുമായി നിലാവും ഭാര്യ സീനയും ഡൽഹിയിൽ ഒപ്പം ചേർന്നു. യാത്രയ്ക്ക് പുതിയൊരു ഗതി ഉണ്ടാവുകയാണ്. ഒറ്റയ്ക്കുള്ള യാത്രയും കുടുംബത്തോടൊപ്പമുള്ള യാത്രയും രണ്ടാണല്ലോ.

ഹരിദ്വാറും ഉത്തരകാശിയും സന്ദർശിക്കാനാണ് ഞങ്ങൾ പോയത്. ഗംഗോത്രിയിൽ എത്തിയതും ഒരിക്കലും മറക്കാൻ പറ്റാത്ത അനുഭവമായി. ഹിമവാന്റെ മടിത്തട്ടിൽ നില്ക്കെ നമ്മൾ എത്ര ചെറുതാണെന്നു തിരിച്ചറിയുകയായിരുന്നു. നേപ്പാളിലെ തുടർ ഭൂചലനങ്ങൾ മൂലം ഹിമാലയത്തിലേക്ക് ആരും പോകാത്ത സാഹചര്യമായിരുന്നു. ഭാര്യയെയും മകളെയും ടാക്സിയിൽ സിംലയിലേക്ക് അയച്ച ശേഷം ഞാനും അർജ്ജുൻദാസും മുന്നോട്ടുപോയി.

രാഷ്ട്രീയപ്രവർത്തനത്തിന്റെ ഭാഗമായി പലവട്ടം വന്നുപോയ ബംഗാളിനെ ഏറെ ഇഷ്ടമാണെനിക്ക്. വിഭജനത്തിന്റെ മുറിപ്പാടുകളുമായി കഴിയുന്ന അതിർത്തി ഗ്രാമങ്ങളിലടക്കം പോയിമടങ്ങി. ഒരുകാലത്ത് ചുവപ്പു പുതച്ചു നിന്നിരുന്ന നാട് ഇന്നു മാറ്റത്തിന്റെ പാതയിലാണ്. പാർട്ടിയുടെ സമുന്നതനായ നേതാവിന്റെ പേരിലുള്ള പരിപാടിക്കു കൊടി കുത്താൻപോലും ആരുമില്ലാത്ത അവസ്ഥ.

ജനങ്ങൾക്ക് ഇപ്പോഴും പാർട്ടിയോടു താല്പര്യമുണ്ടെന്നാണ് ആളുകളോടു സംസാരിച്ചപ്പോൾ തോന്നിയത്. പക്ഷേ, നേതാക്കന്മാർ ജനങ്ങളിൽനിന്ന് അകന്നിരിക്കുന്നു. ഒരുകാലത്ത് പ്രവർത്തകരെക്കൊണ്ടു നിറഞ്ഞിരുന്ന പാർട്ടി ഓഫീസുകൾ ഇന്നു വിജനം. നൊമ്പരപ്പെടുത്തുന്ന കാഴ്ചയാണിത്.

ഒന്നും മിണ്ടാതെ പോയൊരാൾ

അതിനിടെ പ്രതീക്ഷിക്കാത്ത ഒരതിഥിയുടെ വരവ്. രണ്ടു നാൾ തുടർച്ചയായി പെയ്ത മഴ. നനഞ്ഞതോടെ കടുത്ത പനിയും ശാരീരിക പ്രശ്നങ്ങളും. സുഹൃത്തിന്റെ വീട്ടിലായിരുന്നു തങ്ങിയിരുന്നത്. കാരണമറിയാത്ത അസ്വസ്ഥതകൾ മനസ്സിൽ പെരുകി വരുന്നുണ്ടായിരുന്നു. എല്ലാത്തിനും വിരാമമിട്ടുകൊണ്ട് ആ ഫോൺകോൾ എത്തി, അച്ഛന്റെ (നിക്കോളാസ് റോഡ്രിഗസ്) മരണം അറിയിച്ചുകൊണ്ട്.

പ്രസന്നമായ ആ മുഖം കണ്ടാണ് യാത്ര തുടങ്ങിയത്. പാതിവഴിയിൽ മടങ്ങിയെത്തി മരണത്തിൽ മരവിച്ച അച്ഛനെ കാണാൻ വയ്യ. ലക്ഷ്യം പൂർത്തിയാക്കി മടങ്ങിയെത്തുന്നതാകും അച്ഛനും ആഗ്രഹിച്ചി

രിക്കുക. നാട്ടിൽനിന്ന് ചില സഖാക്കൾ വിളിച്ചു. വിമാന ടിക്കറ്റ് സംഘടിപ്പിക്കാമെന്ന് പറഞ്ഞു. ആരോഗ്യസ്ഥിതി തീർത്തും മോശമായിരുന്നു. ഉള്ളുകൊണ്ട് അച്ഛനു ലാൽ സലാം പറയുമ്പോൾ യാത്രികന് കെട്ടുപാടുകൾ പാടില്ലെന്ന് എന്നെത്തന്നെ ബോദ്ധ്യപ്പെടുത്താനുള്ള ശ്രമത്തിലായിരുന്നു ഞാൻ.

അമൽ എന്ന വിദ്യാർത്ഥി സുഹൃത്തായിരുന്നു ബംഗാൾ യാത്രയിൽ ഒപ്പമുണ്ടായിരുന്നത്. അത്തരമൊരു യാത്രയിലാണ് മൂർഷിദാബാദിൽ എത്തിയത്. അവിടെ നിന്ന് 40 കിലോമീറ്റർ സഞ്ചരിച്ചാൽ ബംഗാൾ അതിർത്തിയായി. കുഗ്രാമങ്ങളിൽ ലോഡ്ജുകളോ ഹോട്ടലുകളോ ഇല്ല. ഒടുവിൽ സത്രം എന്നു തോന്നിപ്പിക്കുന്ന ഒരു രണ്ടുനില വീടിനു മുന്നിലെത്തി. വാതില്ക്കൽ കണ്ട സ്ത്രീയോടു വിവരം പറഞ്ഞു. 300 രൂപ വാടകയ്ക്കു താഴത്തെ നിലയിൽ മുറി നല്കാമെന്നായി അവർ. കയറിയപ്പോൾ കാര്യങ്ങൾ ഏതാണ്ട് വ്യക്തമായി. ഇടപാടുകാർ പലരും വന്നുപോകുന്നു. മുകളിലത്തെ നിലകളിൽ വ്യഭിചാരം നടക്കുമ്പോൾ താഴത്തെ നിലയിൽ അഭയം തേടി ഞങ്ങൾ.

ഗംഗോത്രിയിലേക്ക് കുടുംബവുമൊത്തുള്ള യാത്രയ്ക്കിടെയും അപകടം കൺമുന്നിൽ കണ്ടിരുന്നു. സമുദ്രനിരപ്പിൽ നിന്ന് ഏറെ ഉയരത്തിലൂടെയുള്ള യാത്ര. ഇടുങ്ങിയ വഴിയുടെ ഒരുവശത്ത് ഗംഗ ഒഴുകുന്നു. ഗംഗോത്രിക്ക് 30 കിലോമീറ്റർ മുൻപ് സുഖിയ്യ എന്ന സ്ഥലത്ത് വച്ച് കാറിന്റെ വലതുവശത്തെ വീലിന്റെ ബ്രേക്ക് പ്രവർത്തിക്കാതെയായി. രക്ഷകനായത് സൈന്യത്തിൽ ജോലി ചെയ്യുന്ന ശിവപ്രസാദാണ്. അന്നു പട്ടാളക്കാർക്കൊപ്പം താമസിച്ചു. കേടുവന്ന ബ്രേക്ക് വിച്ഛേദിച്ച്, മൂന്നു വീലിന്റെ ബ്രേക്ക് മാത്രമായി 60 കിലോമീറ്ററോളം ജീവൻ കൈയിൽ പിടിച്ചുകൊണ്ടുള്ള യാത്ര.

18 സംസ്ഥാനങ്ങളും നേപ്പാളുമൊക്കെയായി യാത്ര നീണ്ടത് നാലര മാസത്തോളമാണ്. ഓരോ പ്രതിസന്ധികളും അതിജീവിക്കുമ്പോഴും മനക്കരുത്തും ഇച്ഛയും സഹനവും മാത്രമായിരുന്നു കൂട്ടിനുണ്ടായിരുന്നത്. സത്യത്തിൽ ജീവിതം മുന്നോട്ടു കൊണ്ടുപോകുന്നതും ഇതൊക്കെതന്നെയല്ലേ.?

അനുഭവം

ഇരുളിലെ ഓർമ്മകൾ

സൈമൺ ബ്രിട്ടോ

കാലം മുൻപോട്ടു പോകുമ്പോൾ പലതും മായിച്ചു കളയുന്നു. തനിമയാർന്ന ഓർമ്മകളെ പോലും കാലത്തിന്റെ കുത്തൊഴുക്കിന് തണുപ്പിക്കുവാനും ഘനീഭവിപ്പിക്കുവാനും ഇല്ലാതാക്കാനും കഴിഞ്ഞു. പക്ഷേ, ജീവിച്ചിരിക്കുന്ന മനുഷ്യന്റെ അനുഭവങ്ങളിൽ ചിലതൊക്കെ അവന്റെ മരണത്തെ അതിജീവിക്കും. 1975 ലെ ആഭ്യന്തര അടിയന്തരാവസ്ഥ അതാണ്.

എനിക്കന്ന് 21 വയസ്സ് പ്രായം. അടിയന്തരാവസ്ഥ പ്രഖ്യാപിച്ചത് ഒരുപാതിരാവിലാണെങ്കിലും ഇന്ത്യ മുഴുവൻ അറിയുന്നത് പിറ്റേന്ന് പകലാണ്. അക്കാലത്ത് ഇന്ത്യയുടെ പ്രതികരണശേഷിയുള്ള മുഴുവൻ മനസാക്ഷിയും ഒന്നടങ്കം അസ്വസ്ഥമായിരുന്നു. അക്കൂട്ടത്തിൽ പെട്ടവരായിരുന്നു, ഞാനും എന്നെപ്പോലുള്ള വിരലിലെണ്ണാവുന്ന ചിലരും. പകൽ മുഴുവൻ എരിഞ്ഞൊടുങ്ങാത്ത മനസ്സുമായി കനൽ കത്തിനിന്നു. സന്ധ്യ വീഴാൻ തുടങ്ങിയപ്പോൾ സൈക്കിൾ ഷോപ്പിൽനിന്നും ടയറെടുത്ത് മുറിച്ച് പന്തം കൊളുത്തി. പ്രകടനം നടത്തി. അവസാനം മൈക്കില്ലാതെ അടിയന്തരാവസ്ഥയ്ക്കെതിരെ രണ്ടുവാക്കും പറഞ്ഞ് ഞങ്ങൾ ഏഴുപേർ പിരിഞ്ഞു. അന്ന് രാത്രിയും പകലും പൊലീസ് വണ്ടി ഓടിക്കൊണ്ടിരുന്നു. ഒപ്പം മഫ്തി പൊലീസുകാരും. പക്ഷേ, ഞങ്ങളെ പിടിക്കുവാൻ ആർക്കും കഴിഞ്ഞില്ല.

പിറ്റേ മാസമെന്നാണ് എന്റെ ഓർമ്മ. സി പി ഐ (എം) അടിയന്തരാവസ്ഥയ്ക്കെതിരെ കേരള ബന്ദ് പ്രഖ്യാപിച്ചു. അതു വീണു കിട്ടിയ നിധിപോലെ ഞങ്ങൾക്കു തോന്നി. വാഹനം സ്തംഭിപ്പിച്ചേ ഞങ്ങൾ അടങ്ങൂ. പാതിരാവായപ്പോൾ മുൻകൂട്ടി നിശ്ചയിച്ചപ്രകാരം ഇരുമ്പുകമ്പിയും 'ലവാങ്കെ' ഒക്കെയുമായി വടുതല പാലത്തിനു മേലെ വന്നു.

കൃത്യമായി പറഞ്ഞാൽ പാലത്തിന്റെ തെക്കുകിഴക്കുവശം. ഞങ്ങൾ അന്ന് അഞ്ചെട്ടു ചെറുപ്പക്കാർ ഉണ്ടായിരുന്നു. പാലത്തിനരികിലെ പാരപ്പെറ്റ് പൊട്ടിക്കാതെ അടിയിളക്കി എല്ലാ കൈകളും ചേർന്ന് നിരക്കി നിരക്കി റോഡിന്റെ നടുവിലേക്ക് നീക്കുവാൻ തുടങ്ങി.

പെട്ടെന്ന് പൊലീസ് ജീപ്പിന്റെ വെട്ടം കണ്ട് കിഴക്കേ അരികിലൂടെയിറങ്ങി തോട്ടിറമ്പിലൂടെ രാത്രിയുടെ മറവ് ചേർന്ന് കൈതക്കാടുകൾക്കിടയിൽ ഒളിച്ചിരുന്നു. വസ്ത്രം അഴിച്ചുവെച്ചിരുന്നതുകൊണ്ട് പൊലീസിന് ഞങ്ങളെ കണ്ടുപിടിക്കുവാൻ പ്രയാസം. മാത്രമല്ല, ബൂട്സിട്ട പൊലീസിന്റെ കാലുകൾ ചെളിയിൽ പൂണ്ടു പോകും. പൊലീസ് ടോർച്ചടിച്ച് ചുറ്റും പരതി. ഞങ്ങൾ ഒരു ചലച്ചിത്രം പോലെ അതുകണ്ടുകൊണ്ടിരുന്നു. ഒപ്പം ചിന്നംപിന്നം മഴയും. തണുപ്പകറ്റാൻ ഞങ്ങളിലൊരുവൻ കൈക്കുമ്പിളിൽ ബീഡി കത്തിച്ചു ചുണ്ടിൽ വച്ചു. കൊടുത്തു ഒരടി! കൊണ്ടവൻ പരാതിയില്ല. ബീഡി കത്തിച്ചാൽ പൊലീസ് തിരിച്ചറിയുമല്ലോ. എന്തുകൊണ്ടോ പൊലീസ് അന്നറിഞ്ഞില്ല. മഴ ശക്തിയായി പെയ്യുവാൻ തുടങ്ങി. പൊലീസ് നിർവ്വാഹമില്ലാതെ പിൻവാങ്ങി. ഉത്സുകരായി ഞങ്ങൾ വീണ്ടും കുതിച്ചു. നേരം വെളുക്കും മുൻപേ പാരപ്പെറ്റുകൾ ഉരുട്ടി ഞങ്ങൾ പാലത്തിനു കുറുകെ നിരനിരയായി വെച്ചു. പിറ്റേന്ന് വലിയ പ്രാധാന്യത്തോടെ സർക്കാരിന്റെ ആകാശവാണി വിളിച്ചു പറഞ്ഞു.

"വടുതലയിൽ ഉച്ചവരെ പാലം തടസ്സപ്പെട്ടു."

ആ മാസം തന്നെ സെന്റ് ആൽബർട്സ് കോളേജിൽ ബി എ ഇക്കണോമിക്സിനു ചേർന്നു. എസ് എഫ് ഐ അവിടെ നാമമാത്രം! ഞാൻ അന്വേഷിച്ച് സെക്രട്ടറിയേയും പ്രസിഡന്റിനേയും കണ്ടെത്തി. പ്രസിഡന്റ് ഇപ്പോഴത്തെ ഹൈക്കോടതി ജസ്റ്റിസ് ബാബു മാത്യു പി ജോസഫ്. സെക്രട്ടറി സ. കെ ചന്ദ്രൻപിള്ള. അടിയന്തരാവസ്ഥ തീരും വരെ കോളേജിൽ ഉച്ച ഒഴിവിൽ ദിവസവും ചിന്തയും മാർക്സിസ്റ്റ് ക്ലാസിക്കുകളും വില്പന നടത്തിക്കൊണ്ട് ഞങ്ങൾക്കൊപ്പം കോളേജിൽ അടിയന്തരാവസ്ഥയെ എതിർത്തിരുന്നത് വിരലിലെണ്ണാവുന്ന എ ബി വി പി കാർ മാത്രമാണ്. ഒരു രാത്രി ഞങ്ങൾ ഒരുമിച്ച് കോളേജിന്റെ മതിലു നിറയെ അടിയന്തരാവസ്ഥയ്ക്കെതിരെ മുദ്രാവാക്യങ്ങൾ എഴുതി നിറച്ചു. മാനേജ്മെന്റ് അതെല്ലാം മൂടി വെച്ചതുകൊണ്ട് പൊലീസ് ഞങ്ങളെ പിടിച്ചില്ല എന്നു മാത്രം.

എറണാകുളം മഹാരാജാസ് കോളേജിൽ ഭീകരാന്തരീക്ഷമായിരുന്നു. കോളേജ് മാഗസിൻ എഡിറ്ററായ ടി എൻ ശിവശങ്കരനെ ബ്രെഹ്തിന്റെ കവിത മാഗസിനിൽ പ്രസിദ്ധീകരിച്ചതിന് ലോക്കപ്പിൽ വെച്ച് പൊലീസ് ക്രൂരമായി മർദ്ദിച്ചു. തോമസ് ഐസക്കിന് നിരന്തരം പൊലീസ് ഉപദ്രവം സഹിക്കേണ്ടിവന്നു. അടിയന്തരാവസ്ഥയിൽ അറസ്റ്റു ചെയ്ത് ജയിലിലടച്ച ഐസക് പുറത്തുവന്ന കാലം. മഹാരാജാസ് കോളേജിൽ കെ എസ് യു നേതാവ് പാലാ ജോണിന്റെ നേതൃത്വത്തിൽ കോളേ

ജിനെ ഗുണ്ടാ കേന്ദ്രമാക്കി മാറ്റി. പ്രൂഫ് എന്ന എസ് എഫ് ഐ പ്രവർത്തകനെ കോളേജ് കെട്ടിടത്തിന്റെ രണ്ടാം നിലയിൽനിന്നും താഴേക്കെറിഞ്ഞു കൊല്ലുവാനായി ശ്രമിച്ചു. ക്ലാസ് മുറികളിൽ സ്പെഷ്യൽ ബ്രാഞ്ച് പൊലീസുകാർ കയറിയിരുന്ന് അദ്ധ്യാപകരോട് പഠിപ്പിക്കുവാൻ കല്പിച്ചു. സാനുമാഷിന് അതിനെതിരെ പ്രതികരിക്കേണ്ടിവന്നു. അന്നു എ കെ ജി സി റ്റി എ യുടെ ചുക്കാൻ പിടിച്ചിരുന്നത് സ്റ്റാലിൻ സാറായിരുന്നു. കെ ജി ശങ്കരപിള്ളയും ഭരതൻ സാറും ടി ആറും കുട്ടികളുടെ മുൻപിൽനിന്ന് അടിയന്തരാവസ്ഥയെ പച്ചയ്ക്ക് എതിർക്കുമായിരുന്നു. ടി ആറും ഭരതൻ സാറും അടിയന്തരാവസ്ഥയ്ക്കെതിരെ പച്ചത്തെറി പറഞ്ഞ സന്ദർഭം ഉണ്ടായിട്ടുണ്ട്. അടിയന്തരാവസ്ഥയെ പാടിപ്പുകഴ്ത്തിയവരും 'ഇരുപതു തിരിയിട്ട നിലവിളക്കി'നെ കവിതയാക്കി മലയാള സർഗ്ഗാത്മകതയ്ക്ക് ചരമക്കുറിപ്പെഴുതിയ അദ്ധ്യാപകരും കേരളത്തിലുണ്ടായിരുന്നു. എന്നാൽ ലീലാവതി ടീച്ചർ അടക്കം മഹാരാജാസിലെ ഭൂരിഭാഗം അദ്ധ്യാപകരും അടിയന്താവസ്ഥയ്ക്കെതിരായിരുന്നു.

എസ് രമേശൻ ബാങ്കിൽ ജോലി കിട്ടി മഹാരാജാസ് കോളേജ് വിട്ടു. ഐസക് ഹോസ്റ്റലിൽ താമസിക്കുവാൻ കഴിയാതെ കാനൻ ഷെഡ് റോഡരികിലെ ലാലി ഭവനിൽ താമസിച്ച് പഠനം തുടർന്നു. ശിവശങ്കരൻ കടുത്ത മർദ്ദനത്തിനിടയിലും എം എ പഠനം പൂർത്തിയാക്കി പാർട്ടി ഓഫീസിൽ കഴിയുന്നു. ജീവൻ ഉപരിവിദ്യാഭ്യാസത്തിനായി പാന്ത് നഗറിലേക്കുപോയി. ഞങ്ങളെ നയിക്കുവാനും ആശ്വസിപ്പിക്കുവാനും തമാശ പറയുവാനുമൊക്കെയായി എസ് എഫ് ഐ സംസ്ഥാന ജോ. സെക്രട്ടറി എം കെ വാസുദേവൻ അന്ന് എറണാകുളത്തുണ്ട്.

കാനൻ ഷെഡ് റോഡിലെ സി പി ഐ (എം) ജില്ലാകമ്മിറ്റി ഓഫീസും ഓട്ടോ തൊഴിലാളി യൂണിയൻ ഓഫീസും ഞങ്ങൾക്കന്ന് ആശ്രയം ആയി. അടിയന്തരാവസ്ഥയ്ക്കെതിരെ പുതുവഴികൾ തേടി നാട്ടിലൊരു നാടക ക്ലബ് രൂപീകരിച്ചു. അടിയന്തരാവസ്ഥയ്ക്കെതിരെ ഹരി വടുതല നാടകമെഴുതി. കോളേജിലെ ബെസ്റ്റ് ആക്ടറായ ഞാൻ അതിൽ ഒരു നടൻ. ഇരുപതിന പരിപാടിയുടെ കൂടെ സഞ്ജയ് ഗാന്ധിയുടെ അഞ്ചിനവും കൂടെ ചേർന്ന കാലം.

അഭിനേതാക്കളിൽ എന്തും വിളിച്ചു പറയുവാൻ കഴിയുന്നൊരു കഥാപാത്രമായിരുന്നു ഞാൻ. ഭയം കൊണ്ട് പലരും അടിയന്തരാവസ്ഥയ്ക്കെതിരെ വലുതായിട്ടൊന്നും പറയരുതെന്നു വിലക്കിയിട്ടും എതിരെ എന്തൊക്കെ പറയുവാൻ കഴിയുമോ അതൊക്കെ ആ കഥാപാത്രത്തിലൂടെ ഞാൻ പറഞ്ഞു. നാടകപ്പിറ്റേന്ന് പൊലീസുകാർ പലരേയും തൂക്കിയെടുത്തു ലോക്കപ്പിലിട്ടു. കോൺഗ്രസുകാർ മനഃപൂർവ്വം ഒഴിവാക്കിയതുകൊണ്ട് എന്നെ പിടിക്കാതിരുന്നതെന്ന് പിന്നീടറിഞ്ഞു.

ഈ കാലഘട്ടത്തിൽ തന്നെ *ദേശാഭിമാനി* സ്റ്റഡി സർക്കിളിന്റെ താലൂക്ക് സെക്രട്ടറിയായും ജില്ലാ കമ്മിറ്റിയംഗമായും പ്രവർത്തനം തുടങ്ങി. അന്ന് താലൂക്ക് പ്രസിഡന്റ് എൻ കെ കണ്ണൻ മേനോന്റെ അനിയൻ എൻ കെ ബി മേനോനും ജില്ലാനേതൃത്വം എസ് കെ വസ

ന്തനും കാലടി കോളേജിലെ നമ്പൂതിരി സാറും അക്കാലത്ത് *ദേശാഭിമാനി* സ്റ്റഡി സർക്കിളിന്റെ സംസ്ഥാന സമ്മേളനം എറണാകുളത്തുവെച്ചു ചേർന്നു. പൊലീസിനെ കബളിപ്പിച്ചാണ് അതിനുവേണ്ടിയുള്ള ചുമരെഴുത്തുകൾ നടത്തിയത്. കേരളത്തിൽ ആദ്യമായി സിനിമാ പോസ്റ്ററുകൾ കീറിയെടുത്ത വർണ്ണഭംഗിയിൽ അടിയന്തരാവസ്ഥകാലത്ത് പരസ്യങ്ങളില്ലാതെ വൃത്തിയാക്കി ഇട്ട നീണ്ട മതിലുകളിൽ കൊളാഷ് ചിത്രങ്ങളോടെ ചുമരെഴുതിയത് ചിത്രകാരൻ ഒ സുന്ദറായിരുന്നു. കൂടെ ഞാനും. സ്നേഹം കൊണ്ട് എം എൻ കുറുപ്പ് പലവട്ടം വിലക്കി. പക്ഷേ, ആ വിലക്ക് ലംഘിച്ചുകൊണ്ടാണ് ചുമരെഴുത്തിനുപോയത്.

അന്ന് എസ് എഫ് ഐയുടെ അഖിലേന്ത്യാ സെക്രട്ടറി ബിമൽബസുവും പ്രസിഡന്റ് പ്രകാശ് കാരാട്ടുമായിരുന്നു. ബൃന്ദാകാരാട്ട് റീത്ത എന്ന പേരിലാണ് അറിയപ്പെട്ടിരുന്നത്. ഐസക്കിനു പലപ്പോഴും പുറത്തിറങ്ങുവാൻ പറ്റാത്ത അവസ്ഥ. ഒരു ഭാഗത്ത് പൊലീസും മറുഭാഗത്ത് ഗുണ്ടകളും. പ്രകാശ് കാരാട്ടിനെ വേണമെങ്കിൽ പൊലീസിനു പിടിക്കാം. എറണാകുളത്തു വരുമ്പോൾ പ്രകാശ് കാരാട്ടിനെ കൂട്ടിക്കൊണ്ടുവരേണ്ടതും സുരക്ഷിതമായി തിരിച്ചയക്കേണ്ടതും പലപ്പോഴും എന്റെ ചുമതല ആയിരുന്നു.

അടിയന്തരാവസ്ഥയിലെ ഭീകരാവസ്ഥയെ കുറിച്ചറിയുന്നത് പാർട്ടിക്കത്ത് മുഖാന്തരമായിരുന്നു. പാർട്ടിക്കത്തിൽനിന്നും അറിഞ്ഞ ക്രൂരമായ പൊലീസ് പീഡങ്ങളെക്കുറിച്ച് ഞങ്ങൾ പോസ്റ്ററിലെഴുതി നിരന്തരം ഒട്ടിച്ചുകൊണ്ടിരുന്നു.

ബി ഇ എഫ് ഐ അന്ന് രൂപം കൊണ്ടിട്ടില്ല. അതിനെക്കുറിച്ചുള്ള ആലോചനാ കേന്ദ്രമായിരുന്നു ബോസ് ബിഗ് ഹോട്ടൽ. രാത്രി ഉറങ്ങുവാൻ ഞങ്ങളുടെ താവളം അധികവും കെ എസ് റ്റി എ ഓഫീസിലോ കെ എം എസ് ആർ എ ഓഫീസിലോ ആയിരുന്നു.

ഫെഡറൽ ബാങ്ക് ജീവനക്കാരനായിരുന്ന കെ എസ് ടൈറ്റസ് ഞങ്ങൾ വിലക്കിയിട്ടും ഞങ്ങൾക്കൊപ്പം നിഴൽപോലെ പോസ്റ്ററൊട്ടിക്കുവാൻ വന്നിരുന്നു. ലോറൻസും രവീന്ദ്രനാഥും എ പിയും എല്ലാം ജയിലിലായിരുന്നു. ആക്ടിങ് സെക്രട്ടറി ഇ കെ നാരായണൻ. ഒഴിവുള്ള പകൽ സമയങ്ങളിൽ ഞങ്ങളുടെ ഇരിപ്പ് പി ആന്റ് ടി സഹകരണ സംഘത്തിൽ ആയിരുന്നു. പ്രഭാകരൻ സഖാവ് അന്ന് ജയിലിലായിരുന്നു. നിക്കോളാസിനെ സർവ്വീസിൽനിന്നും പിരിച്ചുവിട്ടു. നിക്കോളാസ് നല്ല തബലിസ്റ്റാണ്. സ്റ്റഡി സർക്കിളിന്റെ കീഴിൽ മനസ്സിൽ കനലെരിയുന്നവരെ ചേർത്ത് ഞങ്ങളൊരു ഗാനമേള സംഘം ഉണ്ടാക്കി.

വീട്ടിൽ ഞാൻ കയറാറേ ഇല്ലായിരുന്നു. അക്കാലത്ത് പകൽ രാത്രി വ്യത്യാസമില്ലാതെ ഏതു പൊലീസുകാരനും ഏതു വീട്ടിലും കയറാമായിരുന്നു. സംശയം തോന്നുന്ന ആരെയും അറസ്റ്റ് ചെയ്യാമായിരുന്നു. കക്കയം ക്യാമ്പുപോലെ ഇടപ്പള്ളിയിലും ഒരു ക്യാമ്പുണ്ടായിരുന്നു. ഇടപ്പള്ളി കൊട്ടാരം. അത് ഇന്ന് പൊളിച്ചു മാറ്റിയിരിക്കുന്നു. പക്ഷേ, ഞങ്ങളുടെ ഓർമ്മകളെ ആർക്കും പൊളിച്ചു മാറ്റുവാൻ കഴിയുകയില്ല.

അഭിമുഖം

വീൽച്ചെയറിൽ ഒരാൾ വരച്ച ആകാശങ്ങൾ

സീന ബ്രിട്ടോ / നിലാവ് / നൗഫൽ എൻ

സൈമൺ ബ്രിട്ടോയുടെ ജീവിതം കേരളത്തിന്റെ സമര ചരിത്രങ്ങളുടെ ഭാഗമാണ്. കരുത്തനായ ഒരു രാഷ്ട്രീയ പോരാളി എന്നതിനൊപ്പം എഴുത്തുകാരനായും പ്രഭാഷകനായും സഞ്ചാരിയായും പലജീവിതങ്ങൾ ബ്രിട്ടോ ജീവിച്ചു. ബ്രിട്ടോയുടെ വേര് പാർട്ടിയും കുടുംബവുമായിരുന്നു. ബ്രിട്ടോയ്ക്ക് പാർട്ടി കുടുംബം തന്നെയായിരുന്നു. കുടുംബം പാർട്ടി തന്നെയും. ബ്രിട്ടോ രൂപപ്പെടുന്നതും ബ്രിട്ടോയായി മാറുന്നതും ആ മനുഷ്യൻ വലിയൊരളവും ചലനമറ്റ ശരീരത്തിൽ താണ്ടിയ ദൂരങ്ങളുടെ അടിസ്ഥാനത്തിലാണ്. ആ ദൂരങ്ങളെല്ലാം ബ്രിട്ടോയോടൊപ്പം സഞ്ചരിച്ചത് സഖാവ് സീന ബ്രിട്ടോയാണ്. ബ്രിട്ടോയുടെ ജീവിതത്തിന്റെയും രാഷ്ട്രീയത്തിന്റെയും സാക്ഷ്യം പറയാൻ സീനയോളം അർഹത മറ്റാർക്കുമില്ല. സൈമൺ ബ്രിട്ടോ എന്ന രാഷ്ട്രീയ മനുഷ്യനെ കുറിച്ചും ജീവിതപങ്കാളിയെക്കുറിച്ചും സീന സംസാരിക്കുന്നു. പ്രിയപ്പെട്ട 'അബ്ബ'യെപ്പറ്റിയുള്ള ഓർമ്മകൾ നീട്ടി മകൾ നിലാവ് സൈമൺ ബ്രിട്ടോയുടെ ജീവിതത്തെ വീണ്ടെടുക്കാൻ ഒപ്പം ചേരുന്നു.

സഖാവ് സൈമൺ ബ്രിട്ടോയുടെ ഡയറിയിലൂടെയും മുൻകാലത്തെ രേഖകളിലൂടെയും കടന്നുപോകുമ്പോൾ ഏറ്റവും കൂടുതൽ കാണുന്ന വാക്ക് 'എസ് എഫ് ഐ' എന്നതാണ്. അറുപത് വയസ്സ് കഴിഞ്ഞിട്ട് പോലും അവസാനഘട്ടം വരെയും സൈമൺ ബ്രിട്ടോ ജീവിച്ചത് പ്രായമേശാത്ത എസ് എഫ് ഐ ജീവിതം തന്നയല്ലെ?

ബ്രിട്ടോ എല്ലാകാലത്തും എസ് എഫ് ഐയായിരുന്നു. ഒരാൾക്ക് എല്ലാകാലത്തും എസ് എഫ് ഐ ആകാൻ പറ്റും. പക്ഷേ, എസ് എഫ്

ഐ അംഗീകരിക്കണമെന്നില്ല. ബ്രിട്ടോയെ സംബന്ധിച്ച് ബ്രിട്ടോ എസ് എഫ് ഐയായിരുന്നു എന്നുമാത്രമല്ല കുട്ടികൾ ബ്രിട്ടോയെ എസ് എഫ് ഐ കാരനായി അംഗീകരിക്കുകയും ചെയ്തു. അതാണ് ബ്രിട്ടോയുടെ പ്രത്യേകത. ഇപ്പോൾ ഞാൻ എസ് എഫ് ഐ ആണ്. പക്ഷേ, എനിക്ക് അംഗീകാരം കിട്ടണമെന്നില്ല. ബ്രിട്ടോയുടെ കെയർ ഓഫിൽ എന്തെങ്കിലും അംഗീകാരം ലഭിച്ചെന്നിരിക്കും. പക്ഷേ, അങ്ങനെയല്ല. ബ്രിട്ടോ എല്ലാകാലത്തും എസ് എഫ് ഐയായിരുന്നു. ബ്രിട്ടോ പല അവസരങ്ങളിലും ഒരു യൂണിറ്റ് സെക്രട്ടറിയുടെയും, ജില്ലാ സെക്രട്ടറിയുടെയും, പോസ്റ്റർ ഒട്ടിക്കുന്ന സാധാരണ പ്രവർത്തകന്റെയും റോള് എടുത്തിട്ടുണ്ട്. ബ്രിട്ടോയെ സംബന്ധിച്ച് എസ് എഫ് ഐ കുട്ടികളാണ്. കുട്ടികൾക്ക് പല തെറ്റുകൾ സംഭവിക്കും. തെറ്റുകളിൽ നിന്നാണ് ശരികളിലേക്ക് കുട്ടികൾ വരുന്നത്. കുട്ടികളെ തിരുത്തുന്നതിനുവേണ്ടി ശിക്ഷകൾ നല്കാം. പക്ഷേ, കുട്ടികളെ നശിപ്പിക്കുന്നതും ഉന്മൂലനം ചെയ്യുന്നതുമായ ശിക്ഷകൾ കുട്ടികളെ സമൂഹത്തിൽ ക്രിമിനലുകളാക്കാം. ഇതിനെ ബ്രിട്ടോ എതിർത്തിരുന്നു. അതിന് ഏറ്റവും വലിയ ഉദാഹരണമാണ് ഏറ്റവും അവസാനം മഹാരാജാസ് കോളേജിലെ കസേര കത്തിക്കൽ സമരവുമായി ബന്ധപ്പെട്ട് നടത്തിയ പ്രക്ഷോഭം. എല്ലാവരും ആ കുട്ടികൾക്ക് എതിരായിരുന്നു. കുട്ടികൾ എന്തുകൊണ്ട് അതു ചെയ്തു എന്നാരും തിരക്കിയില്ല. ആ കുട്ടികൾ അത് ചെയ്തു, അതുകൊണ്ട് ഇനി അവർ സമൂഹത്തിന് ആവശ്യമില്ലാത്തവരാകാം എന്ന് അവരെ കുറ്റപ്പെടുത്തി ഒറ്റപ്പെടുത്തുന്ന അവസ്ഥയുണ്ടായി. എന്നാൽ ബ്രിട്ടോ ആ കുട്ടികളെ വിളിച്ചുവരുത്തി എന്തുകൊണ്ട് അത് ചെയ്തു എന്നു തിരക്കിയപ്പോഴാണ് മഹാരാജാസിലെ ഭയങ്കരമായ ഒരു കഥ പുറത്തുവരുന്നത്. അവിടെ കുട്ടികളെ നിരന്തരം ഉപദ്രവിക്കുന്നുണ്ട്. കുട്ടികൾക്ക് ഹോസ്റ്റൽ സൗകര്യം കൊടുക്കുന്നില്ല, ഹോസ്റ്റലിൽ കറന്റോ, ഭക്ഷണമോ ഇല്ല, കിടക്കാൻ കിടക്കയില്ല, കുടിക്കാനോ കുളിക്കാനോ വെള്ളമില്ല. ഇങ്ങനെ കുട്ടികളുടെ ഹോസ്റ്റൽ സൗകര്യം ഇല്ലാതാക്കി കൊണ്ടും, കാലാകാലങ്ങളിലുള്ള സ്റ്റൈഫന്റ് കൊടുക്കാതെയും കുട്ടികളെ ദ്രോഹിക്കുന്നു. ഇപ്പോൾ ഓട്ടോണമസ് കോളേജ് ആക്കിയതോടുകൂടി കുട്ടികൾക്ക് വേണ്ടുന്ന പോഷൻസ് പഠിപ്പിക്കാതെ അദ്ധ്യാപകർക്ക് ഇഷ്ടമുള്ള രീതിയിൽ പരീക്ഷ നടത്തുന്നു. അവർക്കുള്ള താല്പര്യങ്ങൾക്കനുസരിച്ച് തുള്ളുന്ന വിദ്യാർത്ഥികളെ ജയിപ്പിച്ചു വിടുക എന്ന നയം ആയിരുന്നു മഹാരാജാസിൽ നടക്കുന്നത്. അതിനെ ബ്രിട്ടോ എതിർത്തു. അവസാനം കസേര കത്തിച്ച കുട്ടികളെ എസ് എഫ് ഐ വരെ പുറത്താക്കിയിരുന്നു. എസ് എഫ് ഐ യിൽ ആ കുട്ടികളെ തിരിച്ചെടുക്കണമെന്നു അപ്പോഴും ബ്രിട്ടോ പറഞ്ഞിരുന്നു. കുട്ടികൾ എല്ലാവരും തന്നെ സാധാരണക്കാരിൽ സാധാരണക്കാരായിരുന്നു. ചുമട്ടു തൊഴിലാളികളുടെയും കെട്ടിടനിർമ്മാണ തൊഴിലാളികളുടെയും മക്കളായിരുന്നു.

സീന ഭാസ്കർ

അമീർ എന്ന കുട്ടി ഒരു ചുമട്ടുതൊഴിലാളി സഖാവിന്റെ മകനായിരുന്നു. ആ കുടുംബത്തിലെ ഏക ആശ്രയവും ഏക പ്രതീക്ഷയും ഈ കുട്ടിയായിരുന്നു. അങ്ങനെയുള്ള ഈ കുട്ടിയെ തകർക്കുക എന്നുള്ള ഏക ലക്ഷ്യത്തോടുകൂടി പരീക്ഷ എഴുതാതിരിക്കാൻ വേണ്ടി കോളേജിൽ നിന്നും പുറത്താക്കിയതറിഞ്ഞു ആ അച്ഛൻ ഹൃദയം പൊട്ടി മരിക്കുകയാണുണ്ടായത്. ഇങ്ങനെ കേരളത്തിലുള്ള എല്ലാ കുടുംബങ്ങളിലുള്ള കുട്ടികളുടെയും അച്ഛനമ്മമാരുടെയും വികാരം മാനിച്ചാണ് ബ്രിട്ടോ ഈ കുട്ടികളുടെ പ്രശ്നത്തിൽ ഇടപെടുകയും പല സ്ഥലത്തും പോയി കുട്ടികൾക്ക് അനുകൂലമായി വാദിക്കുകയും ചെയ്തത്. എന്നാൽ കുട്ടികളെ ഉന്മൂലനം ചെയ്യുന്ന നിലപാടായിരുന്നു എല്ലാവർക്കും. ഒരു പക്ഷക്കാരും അവർക്ക് ഒപ്പം നിന്നില്ല. എന്നാൽ ബ്രിട്ടോയുടെ സഹപാഠികളായിരുന്ന പി കെ ഹരികുമാർ, മഹാരാജാസ് കോളേജിന്റെ സിന്റിക്കേറ്റ് മെമ്പർ ആയിരുന്നു. അദ്ദേഹം സി പി ഐ (എം) കോട്ടയം ജില്ലാ സെക്രട്ടറിയേറ്റ് മെമ്പർ കൂടിയാണ്. അദ്ദേഹത്തിനോട് ബ്രിട്ടോ കുട്ടികൾക്ക് അനുകൂലമായി സംസാരിച്ചു. അവരെ നശിപ്പിക്കാൻ കോളേജിലുള്ളവരെ സമ്മതിക്കരുതെന്ന് ബ്രിട്ടോ അദ്ദേഹത്തോട് ആവശ്യപ്പെട്ടു.. സിന്റിക്കേറ്റിലടക്കം അദ്ധ്യാപകർ പോലും ഈ കുട്ടികളെ എതിർത്തപ്പോൾ ഹരികുമാർ ഈ കുട്ടികൾക്ക് വേണ്ടി വാദിച്ചു. മാത്രമല്ല ആ അഞ്ച് കുട്ടികളെയും പരീക്ഷയ്ക്ക് ഇരുത്താൻ അനുവദിച്ചു. അതു ബ്രിട്ടോയെ കൂടുതൽ സന്തോഷവനാക്കി. ഈ കുട്ടികളെ പരീക്ഷയ്ക്ക് കയറ്റണമെന്നു ബ്രിട്ടോയോട് അവർത്തിച്ച് ആവശ്യപ്പെട്ടത് അഭിമന്യു ആയിരുന്നു. ഓരോ പ്രാവശ്യം വീട്ടിൽ വരുമ്പോഴും ബ്രിട്ടോയെ

വൃത്തിയാക്കി കസേരയിൽ ഇരുത്തിയിട്ട് അഭിമന്യു ചോദിക്കുമായിരുന്നു "സഖാവേ ചേട്ടന്മാരുടെ കാര്യമെന്തായി" എന്ന്. ബ്രിട്ടോയുടെ വലിയ ആഗ്രഹമായിരുന്നു ഈ പുറത്താക്കപ്പെട്ട കുട്ടികൾ എല്ലാവരും പഠിച്ച് വലിയ നിലയിൽ എത്തണമെന്ന്. അതിനു സഹായിക്കാൻ ബ്രിട്ടോ ഒരുക്കമായിരുന്നു. എസ് എഫ് ഐയുടെ ആളുകൾ ലോകത്തിന്റെ വിവിധ സ്ഥലങ്ങളിൽനിന്നും ബ്രിട്ടോയെ വിളിക്കുമായിരുന്നു. അവരോടെല്ലാം ബ്രിട്ടോ ഈ കുട്ടികൾക്ക് വേണ്ടി സംസാരിച്ചിരുന്നു. ഡിഗ്രി പഠിച്ച് നല്ല മാർക്കോടു കൂടി ജയിക്കാനും പിന്നീട് വിദേശത്തു പോയി തുടർപഠനം നടത്താൻ സഹായിക്കാമെന്നും അദ്ദേഹം കുട്ടികളോട് പറയുമായിരുന്നു. എന്നാൽ ബ്രിട്ടോയ്ക്ക് അത് സാധിക്കാതെ പോയി. എന്റെ ആഗ്രഹം ഈ കുട്ടികളിൽ ആരെങ്കിലും സഹായത്തിനു ഒരു ആവശ്യവുമായി വന്നാൽ കഴിയുന്ന വിധത്തിൽ സഹായിക്കണം എന്നതാണ്. ബ്രിട്ടോയ്ക്ക് ഏറ്റവും സന്തോഷമുള്ള കാര്യം അതായിരുന്നു.

സഖാവ് ബ്രിട്ടോ കേരളം അത്യാദരവോടെ കണ്ട വിപ്ലവകാരിയാണ്. അദ്ദേഹത്തെ ജീവിതത്തിൽ ഒരു പക്ഷേ, അത്ഭുതപ്പെടുത്തിയ വിപ്ലവ കാരിയായിരിക്കും സീന ഭാസ്കർ. സ്വാഭാവികമായും മറ്റൊരു പെൺ കുട്ടിയും ചിന്തിക്കാൻപോലും തയ്യാറാകാത്ത ഒന്നായിരുന്നു ബ്രിട്ടോയോട് സീന ഭാസ്കറിന് തോന്നിയ പ്രണയവും വിവാഹവുമെല്ലാം.. ബ്രിട്ടോ എന്ന കാമുകനെ എങ്ങനെ ഓർക്കുന്നു?

ബ്രിട്ടോയുടെ എഴുത്തുകളിലും നോവലുകളിലും നിറച്ച് പ്രണയ മാണ്. ഇ എം എസ് അവതാരിക എഴുതേണ്ടിയിരുന്ന *അഗ്രഗാമി* എന്ന നോവൽ അതിനൊരു ഉദാഹരണമാണ്. ഇ എം എസിനു അവതാരിക എഴുതാൻ കഴിയാത്തതിനാൽ ഇനി തന്റെ പുസ്തകങ്ങളിലൊന്നും തന്നെ അവതാരിക എഴുതില്ലായെന്ന് ബ്രിട്ടോ തീരുമാനിക്കുകയുണ്ടായി. ജീവിതത്തിൽ ഞങ്ങൾ രണ്ടാൾക്കും ഓരുപാട് സ്വപ്നങ്ങളൊന്നു മില്ലായിരുന്നു. ജീവിതംകൊണ്ട് മറ്റുള്ളവർക്കെന്തെങ്കിലും ഗുണം ചെയ്യുക എന്നുമാത്രമേ ഉള്ളായിരുന്നു. എന്നെ സംബന്ധിച്ച് മറ്റുള്ള പെൺകുട്ടി കളെപോലെ വിവാഹത്തിലേക്ക് കടക്കുമ്പോൾ വലിയ സ്വപ്നങ്ങൾ ഒന്നുംതന്നെ ഇല്ലായിരുന്നു. പി വർക്കിയെപ്പോലെ ഉള്ളവരാണ് അന്ന് ഞങ്ങളെ ഏറ്റവും സഹായിച്ചിട്ടുള്ളത്. ജോലി, വരുമാനം, വീട്, പദവി ഇവയൊന്നും ഞാൻ മോഹിച്ചിട്ടില്ല. എസ് എഫ് ഐ മെമ്പർഷിപ്പ് ഹൃദയത്തോട് ചേർത്താണ് ബ്രിട്ടോയുടെ കൂടെ ജീവിക്കാൻ ഇറങ്ങിയത്. എന്റെ കുടുംബം കമ്മ്യൂണിസ്റ്റ് പശ്ചാത്തലമുള്ളതാണ്. എന്റെ വീട്ടുകാർക്ക് ഞാൻ എസ് എഫ് ഐയിലേക്ക് വരുന്നതിന് എതിർപ്പാ യിരുന്നു. ഒരുപാട് തല്ല് കിട്ടിയിട്ടും എസ് എഫ് ഐയിലേക്ക് വന്നത് ഭയങ്കരമായ കാല്പനിക സ്വപ്നങ്ങളും, പിന്നെ വലിയവനും ചെറിയ

വനും തമ്മിൽ അന്തരം ഇല്ലാതാക്കാനാകും എന്ന പ്രതീക്ഷ കൊണ്ടുമാണ്. ബ്രിട്ടോയ്ക്കു പകരം എത്ര കരുത്തുള്ള മനുഷ്യനാണെങ്കിലും അതുപോലെ ഏതെങ്കിലും ഒരു അപകടത്തിൽ പരിക്ക് പറ്റിയ മനുഷ്യനാണെങ്കിലും ഞാൻ വിവാഹം കഴിക്കില്ലായിരുന്നു. പക്ഷേ, എസ് എഫ് ഐ എന്നൊരു പ്രസ്ഥാനത്തിൽ ജീവിക്കുമ്പോൾ അദ്ദേഹത്തേ സംരക്ഷിക്കേണ്ട ഉത്തരവാദിത്വം ഞങ്ങൾ എസ് എഫ് ഐ ക്കാർക്കുണ്ട് എന്ന തിരിച്ചറിവ് ഉണ്ടായതുകൊണ്ടാണ് ഇതിലേക്ക് എത്തിയത്. അല്ലാതെ മറ്റ് സ്വപ്നങ്ങൾ ഒന്നുംതന്നെ ഇല്ലായിരുന്നു. ബ്രിട്ടോ ഭയങ്കര കാല്പനികതയിൽ വിശ്വസിച്ചിരുന്നയാളാണ്. ഞങ്ങൾ ജീവിതത്തിൽ ഏറ്റവും കൂടുതൽ വില നല്കിയത് സ്നേഹത്തിനും സ്വാതന്ത്ര്യത്തിനുമായിരുന്നു. ജീവിതത്തിന്റെ അവസാന ഘട്ടം വരെ ബ്രിട്ടോ അത് തുടർന്നു. എന്റെ ഇഷ്ടങ്ങൾക്കൊന്നും ബ്രിട്ടോ എതിർ നിന്നതായി ഓർമ്മയില്ല. പട്ടിണിപോലും ഞങ്ങൾ സന്തോഷത്തോടെ ഉൾക്കൊണ്ടിരുന്നു. പാർട്ടിയെക്കുറിച്ചും, സഖാക്കളെക്കുറിച്ചും, രാജ്യത്തിനെക്കുറിച്ചുമായിരുന്നു ഞങ്ങളുടെ ചർച്ചകൾ. അല്ലാതെ സ്വത്തുണ്ടാക്കുന്നതിനെക്കുറിച്ചും പണത്തെക്കുറിച്ചും ഞങ്ങൾ ഒരിക്കലും സംസാരിച്ചിട്ടില്ല. സാധാരണക്കാരിൽ സാധാരണക്കാരും എസ് എഫ് ഐ കുട്ടികളുമായിരുന്നു ഞങ്ങളുടെ ശക്തി.

ബ്രിട്ടോ ഏറ്റവും കൂടുതൽ പൈസ ചെലവാക്കിയത് പുസ്തകത്തിനായിരുന്നു എന്ന് സീന എഴുതിയത് വായിച്ചിട്ടുണ്ട്. പുസ്തകങ്ങൾക്കും അക്ഷരങ്ങൾക്കുമിടയിൽ ജീവിച്ച ബ്രിട്ടോയെപ്പറ്റി?

ബ്രിട്ടോയുടെ കരുത്തായിരുന്നു പുസ്തകങ്ങൾ. ബ്രിട്ടോയെ ആരെങ്കിലും ഒരു സൗഹൃദ സംഭാഷണത്തിൽപോലും ആശയപരമായി ആക്രമിച്ചാൽ അതിനു ഒരു കൃത്യത വരുത്തുന്നതിനായി പുസ്തകങ്ങൾ വായിക്കും. മാത്രമല്ല ചില തർക്കങ്ങളിൽ ഏർപ്പെടുമ്പോൾ പറയുന്ന കാര്യങ്ങൾ കുറിച്ചുവെക്കുവാനും അതിനെക്കുറിച്ച് കൂടുതൽ അറിയുവാനും ശ്രമിക്കും. പത്തുവർഷം ബ്രിട്ടോ വീട്ടിലായിരുന്നു. ആ സമയം സി പി മേനോൻ എന്ന ചേട്ടൻ വഴിയായിരുന്നു വിദേശ വാർത്തകൾ പലതും ബ്രിട്ടോ അറിഞ്ഞിരുന്നത്. കുത്തുകൊണ്ട ശേഷം ബ്രിട്ടോ ആദ്യമായി ഒരു ലേഖനം എഴുതി പ്രസിദ്ധീകരിക്കുന്നത് ചിന്തയിലാണ്. ചിന്തയിലെ ചന്ദ്രേട്ടനും, എ വി അനിൽകുമാറും ആവശ്യപ്പെട്ടിട്ടാണ് ലേഖനം എഴുതിയത്. 'ഇനിയും വസന്തം വിടരുന്നു' എന്ന തലക്കെട്ടായിരുന്നു ആ ലേഖനത്തിന്. അതു ബ്രിട്ടോയ്ക്ക് വലിയ സന്തോഷം ഉളവാക്കിയ ഒരു കാര്യമായിരുന്നു. വിദേശപുസ്തകങ്ങൾ, വിവിധ ഭാഷകൾ എല്ലാത്തിനെക്കുറിച്ചും ആഴത്തിലും പരപ്പിലും ഉള്ള വായന ബ്രിട്ടോയ്ക്കുണ്ടായിരുന്നു. പി ജിയും, ഇ എം എസുമെല്ലാം ഇക്കാര്യത്തിൽ ബ്രിട്ടോയെ അഭിനന്ദിച്ചിരുന്നു. പുസ്തകങ്ങൾ സമ്മാനമായി

നല്കിയിരുന്നു. മാത്രമല്ല പുറത്തേക്കു പോകുമ്പോഴെല്ലാം കിട്ടുന്നവരിൽ നിന്നും പുസ്തകങ്ങൾ വാങ്ങുമായിരുന്നു. ബ്രിട്ടോയുടെ സുഹൃത്തുകളിൽനിന്നും പുസ്തകശാലകളിൽനിന്നും പുസ്തകം വാങ്ങുമായിരുന്നു. നിലാവിനു വേണ്ടിയടക്കം ആയിരക്കണക്കിനു പുസ്തകങ്ങൾ വാങ്ങുമായിരുന്നു. കൃത്യമായ ഒരു ചിട്ടയുണ്ടായിരുന്നു ബ്രിട്ടോയുടെ ജീവിതത്തിൽ. ഒരു ദിവസം ഒരു മൂന്നു മണിക്കൂർ എങ്കിലും ബ്രിട്ടോ പുസ്തകം വായിക്കുമായിരുന്നു. അവസാനഘട്ടത്തിൽ ശരിയായി ശ്വാസം എടുക്കാൻ പോലും പറ്റിയിരുന്നില്ലായെങ്കിലും തന്റെ പുതിയ പുസ്തകത്തെക്കുറിച്ച്, അതായത് ബ്രിട്ടോയുടെ ഇന്ത്യൻ യാത്രകളെക്കുറിച്ച് തിരുത്തലുകൾ പറഞ്ഞിരുന്നു. ഈ വർഷം ബ്രിട്ടോ ജീവിച്ചിരുന്നുവെങ്കിൽ ഒരു പത്തു പുസ്തകം എഴുതുവാനുള്ള മാറ്ററുകൾ കൈയിലുണ്ടായിരുന്നു. സ്ക്രൈബ് ചെയ്യുവാനുള്ള ബുദ്ധിമുട്ടായിരുന്നു ആകെ ഉള്ളത്. ബ്രിട്ടോ ഒരിക്കലും എഴുത്തിൽ ദാരിദ്ര്യം കാണിക്കില്ലായിരുന്നു. ബ്രിട്ടോയുടെ നോവലുകൾ അതിനു ഉദാഹരണമാണ്. ജീവിച്ച് കൊതി തീരാത്ത ഒരു മനുഷ്യനായിരുന്നു ബ്രിട്ടോ. മകൾക്ക് ഒരു ഇരുപത് വയസ്സായി അവൾ സ്വന്തം കാലിൽ നില്ക്കുന്നതുവരെ തനിക്ക് ജീവിക്കണമെന്നാണ് ബ്രിട്ടോ പറഞ്ഞിരുന്നത്. മകളെ ഒരു വിശ്വപൗര ആക്കുക എന്നതായിരുന്നു ബ്രിട്ടോയുടെ ആഗ്രഹം. അവൾക്ക് ജാതിയോ മതമോ ഒന്നുമില്ലാതെയാണ് ബ്രിട്ടോ വളർത്തിയത്. വ്യക്തിപരമായി പറയുകയാണെങ്കിൽ ബ്രിട്ടോ പോയതിൽ ഏറ്റവും കൂടുതൽ നഷ്ടം നിലാവിന് തന്നെയായിരിക്കും.

ബ്രിട്ടോയുടെ ആനന്ദങ്ങൾ എന്തൊക്കെയായിരുന്നു?

ജീവിതത്തിൽ ബ്രിട്ടോയ്ക്കു വലിയ ദു:ഖങ്ങൾ ഒന്നും തന്നെയില്ലായിരുന്നു. എത്ര പ്രതിസന്ധികളും സന്തോഷത്തോടുകൂടി നേരിടുമായിരുന്നു. ബ്രിട്ടോ പോസിറ്റീവ് ചിന്താഗതിക്കാരനായിരുന്നു. ബെഡ്റസ്റ്റിലായി കിടക്കുന്ന സമയത്തുപോലും ബ്രിട്ടോ ഇന്ത്യ മുഴുവൻ യാത്ര ചെയ്തു. ഗ്രാമങ്ങളിലൂടെ യാത്രചെയ്യുമ്പോൾ ബ്രിട്ടോ സാധാരണക്കാരിൽ സാധാരണക്കാരനായി ജീവിച്ചു. പലപ്പോഴും റെയിൽവേസ്റ്റേഷനുകളിലും, ശ്മശാനത്തിലും വേശ്യാലയത്തിലുമായിരുന്നു കിടന്നുറങ്ങുന്നത്. റോഡിന്റെ സൈഡിൽ കിടന്നുറങ്ങുമ്പോൾ കാല് പ്ലാസ്റ്റിക്കുകൊണ്ട് കെട്ടിവെക്കുമായിരുന്നു. പതിമൂന്നു ശതമാനം മാത്രം ജീവനുള്ള ശരീരവുമായി മറ്റാരും ഇങ്ങനെ ജീവിച്ചിരുന്നില്ല. ഇത് എപ്പോഴും ഒരു അത്ഭുതമായിരുന്നു. ചില സുഹൃത്തുകളിൽ നിന്നല്ലാതെ മറ്റൊരിടത്ത് നിന്നും ബ്രിട്ടോയ്ക്ക് സഹായങ്ങൾ ലഭിച്ചിരുന്നില്ല. ഞാൻ ഒരിക്കലും ബ്രിട്ടോയോട് 'നോ' എന്നു പറഞ്ഞിട്ടില്ല. ബ്രിട്ടോയ്ക്ക് ഇന്ത്യൻ യാത്രകളിൽ എല്ലാ പിന്തുണയും നല്കിയിരുന്നു. എന്റെ ബുദ്ധിമുട്ടുകളിലൊന്നും ഞാൻ ബ്രിട്ടോയെ വിളിച്ച് അലോസരപ്പെടുത്തിയിട്ടില്ല.

അഭിമന്യുവിന്റെ മരണമാണ് ബ്രിട്ടോയുടെ ജീവിതത്തിൽ ഉണ്ടായ ഏറ്റവും വലിയ വിഷമം. അഭിമന്യുവിന്റെ മരണം ബ്രിട്ടോയിൽ കടുത്ത മാനസിക സമ്മർദ്ദം ഉളവാക്കിയിരുന്നു. പലപ്പോഴും ബ്രിട്ടോ പറയുമായിരുന്നു 'അവൻ എന്നെപ്പോലെയായിരുന്നുവെന്ന്. എന്നെപ്പോലെ ഒരു ജന്മനാടോ, ഭാഷയോ ഒക്കെ സംബന്ധിച്ച ഐഡന്റിറ്റി ക്രൈസിസ് അവനും ഉണ്ടായിരുന്നു. അവനും ഇത്തരം പ്രശ്നങ്ങൾ അനുഭവിച്ചിരുന്നു.' എന്ന് ബ്രിട്ടോ പറഞ്ഞിരുന്നു. അഭിമന്യുവിന്റെ മരണം ബ്രിട്ടോയുടെ ദുഃഖമായിരുന്നു.

അതൊഴിച്ചാൽ എല്ലാകാലത്തും ബ്രിട്ടോ സന്തോഷവാനായിരുന്നു. കുത്തുകൊണ്ടതുപോലും സന്തോഷത്തോടെയായിരുന്നു. ഇപ്പോൾ എനിക്കുള്ള വിഷമം കണ്ടാൽ ബ്രിട്ടോ ഉണ്ടായിരുന്നുവെങ്കിൽ വഴക്കു പറഞ്ഞേനെ. ബ്രിട്ടോയുടെ മരണം സൃഷ്ടിച്ച ശൂന്യതയുമായി, ബ്രിട്ടോ ഇനിയില്ല എന്ന യാഥാർത്ഥ്യവുമായി പൊരുത്തപ്പെടാൻ കഴിയാത്ത അവസ്ഥയാണ്.

ബ്രിട്ടോ എന്നൊരു കമ്യൂണിസ്റ്റുകാരനെ കമ്യൂണിസ്റ്റുകാരിയായ സീന എങ്ങനെ വായിക്കുന്നു?

ബ്രിട്ടോയുടെ ജീവിതത്തിൽ തിക്തമായ അനുഭവങ്ങൾ ഉണ്ടായിരുന്നു. ബ്രിട്ടോ എപ്പോഴും പറയുമായിരുന്നു കമ്യൂണിസ്റ്റ് അയൺ അല്ലങ്കിൽ സ്റ്റീൽ എന്നപോലെയാണ്. എന്തെന്നാൽ ഉരുകി ഉരുകി പതം വന്ന മനുഷ്യനാണ് കമ്യൂണിസ്റ്റ്. തിക്തമായ പല അനുഭവങ്ങളും എതിരാളികളിൽനിന്നും കുടുംബത്തിൽനിന്നും ഉണ്ടായിട്ടുണ്ട്. ഇത്രയും മുറിവുകളുടേതായ അനുഭവങ്ങൾ ഉണ്ടായ ഒരു മനുഷ്യനെ കാണാൻ കഴിയില്ല. ഇത്രയും അവശനായി, കുത്തി നശിപ്പിച്ചിട്ട് പത്തു വർഷം ജനലിൽനിന്നും ലോകം കണ്ട മനുഷ്യനാണ്. പിന്നെ ഞാൻ എത്തിയ ശേഷം പുറംലോകത്തേക്ക് പോയിതുടങ്ങി. അനിയന്റെ കുടുംബത്തിൽ നിന്നും പല തിക്തമായ അനുഭങ്ങൾ നേരിട്ടുണ്ട്. പല പ്രാദേശിക പാർട്ടികളും കുടുംബത്തോട് ചേർന്നിട്ടുപോലും ബ്രിട്ടോ ശക്തമായി തന്നെ നിന്നു. കെ എസ് യുക്കാർ ബ്രിട്ടോയെ കുത്തുന്നതിന് മുമ്പ് തന്നെ പി ടി തോമസ് ബ്രിട്ടോയെ വിളിച്ച് പറഞ്ഞിരുന്നു അപകടം സംഭവിക്കുമെന്ന്. ബ്രിട്ടോയ്ക്ക് രാഷ്ട്രീയ എതിരാളികൾ മാത്രമേ ഉണ്ടായിരുന്നുള്ളൂ. ഇത് പറഞ്ഞ് നാലു ദിവസത്തിന് ശേഷം ബ്രിട്ടോയ്ക്ക് കുത്ത് കൊള്ളുകയും അതിന് ശേഷം ഒരു പൊതുവേദിയിൽ ബ്രിട്ടോയുടെ കൈയിലിരുപ്പ് കാരണമാണ് കുത്ത് കൊണ്ടത് എന്ന രീതിയിൽ പി ടി തോമസ് സംസാരിക്കുകയും ചെയ്തു. യോഗം വയലെന്റ് ആയപ്പോൾ പി ടി തോമസിന് മാപ്പ് പറയേണ്ടി വന്നു. ബ്രിട്ടോ പാർട്ടിയിൽ അവസാനംവരെ ഉറച്ചു നിന്നു. പാർട്ടിയിൽ ചില പ്രശ്നങ്ങൾ

ഉണ്ടായപ്പോൾ ബ്രിട്ടോ പാർട്ടി സെക്രട്ടറി കോടിയേരി ബാലകൃഷ്ണന് കത്തെഴുതിയിരുന്നു. ആ കത്ത് വായിക്കുമ്പോൾ തന്നെ നമുക്ക് മനസ്സിലാകും ബ്രിട്ടോ ഒരു ഉറച്ച കമ്യൂണിസ്റ്റ് ആയിരുന്നുവെന്ന്.

നിലാവിന്റെ അച്ഛൻ എന്നത് ബ്രിട്ടോയ്ക്ക് ഏറ്റവും പ്രിയപ്പെട്ട പദവിയായിരുന്നു. മകളെ വിശ്വ പൗരയാക്കണം എന്ന് സ്വപ്നം കാണുന്ന ഒരു മലയാളി അച്ഛൻ നമുക്ക് അപരിചിതനാണ്. ബ്രിട്ടോയിലെ അച്ഛനെ പറ്റി?

സീന ഭാസ്കർ

ബ്രിട്ടോ ഒരിക്കലും ഒരു അച്ഛനായിരുന്നില്ല. ഒരു മുത്തച്ഛനായിരുന്നു. നിലാവിനെ എപ്പോഴും ഒരു ഫ്രീ ബേഡ് ആയി പറത്തി വിടാനാണ് അദ്ദേഹം ഇഷ്ടപ്പെട്ടത്. പക്ഷേ, കൈയിൽ ഒരു ചരട് വേണം എന്നു പറയുമായിരുന്നു. എന്റെ ഏറ്റവും വലിയ സങ്കടം ഇപ്പോൾ ബ്രിട്ടോ പോയതാണ്. എന്തെന്നൽ നിലാവിന്റെ സ്വഭാവ രൂപീകരണം നടക്കുന്ന ഘട്ടമാണ്. നിലാവ് എന്ന ഒരു ബാലിക തന്റെ ശൈശവ കാലത്ത് നിന്ന് ബാല്യത്തിലേക്ക് കടക്കുമ്പോൾ ബ്രിട്ടോ ഒപ്പം വേണമായിരുന്നു. നിലാവ് ബാല്യത്തിൽനിന്ന് കൗമാര പ്രായത്തിലേക്ക് കടക്കുമ്പോൾ അവളെ മുൻപിൽ നിന്ന് നയിക്കാൻ ബ്രിട്ടോ ഇല്ലാതെപോയി. ബ്രിട്ടോ അവളെ ഭയമില്ലാതെയാണ് വളർത്തിയത്. അവൾക്ക് ഇന്ന ജാതിയിലോ മതത്തിലോ വിശ്വാസമില്ല. മറ്റു കുട്ടികളെ അപേക്ഷിച്ച് ഒരു പത്തു വയസ്സുകാരിയുടെ അനുഭവങ്ങളല്ല അവൾക്കുള്ളത്. പായസം കഴിക്കാനായി അമ്പലത്തിൽ പോവുകയും പള്ളിപ്പെരുന്നാളിൽ പങ്കെടുക്കുകയും ബീമാ പള്ളിയിൽ പാവങ്ങൾക്കുള്ള ബിരിയാണി കൊടുക്കുന്നത് വാങ്ങിക്കാൻ പോവുകയും ഒക്കെ അവർ ഒന്നിച്ചു ചെയ്യുമായിരുന്നു. പിന്നെ ബ്രിട്ടോയെ ആർക്കും തകർക്കാൻ കഴിയില്ല എന്തെന്നാൽ കോതമംഗലം ബ്രിട്ടോയുടെ തട്ടകമാണ്. ഒരിക്കൽ ബ്രിട്ടോ അവിടെ ഒരു ജാറം കാണാൻ വേണ്ടി പോയപ്പോൾ ഒരാൾ വരികയും അയാൾ ഒരു പത്തു രൂപ എടുത്തുകൊടുക്കുകയും ചെയ്തു. അയാൾ ബ്രിട്ടോയെ ഒരു ഭിക്ഷക്കാരനായിട്ടാ

യിരുന്നു കണ്ടത്. അതു കേട്ടപ്പോൾ എനിക്കു സങ്കടം വന്നു. പക്ഷേ, ബ്രിട്ടോ അതെല്ലാം ആസ്വദിച്ചിരുന്നു. ഇതുപോലെ ഒരിക്കൽ കോയമ്പത്തൂർ ക്ഷേത്ര പരിസരത്തു പോയപ്പോൾ ബ്രിട്ടോ അവിടെ ഭിക്ഷക്കാരുടെ അടുത്ത് പോയിരുന്നു. ബ്രിട്ടോ അവരെയൊക്കെ നിരീക്ഷിക്കുകയായിരുന്നു. അവരെയൊക്കെ ബ്രിട്ടോ കഥാപാത്രങ്ങൾ ആക്കിയിരുന്നു. അവിടെയും ഒരാൾ വന്നു ബ്രിട്ടോയ്ക്ക് ഇരുപത്തഞ്ച് പൈസ കൊടുത്തിട്ടു പോയി. ഇതുപോലെയുള്ള ഇടങ്ങളിൽ പോകുമ്പോൾ വിഗ്രഹങ്ങൾ കാണാനായിരുന്നില്ല ബ്രിട്ടോയ്ക്ക് താല്പര്യം. അവിടുത്തെ പച്ചയായ മനുഷ്യ ജീവിതം കാണാൻ വേണ്ടി അവർക്കൊപ്പം ഇരിക്കുമ്പോൾ കിട്ടുന്ന സമ്മാനങ്ങളായിരുന്നു ഈ ഭിക്ഷ. ബ്രിട്ടോ അത്ര സന്തോഷത്തോടു കൂടിയായിരുന്നു അതൊക്കെ അനുഭവിച്ചറിഞ്ഞത്. ബ്രിട്ടോ ഒരിക്കലും കഴിഞ്ഞുപോയ സംഭവത്തെ കുറിച്ച് ആലോചിച്ച് വിഷമിച്ചിട്ടില്ല. ബ്രിട്ടോയുടെ പോളിസി ലിവിങ് ദ മൊമന്റ് ആയിരുന്നു. വർത്തമാന കാലത്തിൽ ജീവിക്കുക എന്നതായിരുന്നു ബ്രിട്ടോയുടെ ജീവിതം. അതായിരുന്നു ബ്രിട്ടോ.

സ്വാഭാവികമായിട്ടും സീനയ്ക്കുള്ള ഒരു ഉത്തരവാദിത്വം അദ്ദേഹത്തിന്റെ സ്വപ്നങ്ങളെ പിന്തുടരുക എന്നതും യാഥാർത്ഥ്യമാക്കുക എന്നുള്ളതുമാണ്. അതെന്തൊക്കെയാണ്?

സമൂഹത്തിൽ വളരെ മാന്യമായിട്ടുള്ള, മനുഷ്യർക്ക് ഗുണകരമായിട്ടുള്ള കാര്യങ്ങൾ ചെയ്യുക എന്നുള്ളതാണ്. അതിന് രാഷ്ട്രീയപരമായി ഇറങ്ങേണ്ടതുണ്ട്. പിന്നീട് കുടുംബ ജീവിതത്തിൽ, മകളെ സമൂഹത്തിന് ഗുണകരമാകുന്ന രീതിയിൽ വളർത്തുക എന്നുള്ളതാണ്. ബ്രിട്ടോ സാക്ഷാൽക്കരിക്കാതെ പോയ ഒന്നുരണ്ട് പ്രോജക്ടുകൾ ബാക്കിയുണ്ട്. ഓൾ ഇന്ത്യ ലെവലിൽ ഒരു മാഗസിൻ തുടങ്ങണം എന്നുള്ള ഒരു മോഹമുണ്ട്. ഇനി 2020 ൽ ഹ്യൂയാൻസാങ് സഞ്ചരിച്ച ഇന്ത്യയിലൂടെ സഞ്ചരിക്കണമെന്നും അതുപോലെ തന്നെ പശ്ചിമബംഗാളിൽ സംഭവിച്ചത് എന്താണെന്നും അതനുസരിച്ച് അവിടെ എങ്ങനെ തിരിച്ചു വരും എന്നുള്ള വിശാലമായ ചർച്ചകൾ കൊണ്ടുവരണം എന്നുള്ള ഒരു ആഗ്രഹം ബ്രിട്ടോയ്ക്ക് ഉണ്ടായിരുന്നു. എന്തെന്നാൽ ലോകത്തിന്റെ പരിച്ഛേദം ആണ് ഇന്ത്യ. ഇന്ത്യയെ ആരും കണ്ടെത്തിയിട്ടില്ല. എല്ലാവർക്കും പഠിച്ചു കഴിഞ്ഞാൽ വിദേശത്ത് പോകണമെന്നാണ്. അമേരിക്കയിൽ മനസ്സും കണ്ണും ഇന്ത്യയിൽ ശരീരവുമായി ജീവിക്കുന്നവരാണ് ഇന്ത്യക്കാർ. അങ്ങനെയല്ല, മനസ്സും കണ്ണും ശരീരവും ഇന്ത്യയിലേക്ക് ഉറപ്പിച്ചു നിർത്തുന്ന ഇന്ത്യക്കാരെ വേണം. അതിനുവേണ്ടി ബ്രിട്ടോ സുനിൽ ചോപ്ര, ഇന്ദ്രജിത്ത് സിങ് തുടങ്ങിയ നേതാക്കളുമായി സംസാരിച്ചിട്ടുണ്ട്. അങ്ങനെയാണ് ഇന്ത്യൻ യാത്ര പൂർത്തിയാക്കിയത്.

നിലാവിനോടാണ്, നിലാവ് അച്ഛനിൽനിന്ന് ഒരു മകൾ എന്ന നിലയിൽ പഠിച്ച കാര്യങ്ങൾ എന്തൊക്കെയാണ്?

ഞാൻ അച്ഛനെ അബ്ബ എന്നാണ് വിളിച്ചിരുന്നത്. വായന അബ്ബയ്ക്ക് നിർബ്ബന്ധമായിരുന്നു. ഞങ്ങൾ രണ്ട് പേരും സുഹൃത്തുക്കളെപ്പോലെ യായിരുന്നു. ഞങ്ങൾ രണ്ട് പേരുടെയും പ്രിയ സുഹൃത്ത് ഡിക്ഷണറി ആയിരുന്നു. അബ്ബയ്ക്ക് അംബാസിഡർ വലിയ ഇഷ്ടമാണ്. മറ്റുള്ളവർ കളിയാക്കിയാലും അംബാസിഡർ ആണ് അബ്ബയ്ക്ക് കംഫർട്ടബിൾ. അബ്ബയുടെ സുഹൃത്തുക്കൾ അംബാസിഡർ സ്നേഹത്തെ കളിയാക്കുമാ യിരുന്നു. അബ്ബയിൽ നിന്ന് പഠിച്ചത് എപ്പോഴും നിരന്തരമായി വായിക്കണ മെന്നായിരുന്നു. പുസ്തകം നമുക്ക് അറിവ് തരുന്നു. അതുപോലെ വീട്ടിലെ പൂച്ചയേയും പട്ടിയെയും അബ്ബയ്ക്ക് വലിയ ഇഷ്ടമാണ്. മരം മുറിക്കാൻ സമ്മതിക്കില്ലായിരുന്നു. പാമ്പിനെയാണ് അബ്ബയ്ക്ക് കൂടുതൽ ഇഷ്ടം.

അബ്ബ എപ്പോഴും ഫ്രീ ബേഡ് ആയിട്ടാണ് വളർത്തിയിട്ടുള്ളത് എന്നറിയാം. നോ പറയാതെ അബ്ബ നിലാവിനെ പ്രോൽസാഹിപ്പിച്ചിട്ടുള്ള ഓർമ്മകൾ ഏതൊക്കെയാണ്?

ഒരു ദിവസം ഓടി കളിച്ചപ്പോൾ ഞാൻ വീണു. അന്ന് കരഞ്ഞപ്പോൾ അബ്ബ ചോദിച്ചു എന്തിനാ കരയുന്നത്. കരയാതെ എഴുന്നേറ്റ് ഓടാനാണ് അബ്ബ പറഞ്ഞത്. അതിനുശേഷം പിന്നീട് എന്തു വേദന വന്നാലും വിഷമം തോന്നാറില്ല. അബ്ബ പോയ ശേഷം ഞാൻ അതെപ്പോഴും ഓർക്കും.

ഇപ്പോൾ ഏതു കാര്യത്തിലാണ് നിലാവ് അബ്ബയെ ഏറ്റവുമധികം മിസ് ചെയ്യുന്നത്?

അബ്ബ കെയർ ചെയ്യുമായിരുന്നു. അതു ശരിക്കും മിസ് ചെയ്യുന്നു. അബ്ബ വഴക്കു പറയുകയോ അടിക്കുകയോ ചെയ്യില്ലായിരുന്നു. അബ്ബയ്ക്ക് അത് ഇഷ്ടമല്ലായിരുന്നു. സ്നേഹമുള്ള അബ്ബ. ആ അബ്ബയെ ഞാൻ മിസ് ചെയ്യുന്നു.

എന്താവാനാണ് അബ്ബയുടെ നിലാവിന് ആഗ്രഹം?

പലപ്പോഴും പല ആഗ്രഹങ്ങളാണ്. അതിപ്പോൾ പറയാൻ കഴിയില്ലല്ലോ. ഇപ്പോൾ സയന്റിസ്റ്റ് ആകാനാണ് ആഗ്രഹം.

ഒരു പത്തു വയസ്സുകാരിയാണ് മുന്നിലിരുന്ന് സംസാരിക്കുന്നത് എന്ന് വിശ്വസിക്കാൻ പ്രയാസം തോന്നി. നിലാവിന്റെ കണ്ണിൽ നോക്കുമ്പോൾ വീൽച്ചെയറിലിരുന്ന് ഒരു മനുഷ്യൻ സഞ്ചരിച്ച ദൂരങ്ങൾ കാണുന്നു. മകളെ വിശ്വപൗരയാക്കാൻ സ്വപ്നം കണ്ട ഒരച്ഛന്റെ മകൾ. ഈ ഇന്ധനം മാത്രം മതിയാവും നിലാവിന് മുന്നിലേക്ക് സഞ്ചരിക്കാൻ.

സീന ബ്രിട്ടോയുടെ പ്രിയ സഖാവിനെ, എസ് എഫ് ഐക്കാരുടെ പ്രിയ സഖാവിനെ, നിലാവിന്റെ അമ്പ്വയെ കാലം അടയാളപ്പെടുത്തുക ഏതു തരത്തിലാകും?

തോറ്റുപോകാത്ത പോരാളി?

മുറിവേറ്റവരുടെ അഭയസ്ഥലി?

സഞ്ചാരി?

എഴുത്തുകാരൻ?

ഉത്തരം കണ്ടെത്താനാവാതെ ഉഴറുമ്പോൾ നിലാവ് ഒരിക്കൽ കൂടി ആവർത്തിക്കുന്നു. 'സ്നേഹമുള്ള അമ്പ്വ' സ്നേഹമുള്ള രാഷ്ട്രീയക്കാരനെ, മനുഷ്യനെ, കാലം ഏത് രീതിയിൽ അടയാളപ്പെടുത്തിയാലും ഒന്നുറപ്പാണ്, കേരളത്തിന് സൈമൺ ബ്രിട്ടോ എന്ന മനുഷ്യനെ ഓർക്കാതിരിക്കാനാവില്ല.

രക്തസാക്ഷിക്കുന്നുകളിലൂടെ

വി പി ശരത്ത് പ്രസാദ്/സൈമൺ ബ്രിട്ടോ

ബ്രിട്ടോയുടെ വിദ്യാർത്ഥി സംഘടനാ പ്രവർത്തനകാലത്തെക്കുറിച്ചുള്ള ഓർമ്മകൾ എങ്ങനെയാണ്?

ബ്രിട്ടോ:- ചെറുപ്പം മുതലേ നന്നായി വായനാശീലം എനിക്കുണ്ടായിരുന്നു. വായനകൊണ്ടാണ് ഞാൻ ഇടതുപക്ഷമായത്. സ്കൂൾ പഠനകാലത്ത് സജീവ കെ എസ് എഫ് പ്രവർത്തകനായിരുന്നു. 1969 ലാണ് കെ എസ് എഫിന്റെ യൂണിറ്റ് രൂപീകരിച്ച് പ്രവർത്തിക്കുന്നത്. ഇ എം എസ് മന്ത്രിസഭ രാജിവച്ച് താഴെ ഇറങ്ങിയപ്പോ സ്വീകരണയോഗത്തിലെല്ലാം ഞങ്ങൾ പോയിരുന്നു. പച്ചാളം സെന്റ് ജോസഫ് ഹൈസ്കൂളിൽ ഞങ്ങൾക്ക് നല്ലൊരു യൂണിറ്റുണ്ടായിരുന്നു. എന്നാൽ വലതുപക്ഷ തല്പരരായ മാനേജ്മെന്റ് കുട്ടികളെ പലതും പറഞ്ഞ് സംഘടനയിൽനിന്ന് രാജി വെപ്പിച്ചു. പിന്നീട് ഞാൻ മാത്രമായി. പത്താംക്ലാസ് പാസായതിനു ശേഷം സെന്റ് ആൽബർട്സിൽ പ്രീഡിഗ്രിക്ക് ചേർന്നു. അവിടെ കെ എസ് യു അന്ന് ശക്തമായിരുന്നു. മരിച്ചുപോയ സിനിമാതാരം കൊച്ചിൻഹനീഫ ആയിരുന്നു അന്ന് കെ എസ് യുവിന്റെ പ്രധാനപ്പെട്ട നേതാവ്. അദ്ദേഹം അവിടെ ആർട്സ് ക്ലബ് സെക്രട്ടറിയായിരുന്നു. അദ്ദേഹത്തിനെതിരെയായിരുന്നു പ്രധാന പ്രവർത്തനം. ആൽബർട്സിൽ രണ്ടാംവർഷം കൂടുതൽ സീറ്റ് നേടാൻ ഞങ്ങൾക്ക് കഴിഞ്ഞു.

അടിയന്തരാവസ്ഥയ്ക്കെതിരെ നല്ല പ്രവർത്തനം അന്ന് ഞങ്ങൾ എറണാകുളത്ത് നടത്തിയിരുന്നു. തോമസ് ഐസക്കിനെയും കൊണ്ട്, ആ കാലത്ത് ഐസക്കിനെ പൊലീസ് പിടിക്കാതിരിക്കാൻ സുരക്ഷയ്ക്കായെല്ലാം ഞാൻ പോയിട്ടുണ്ട്. ഇവിടെ എറണാകുളത്ത് തോമസ് ഐസക് ജില്ലാ പ്രസിഡന്റ് ആയിരിക്കുമ്പോൾ ഞാൻ ജോയിന്റ് സെക്രട്ടറി ആയിരുന്നു. അക്കാലത്ത് എറണാകുളം ജില്ലയിലെ വിദ്യാർത്ഥി പ്രസ്ഥാനത്തെ

വിപുലീകരിക്കുന്നതിന് പ്രധാന പങ്ക്വഹിച്ചത് ജില്ലാസെക്രട്ടറിയായിരുന്ന എൻ കെ വാസുദേവൻ ആയിരുന്നു. ചന്ദ്രൻപിള്ളയെല്ലാം അന്ന് സജീവ എസ് എഫ് ഐ പ്രവർത്തകരായിരുന്നു. അടിയന്തരാവസ്ഥയ്ക്കൊടുവിൽ പൊലീസിന്റെ കിരാത വാഴ്ചയിൽ നിന്ന് രക്ഷനേടാൻ ഞാൻ പള്ളിയിൽ ലാറ്റിനും ഫിലോസഫിയും പഠിക്കാൻ പോയി. ഇവിടെ എറണാകുളത്ത് ജില്ലാ സെക്രട്ടറിയായും ഞാൻ പ്രവർത്തിച്ചു. 1983 ൽ മട്ടാഞ്ചേരിയിൽ നടന്ന എസ് എഫ് ഐ സംസ്ഥാന സമ്മേളനത്തിലാണ് വൈസ്പ്രസിഡന്റായത്. അതിനിടയിൽ ബീഹാറിൽ പോയി അവിടെ ഒരുവർഷം പഠിക്കുകയുണ്ടായി.

സുരേഷ്കുറുപ്പ് യൂണിവേഴ്സിറ്റി യൂണിയൻ ചെയർമാനായിരിക്കുമ്പോൾ ഞാൻ സ്റ്റുഡൻസ് കൗൺസിൽ സെക്രട്ടറിയെല്ലാമായിരുന്നു. തിരുവനന്തപുരം ലോ അക്കാദമിയിലും ലോകോളേജിലും ഇവിടെ എറണാകുളത്തെ ലോകോളേജിലുമെല്ലാം പഠിച്ചു. സംഘടനാ പ്രവർത്തനം തന്നെയായിരുന്നു പ്രധാനം.

കെ എസ് യുവിന്റെ നേതൃത്വത്തിൽ കിരാതമായ അക്രമത്തിന് ബ്രിട്ടോ വിധേയനായിട്ട് 35 വർഷം പിന്നിടുകയാണ്. എന്തുകൊണ്ടാണ് അന്ന് ഇത്രയും ഭീകരമായ രീതിയിൽ ആക്രമിക്കപ്പെട്ടത്?

ബ്രിട്ടോ:- കുത്തുകൊണ്ടതിനുശേഷം എന്നെ കുത്തിയവനോട് ക്ഷമിച്ചു എന്ന് പറഞ്ഞവനാണ് ഞാൻ. എസ് എഫ് ഐയുടെ മട്ടാഞ്ചേരി സംസ്ഥാന സമ്മേളനം സംഘടനയെ ഏറ്റവും വലിയ വിദ്യാർത്ഥി സംഘടനയാക്കി മാറ്റണമെന്ന് തീരുമാനിച്ചു. എല്ലാ മേഖലയിലെ വിദ്യാർത്ഥികൾക്കിടയിലും പ്രവർത്തനമാരംഭിച്ചു. അന്ന് ജില്ലയിലെ കെ എസ് യുവിന്റെ പ്രധാന നേതാവ് പി ടി തോമസ് ആയിരുന്നു. മഹാരാജാസും എറണാകുളം ലോകോളേജും അവർക്ക് കായികമായി നല്ല ശേഷിയുള്ള ഇടങ്ങളായിരുന്നു. എന്നാൽ 1983 ൽ മഹാരാജാസ് എസ് എഫ് ഐ പിടിച്ചെടുത്തു. പെൺകുട്ടികളെ അപമാനിക്കൽ ഉൾപ്പെടെ

യുള്ള കെ എസ് യുക്കാരുടെ ക്രൂര വിനോദങ്ങൾക്കെതിരെ ശക്തമായി എസ് എഫ് ഐ പ്രതികരിച്ചിരുന്നു. പി ടി തോമസ് എന്നെ വധിക്കുമെന്ന് ഭീഷണിപ്പെടുത്തുകയുണ്ടായി.

വീട്ടിൽ പൂജാഅവധി ഒക്കെയായി ഇരിക്കുന്ന ഒരു സമയമാണ്. എന്റെ പരീക്ഷയുടെ റിസൾട്ട് വന്നു. സെക്കന്റ് ക്ലാസ് ഉണ്ടായിരുന്നു. മഹാരാജാസ് കോളേജിൽ ഉണ്ടായ ഒരു സംഘർഷത്തിന്റെ ഭാഗമായി, എറണാകുളം ജനറൽ ആശുപത്രിയുടെ കിഴക്കേ ഗേറ്റിൽ സർജിക്കൽ വാർഡിലൂടെ വരുന്ന സമയത്താണ്, കെ എസ് യുക്കാരുടെ കൈയിൽ കത്തികണ്ട ഞാൻ എന്റെ സഹപ്രവർത്തകനായിരുന്ന ചന്ദ്രശേഖരനോട് മാറാൻ പറഞ്ഞു. അപ്പോഴേക്കും അവർ എന്നെ കയറിപ്പിടിച്ചു. മഹാരാജാസിലെ കെ എസ് യു നേതാവ് ജിയോ മാത്യു ആണ് എന്നെ കുത്തിയത്. അപ്പോഴേക്കും അവിടെ നിന്നിരുന്ന പൊലീസുകാരും മറ്റും ഓടിക്കൂടി. അതിനിടയിൽ മൂന്ന് കുത്ത് കൂടി കുത്തി. ആന്തരികാവയവങ്ങൾക്കെല്ലാം പരിക്കേറ്റു. പൊലീസ് എന്റെ മരണമൊഴി എടുത്തു. പിന്നീട് പത്ത് വർഷം കഠിനമായ വേദനയായിരുന്നു. സ്പെഷ്യൽ സർജറി നടത്തിയതിനു ശേഷം ചെറിയ ആശ്വാസമായി.

മഹാരാജാസ് കോളേജിലെ എസ് എഫ് ഐ നേതാവ് അഭിമന്യുവിന്റെ കൊലപാതകത്തിനു മുൻപിൽ കേരള മനസ്സാക്ഷി ഞെട്ടിത്തരിച്ചു നില്ക്കുകയാണ്. ബ്രിട്ടോയ്ക്ക് ഏറെ പ്രിയപ്പെട്ടവനായിരുന്ന അഭിമന്യു മറ്റു വിദ്യാർത്ഥി സംഘടനകൾക്കുൾപ്പെടെ സർവ്വസമ്മതനായിരുന്നു. എന്നിട്ടും ഒറ്റക്കുത്തിന് ഹൃദയം പിളർത്തി തീവ്രവാദികൾ കൊലപ്പെടുത്തിയ അഭിമന്യു ബ്രിട്ടോയെ എങ്ങനെയാണ് സ്വാധീനിച്ചിട്ടുള്ളത്?

ബ്രിട്ടോ:- ഡോ. ജയപ്രകാശിനെപ്പോലെ എന്നോടൊപ്പം എന്റെ ഈ കിടക്കയിൽ കിടന്നിട്ടുള്ളത് സഖാവ് അഭിമന്യുവാണ്. അത്രയേറെ എനിക്ക് പ്രിയപ്പെട്ടവനായിരുന്നു അവൻ. എന്തുകാര്യങ്ങളും ആവശ്യപ്പെടാതെ തന്നെ അവൻ ചെയ്തു തരുമായിരുന്നു. ഒരിക്കൽ എന്റെ എഴുത്തിനായാണ് മുസ്തഫയോടൊപ്പം അഭിമന്യു എന്റെ അടുത്തേക്ക് വരുന്നത്. എന്റെ കൂടെ സമ്മേളനത്തിന് ഒപ്പം വന്നിട്ടുണ്ട്. ഹൃദയത്തിൽ സ്നേഹം മാത്രമുള്ള ഒരു ചെറുപ്പക്കാരനായിരുന്നു. വീട്ടിൽ വന്നാൽ നിലാവുമൊത്ത് കളിക്കുമായിരുന്നു. ഒരിക്കൽ സീന അവനോടു ചോദിച്ചു, 'നിനക്ക് പ്രണയം ഒന്നും ഇല്ലേടോ' എന്ന്. അവൻ മറുപടി പറഞ്ഞത് 'എന്നെയൊക്കെ ആര് സ്നേഹിക്കാനാണ് ചേച്ചി' എന്നാണ്. അവൻ ഭക്ഷണത്തിന്റെ വില അറിയുന്നവനായിരുന്നു. അഭിമന്യുവിന്റെ തലമുടി ചെറുതായി നരച്ചു തുടങ്ങി. ഞാൻ ഡൈ ചെയ്യിക്കാമെന്ന് പറഞ്ഞു. അവൻ അതൊന്നും വേണ്ടാ എന്ന് പറയുകയുണ്ടായി. വൈരുദ്ധ്യാത്മക ഭൗതികവാദവും ജ്ഞാനസിദ്ധാന്തവുമെല്ലാം ഞാൻ അവന് ലളിതമായി പറഞ്ഞു കൊടുത്തിരുന്നു. അഭിമന്യുവിന്റെ ഓർമ്മകൾ വളരെയേറെയാണ്. നല്ല വേഗത്തിൽ എഴുതാൻ കഴിവുള്ള സഖാവായിരുന്നു. ഞാൻ അക്രമിക്ക

പ്പെട്ടിടങ്ങളിലാണ് അവൻ വീണു പോയത്. ഒരാളോടും ഒരു വഴക്കിനും പോകാത്തവനായിരുന്നു. എന്റെ മുറിയിൽ ഇരുന്ന പുസ്തകങ്ങൾ നോക്കി അവൻ എന്നോട് ചോദിച്ചു സഖാവ് ഈ പുസ്തകങ്ങളെല്ലാം വായിച്ചി ട്ടുണ്ടോ എന്ന്. ഞാൻ പറഞ്ഞു വായിച്ചതും വായിക്കാത്തതും അതിലു ണ്ടെന്ന്. എനിക്ക് വലിയ വേദന ഉണ്ടാക്കിയ ഒരു സംഭവമാണ് അഭിമന്യു വിന്റെ രക്തസാക്ഷിത്വം.

കേരളത്തിൽ പുരോഗമന രാഷ്ട്രീയം ഉയർത്തിപ്പിടിച്ചതിന്റെ ഭാഗമായി കൊലചെയ്യപ്പെട്ട രക്തസാക്ഷികളുടെ കുടുംബങ്ങൾ ബ്രിട്ടോ സന്ദർശിക്കാറുണ്ടല്ലോ. പ്രത്യേകിച്ച് വിദ്യാർത്ഥി പ്രസ്ഥാനത്തിന്റെ പ്രവർത്തകരായി കൊലചെയ്യപ്പെട്ടവർ. അവരുടെ സ്മരണകൾ കരുത്തു പകരുന്നില്ലേ?

ബ്രിട്ടോ:- തീർച്ചയായും, നമ്മുടെ വിദ്യാർത്ഥി പ്രസ്ഥാനത്തിന്റെ രക്ത സാക്ഷികളെല്ലാം മികച്ച മനുഷ്യ സ്നേഹികളും ഊർജ്ജസ്വലരും സത്യ സന്ധരും ഒക്കെയായിരുന്നു. കണ്ണൂർ ജില്ലയിലെ പോളിടെക്നിക് യൂണി യൻ ചെയർമാൻ ആയിരുന്ന രക്തസാക്ഷി രാജേഷ്, കല്ലാട്ട് യശ്മാനന്റെ 8 അനന്തരവകാശികളിൽ ഏക ആൺതരിയായിരുന്നു. ഉശിരനായ പ്രവർത്തകനായിരുന്നു. തൃപ്പൂണിത്തുറ ആയുർവ്വേദ കോളേജിൽ കൊല ചെയ്യപ്പെട്ട പി കെ രാജന്റെ തോളിൽ കൈയിട്ട് ഞാൻ നടന്നിട്ടുണ്ട്. കെ ആർ തോമസ് എറണാകുളം ലോകോളേജിൽ വച്ച് കോളേജിൽ ചേരാ നായി വന്ന് എനിക്ക് ഷേക്ക്ഹാന്റ് നല്കി പിരിഞ്ഞുപോയവനാണ്. സി വി ജോസ് മികച്ച മിമിക്രി കലാകാരനായിരുന്നു. ജോസിന്റെ പരിപാടി കാണാൻ എനിക്ക് അവസരം ഉണ്ടായിട്ടുണ്ട്. കരുനാഗപ്പള്ളിയിലെ അജ യ്പ്രസാദ് ഒരു ദിവസം മുഴുവൻ എന്റെ സഹായിയായി എന്നോടൊപ്പം ഉണ്ടായിരുന്നവനായിരുന്നു. അവിടെ എഞ്ചിനീയറിങ് കോളേജിലെല്ലാം എന്നെ പരിപാടിക്ക് കൊണ്ടുപോയി എനിക്ക് കുടിക്കാൻ കരിക്കെല്ലാം വാങ്ങിത്തന്നു. ഇവരെല്ലാം ഇന്ന് ജ്വലിക്കുന്ന സ്മരണകളാണ്. അവർ തന്നെയാണ് ജീവിതത്തെ മുന്നോട്ടു നയിക്കാനുള്ള ഊർജ്ജവും.

മതതീവ്രവാദ പ്രസ്ഥാനങ്ങളുടെ ഇരകളായി എത്രയേറെ മനുഷ്യായു സ്സുകളാണ് നമ്മുടെ നാട്ടിൽ കൊല ചെയ്യപ്പെടുന്നത്. ഈ തീവ്രവാദ പ്രസ്ഥാനങ്ങൾ നമ്മുടെ രാജ്യത്തും കേരളത്തിൽ പോലും കടന്നുവരാ നുണ്ടായ പശ്ചാത്തലമെന്താണ്?

ബ്രിട്ടോ:- 'ഏഷ്യാറ്റിക്ക് ലൂഡ് ഓഫ് പ്രൊഡക്ഷൻ' എന്ന കാറൽ മാർക്സിന്റെ പ്രസിദ്ധമായ ഒരു വിലയിരുത്തലുണ്ട്. അതിന്റെ നേർക്കാ ഴ്ചയാണ് ഇന്ത്യ. ജൈവവൈവിദ്ധ്യവും ഭാഷാവൈവിദ്ധ്യവും വൈവി ദ്ധ്യമാർന്ന ഗ്രാമങ്ങളും ജീവിതരീതികളും എല്ലാം അടങ്ങിയതാണ് നമ്മുടെ രാജ്യം.

നമ്മുടെ രാജ്യത്ത് ആളുകളുടെ തൊഴിലിനെ അടിസ്ഥാനപ്പെടുത്തിയാണ് ജാതി ഉണ്ടായത്. യഥാർത്ഥത്തിൽ വർണ്ണവ്യവസ്ഥയിൽ നിന്നാണ് ഇതിന്റെ ഉത്ഭവം. പിന്നീട് ഇത് വഴിതെറ്റിപ്പോയി.

നമ്മുടെ രാജ്യത്ത് സ്വാതന്ത്ര്യം വലിയ മുറിവാണ് ഉണ്ടാക്കിയത്. അതിന് മുൻപ് തന്നെ ദേശീയ പ്രസ്ഥാനങ്ങളെയും ഹിന്ദുനവോത്ഥാന പ്രസ്ഥാനങ്ങളെയും ബ്രിട്ടീഷുകാർ നല്ലതുപോലെ ഉപയോഗിച്ചിരുന്നു. പാകിസ്ഥാൻ മുസ്ലീങ്ങളുടേതായി. എന്നാൽ ഇന്ത്യ ഹിന്ദുക്കളുടേതല്ല മറിച്ച് മതേതരത്വമാണ് ഉണ്ടായത്. പിന്നീട് പാകിസ്ഥാൻ തീവ്രവാദത്തിലേക്കും പോയി.

നമ്മുടെ നാട്ടിലെ ചരിത്രം നോക്കിയാൽ ഭക്തി, സൂഫി പ്രസ്ഥാനങ്ങളെല്ലാം ജാതിക്ക് എതിരായിരുന്നു. എന്നാൽ ഇന്ന് വർഗ്ഗീയവാദികൾ ജാതിയുടെയും മതത്തിന്റെയും പേരിൽ വിഭജിക്കണം എന്നാണ് ആവശ്യപ്പെടുന്നത്. ഐക്യമാണ് നമ്മുടെ ആവശ്യം. ഈ ഒരു വർഗ്ഗ സമരമാണ് നടക്കുന്നത്.

ബാബറി മസ്ജിദ് പൊളിച്ചടുക്കിയത് ഇന്ത്യയിലെ ഇസ്ലാമുകളെ കൂടുതൽ മതമൗലിക വാദത്തിലേക്കാണ് നയിച്ചത്. ഇസ്ലാം അപകടത്തിലാണ് എന്നവർ പറഞ്ഞുകൊണ്ടേയിരുന്നു. ഇസ്ലാമിന്റെ സംരക്ഷകരായി സ്വയം അവരോധിക്കാനും തീവ്രവാദ സംഘടനകൾ തയ്യാറായി.

ഖലീൽ ജീബ്രാന്റെ നാടായ ലബനോൺ മൂന്ന് മതങ്ങളുണ്ടായിരുന്ന രാജ്യമാണ്. എന്നാൽ ആ രാജ്യം തകർന്നു പോയി. ഇന്ത്യ അതിനു സമാനമാണ്. എന്നാൽ ഇന്ത്യ തകരാതിരിക്കുന്നത് മതനിരപേക്ഷത ഭരണഘടന വിഭാവനം ചെയ്തതുകൊണ്ടാണ്.

ഹിന്ദു ഹിന്ദുവിന്റെയും ക്രിസ്ത്യാനികളും മുസ്ലീങ്ങളും അവരവരുടേതുമായാൽ സാമൂഹ്യമായി പിന്നെ മറ്റൊന്നും ഉണ്ടാവുകയില്ല, അതിനാൽ ശക്തമായ ചെറുത്തുനില്പ് അനിവാര്യമാണ്.

ബ്രിട്ടോയുടെ കാലഘട്ടത്തിലെ കലാലയങ്ങളിൽനിന്നും ഇന്നത്തെ കലാലയങ്ങളിലേക്ക് വരുമ്പോൾ ഉണ്ടായ മാറ്റങ്ങൾ എന്തെല്ലാമാണ്? ഇന്നത്തെ വിദ്യാർത്ഥികളെ എങ്ങനെയാണ് ഇത് ബാധിച്ചിരിക്കുന്നത്?

ബ്രിട്ടോ:- ഇന്ന് യുവാക്കളും പഴയതലമുറയും തമ്മിലുള്ള ഒരു ഏറ്റുമുട്ടലാണ് കലാലയങ്ങളിൽ വിശേഷിച്ച് നടക്കുന്നത്. ചെറുപ്പക്കാർ സംഘടിക്കരുത് എന്നാണ് പറയുന്നത്. ഫീസ് കൂട്ടട്ടെ, ഇടിമുറികൾ ഉണ്ടാവട്ടെ, രാഷ്ട്രീയം വേണ്ട ഇങ്ങനെയുള്ള ചിന്താഗതിയാണ് രക്ഷിതാക്കൾക്കുപോലുമുള്ളത്. പെൺകുട്ടികളുടെ നെഞ്ചത്ത് കയറി പിടിച്ചാൽ പോലും മിണ്ടാത്ത ആളുകളെയാണ് അവർക്ക് വേണ്ടത്. വിദ്യാർത്ഥികളെ നിയന്ത്രിക്കാൻ വരുന്ന പഴയതലമുറക്കാരുടെ മനസ്സ് മലീമസമാണ്. അവരാണ് ഈ തീവ്രവാദമെല്ലാം കൊണ്ടുവരുന്നത്.

എന്റെ കാലഘട്ടത്തിലെ കലാലയങ്ങളിൽ ഇതിനേക്കാൾ വളരെയേറെ സ്വാതന്ത്ര്യം വിദ്യാർത്ഥികൾക്ക് ഉണ്ടായിരുന്നു. ഇന്ന് സ്റ്റുഡന്റ് എന്നാൽ

നെഞ്ചത്തും മുതുകത്തും ചുമട് ചുമക്കാൻ വിധിക്കപ്പെട്ടവനാണ്. ആർക്കും അവരെ ചീത്തവിളിക്കാം എന്നായിരിക്കുന്നു. പിന്നെ എസ് എഫ് ഐ ആണ് കലാലയങ്ങളെ ജനാധിപത്യവല്ക്കരിക്കുന്നത്. എസ് എഫ് ഐ യുമായി പോരാടിയാണ് കെ എസ് യുവും എ ബി വി പിയും ഒക്കെ ചെറുതായെങ്കിലും ജനാധിപത്യവല്ക്കരിക്കപ്പെടുന്നത്. സത്യത്തിൽ ഇന്നത്തെ കലാലയങ്ങളിലെ കുട്ടികൾക്ക് ശുദ്ധവായു ശ്വസിക്കാൻ പറ്റുന്നില്ല.

ശാരീരികമായ വലിയ അവശതകൾ അനുഭവിക്കുമ്പോഴും വായനയും എഴുത്തുമെല്ലാമാണ് ബ്രിട്ടോയെ മുന്നോട്ടു നയിക്കുന്നത് എന്ന് തോന്നിയിട്ടുണ്ട്. ഇത് യഥാർത്ഥ്യമല്ലേ?

ബ്രിട്ടോ:- തീർച്ചയായും. ചെറുപ്പം മുതലേ നല്ല വായനാശീലം എനിക്കുണ്ടായിരുന്നു. രണ്ടാം ക്ലാസിൽ പഠിക്കുമ്പോ ഭീമസേനന്റെ ഒരു പാഠഭാഗം ഞാൻ കാണാതെ പറയുമായിരുന്നു. ചെറുകാടിന്റെ *ശനിദശയും* തോപ്പിൽഭാസിയുടെ *ഒളിവിലെ ഓർമ്മ*കളും കെ ദാമോദരന്റെ *മനുഷ്യനും* പിന്നെ *ഗംഗ മുതൽ വോൾഗവരെ* തുടങ്ങി എന്നെ സ്വാധീനിച്ച പുസ്തകങ്ങൾ ധാരാളമുണ്ട്. വായനാശീലം വളർത്തുന്നതിൽ തോമസ് ഐസക് വലിയ പങ്കാണ് വഹിച്ചത്. ഐസക് കോട്ടപ്പുറത്തുള്ള അദ്ദേഹത്തിന്റെ അമ്മവീട്ടിൽ കൊണ്ടുപോയി എന്നെ കൊണ്ട് ഒരു ദിവസം 18 മണിക്കൂർ വരെ വായിപ്പിക്കുമായിരുന്നു. ഏഴാം ക്ലാസിൽ പഠിക്കുമ്പോഴാണ് ചെറുകഥകളെല്ലാം എഴുതിത്തുടങ്ങുന്നത്. എഴുത്തിനും വായനയ്ക്കും

അഭിമന്യു

അങ്ങനെ ഗുരുക്കന്മാരൊന്നുമില്ലായിരുന്നു. ഡിഗ്രിക്ക് പഠിക്കുന്ന സമയത്ത് വിദേശസാഹിത്യങ്ങൾ വായിക്കുമായിരുന്നു. റഷ്യൻ നോവലുകളെല്ലാം ആ കാലത്ത് കുറെ വായിച്ചിട്ടുണ്ട്.

ബ്രിട്ടോ നടത്തിയ ഭാരതയാത്ര എങ്ങനെയായിരുന്നു. വലിയ അനുഭവങ്ങൾ സമ്മാനിക്കാൻ ഈ യാത്രയ്ക്ക് കഴിഞ്ഞല്ലോ?

ബ്രിട്ടോ:- നാലരമാസം കൊണ്ട് 18000 കിലോമീറ്റർ യാത്രചെയ്തു. ഏപ്രിൽ 1 ന് നട്ടെല്ല് തകർന്ന് കിടക്കുന്ന ജീവിക്കുന്ന രക്തസാക്ഷി പുഷ്പന്റെ വീട്ടിൽനിന്നും ആരംഭിച്ച് ആഗസ്ത് 15 ന് നട്ടെല്ല് പൊട്ടിമരിച്ച കൊടുവായൂരിലെ വേലായുധന്റെ വീട്ടിൽ യാത്ര അവസാനിപ്പിച്ചു. 18 സംസ്ഥാനങ്ങളിൽ യാത്ര ചെയ്തു. രാജസ്ഥാനും തമിഴ്നാടും ഗുജറാത്തും പോയില്ല. നോർത്ത് ഈസ്റ്റ് സംസ്ഥാനങ്ങളിലും പോയില്ല. ആ യാത്രയുടെ മഹാനുഭവങ്ങൾ ഇപ്പോ പുസ്തകമാക്കുന്ന തിരക്കിലാണ്. നിലവിൽ 1800 പേജ് എഴുതിവെച്ചിട്ടുണ്ട്. പൂർത്തിയായിട്ടില്ല.

അഭിമന്യുവിന്റെ കൊലപാതകത്തിനു ശേഷവും അതിനു മുൻപുമുള്ള ക്യാമ്പസുകളിൽ രാഷ്ട്രീയം നിരോധിക്കണം എന്ന ആവശ്യം ഉയർന്നു വരുന്നുണ്ട്. ആ ആവശ്യത്തെ എങ്ങനെ കാണുന്നു?

ബ്രിട്ടോ:- ഏത് അരാഷ്ട്രീയക്കാരനും കാര്യം നേടാൻ രാഷ്ട്രീയം വേണം, രാഷ്ട്രീയക്കാരെയും വേണം. രാഷ്ട്രീയം അവരുടെ കൈപ്പിടിയിൽ ഒതുങ്ങണം. അവർക്ക് താല്പര്യം മതരാഷ്ട്രീയവും ജാതിരാഷ്ട്രീയവുമാണ്. അവർക്ക് ഫീസ് വർദ്ധിപ്പിക്കണം, കച്ചവടം നടത്തണം. അപ്പോ പ്രതികരണങ്ങൾ പാടില്ലാ അതിന് രാഷ്ട്രീയം നിരോധിക്കണം എന്ന് പറയുന്നു. കോടതിക്ക് നിയമപരമായ പ്രശ്നങ്ങളാണ് പരിഹരിക്കാൻ കഴിയുക. കലാലയ രാഷ്ട്രീയം ഒരു നിയമപ്രശ്നങ്ങളേ അല്ല കലാലയങ്ങളിൽ വരുന്ന വിദ്യാർത്ഥികൾക്ക് പരസ്പരം പെരുമാറാൻ ലഭിക്കുന്ന ഒരു അവസരമാണിത്.

പുതിയകാലഘട്ടത്തിൽ വിദ്യാർത്ഥികളോട് ബ്രിട്ടോയ്ക്ക് എന്താണ് പറയാനുള്ളത്?

ബ്രിട്ടോ:- പുരാണത്തിലെ യയാതിയുടെ കഥയാണ് എനിക്ക് പറയാനുള്ളത്. കാമയൗവന തല്പരനായ യയാതിക്ക് ജരയും നരയും ബാധിച്ചപ്പോൾ പുത്രന്മാരെ വിളിച്ച് തന്റെ വാർദ്ധക്യത്തിന് പകരം യൗവനം കടം ചോദിച്ചു. ഇവിടെ കലാലയ രാഷ്ട്രീയ നിരോധനം ആവശ്യപ്പെടുന്നവർ ആധുനിക കാലത്തെ യയാതിമാരാണ്. ഇവർ കേരളത്തിലെ വിദ്യാർത്ഥി സമൂഹത്തോട് തങ്ങളുടെ വാർദ്ധക്യത്തെ സ്വീകരിച്ച് വിദ്യാർത്ഥികളുടെ യൗവനം പകരം കൊടുക്കാനാണ് ആവശ്യപ്പെടുന്നത്. എന്നിട്ട് നിങ്ങളുടെ ഇണകളെ ഇവർക്ക് ഭ്രാന്തമായ കാമപൂരണമായ ഉപകരണമാക്കി മാറ്റാൻ മാത്രം. നിങ്ങൾ ഇതനുവദിക്കുമോ. യൗവനം നിങ്ങളുടേതും വാർദ്ധക്യം

അവരുടേതുമാണ്. കലാലയ രാഷ്ട്രീയ വിരോധികൾ വാർദ്ധക്യം ആഘോഷിക്കട്ടെ, നിങ്ങൾ സ്വാതന്ത്ര്യവും. അണുവിട വിടാതെ നിങ്ങൾ ജാഗരൂകരായിരിക്കുകയും കാർക്കോടകൻ കടിച്ച നളനെപ്പോലെ അശ്വമേധത്തിൽ ഓടുന്ന കാലത്തിന്റെ രഥത്തിൽ ഇരുന്നുകൊണ്ട് ദൂരെക്കാണുന്ന ഇളകുന്ന ആൽമരത്തിലെ ഇലകൾ എണ്ണാൻ പഠിക്കുക. നിങ്ങൾ കലാലയത്തിന്റെ കരുത്താണ്. 20 വയസ്സുള്ള അഭിമന്യുവിനെ കൊല്ലാൻ 40 വയസ്സുള്ള വാർദ്ധക്യം ബാധിച്ച കൈകളായിരുന്നു ഉണ്ടായിരുന്നത് എന്ന് മറക്കരുത്. പ്രതികരിക്കാത്തവർ പുരൂരവസ് ആകുമെന്ന് മറക്കരുത്.

കാറ്റിലിളകാത്ത അഗ്നിപോലെ മനസ്സ്

ഡോ. മിനി പ്രസാദ്

സൈമൺ ബ്രിട്ടോയുടെ രണ്ടാമത്തെ നോവലാണ് *മഹാരൗദ്രം.* ആദ്യ നോവൽ *അഗ്രഗാമി* വടക്കേ ഇന്ത്യൻ ഗ്രാമപശ്ചാത്തലത്തിൽ എഴുതപ്പെട്ടതാണ്. ഒരു മാസത്തിനുള്ളിൽ മുഴുവൻ കോപ്പികളും വിറ്റുകഴിഞ്ഞ കൃതി എന്ന ഖ്യാതി കൂടി *അഗ്രഗാമി*ക്കുണ്ട്. അഗ്രഗാമി എന്ന വാക്കിന് മുമ്പേ പോകുന്നവൻ എന്നർത്ഥം. *മഹാരൗദ്ര*വും അതേ ആവേശത്തോടെ മലയാളികൾ സ്വീകരിക്കുന്നു. രണ്ടാം പ്രിന്റ് കോപ്പികളും തീർന്നുകഴിഞ്ഞു. വളരെ പെട്ടെന്ന് അനുവാചകശ്രദ്ധ പിടിച്ചുപറ്റാൻ കഴിഞ്ഞ ഈ നോവലിന് ഈ വർഷത്തെ 'പാട്യം ഗോപാലൻ അവാർഡ്' ലഭിച്ചു.

കഴിഞ്ഞ ഡിസംബർ 22 ന് മലപ്പുറം ജില്ലയിലെ അരീക്കോട് കെ എസ് ഇ ബി വർക്കേഴ്സ് യൂണിയന്റെ മേഖലാ സമ്മേളനത്തിൽ മുഖ്യ പ്രഭാഷണം നടത്താൻ എത്തിയപ്പോൾ സൈമൺ ബ്രിട്ടോയുമായി നടത്തിയ അനൗപചാരികമായൊരു സംഭാഷണമാണിത്. തന്റെ നോവലിനെക്കുറിച്ച്, കാഴ്ചപ്പാടുകളെക്കുറിച്ച്, യാത്രകളെപ്പറ്റി സൈമൺ ബ്രിട്ടോ സംസാരിക്കുന്നു. ആത്മവിശ്വാസം- ശാരീരിക ദൗർബല്യങ്ങൾക്കൊന്നും തളർത്തിക്കളയാനാവാത്ത ആത്മവിശ്വാസം ഈ വാക്കുകളിൽ നിറയുന്നുണ്ട്.

ചോദ്യം: അഗ്രഗാമിയിൽനിന്ന് മഹാരൗദ്രത്തിലെത്തുമ്പോൾ സ്വന്തം രചനകളെന്ന നിലയിൽ ഇവ തമ്മിൽ എന്തു വ്യത്യാസമാണ് ബ്രിട്ടോയ്ക്ക് അനുഭവപ്പെടുന്നത്?

ബ്രിട്ടോ: *അഗ്രഗാമി* തികച്ചും ഗ്രാമപശ്ചാത്തലത്തിലാണ്. പ്രകൃതി അതിലെ പശ്ചാത്തലവും അടിസ്ഥാനഭാവവുമാണ്. ഫ്യൂഡൽ വ്യവസ്ഥയ്ക്കെതിരെ ഉണരുന്ന ഒരു കൂട്ടായ്മയാണ് അതിലെ ശക്തിയും സൗന്ദ

ര്യവും. ഇതേ കൂട്ടായ്മ തകരുന്നത്, പൊതുപ്രസ്ഥാനങ്ങളുടെ അപചയമാണ് *മഹാരൗദ്ര*ത്തിൽ നാം കാണുന്നത്. കൂട്ടായ്മകളുടെ അഭാവം സമൂഹ്യജീവിതത്തെ എങ്ങനെ ബാധിക്കുന്നു എന്ന് ഈ നോവൽ വ്യക്തമാക്കുന്നു. പിന്നെ നമ്മുടെ സംസ്കാരത്തിനു സംഭവിച്ച വ്യതിയാനങ്ങൾ ഇതിലെ കഥാപാത്രങ്ങളിലൂടെ വെളിപ്പെടുന്നു. ഉല്ലാസ് ആണ് ഏറ്റവും നല്ല ഉദാഹരണം. ശാരീരിക പ്രകടനങ്ങളുടെ വ്യാപാരത്തിന് ബോംബെയിൽ നിന്ന് രക്ഷപ്പെടണം എന്ന് അയാൾ കരുതുന്നു. നജ്മ എന്ന കഥാപാത്രം അന്നശമുവേലായി മാറുമ്പോൾ ഉല്ലാസ് അവളെ തിരിച്ചറിയുന്നുവെങ്കിലും ഭൂതകാലം അവൾ വെളിപ്പെടുത്താനാഗ്രഹിക്കുന്നതേയില്ല. വേരുകളും ഭൂതകാലവും എന്തിനേറെ വർത്തമാനകാലവും ആവശ്യമില്ലാത്തവർ. പക്ഷേ, മറിയച്ചേടത്തിക്കോ രാമേട്ടനോ ഇത്തരം ഒരു വ്യതിയാനം സംഭവിക്കുന്നില്ല. അവർ പഴയകാലത്തിന്റെ പ്രതിനിധികളാണ്.

ചോദ്യം: രാമേട്ടനെ ബ്രിട്ടോ എങ്ങനെയാണ് വിലയിരുത്തുന്നത്?

ബ്രിട്ടോ: ഉദ്ദേശ്യശുദ്ധിയാണ് രാമേട്ടന്റെ നിഷ്കളങ്കത. ഏതു പ്രശ്നവും ഏറ്റെടുക്കാമെന്ന ചങ്കുറപ്പാണ് രാമേട്ടന്റെ കൈമുതൽ. സ്വന്തം സ്വപ്നങ്ങൾ കരിയുന്നത് രാമേട്ടനെ തളർത്തുന്നുണ്ട്. ചേർന്നുനിന്നവർ വിട്ടുപോവുന്നത് വേദനിപ്പിക്കുന്നുമുണ്ട്. പക്ഷേ, അവർക്കോരോരുത്തർക്കും അവരവരുടെ ലോജിക്കുകളുണ്ട്. ഇന്ദ്രാണി നായിക്കിനും വസന്ത് ചൗഹാനും ഒക്കെ സ്വന്തം ലോജിക്കുകൾ.

ചോദ്യം: മഹാനഗരത്തിലെ മുഴുവൻ തൊഴിലാളികളും നമ്മുടെ പ്രത്യയശാസ്ത്രത്തിനു പിന്നിൽ അണിനിരക്കും എന്ന് ആത്മവിശ്വാസത്തോടെ രാമേട്ടൻ പറയുന്നു. പിന്നെ സ്വന്തം കാലിനടിയിൽ നിന്ന് മണ്ണ് ചോർന്നുപോവുന്നത് തിരിച്ചറിയുകയും ചെയ്യുന്നു. പൊതുപ്രസ്ഥാനത്തിലെ അപചയമാണ് ഈ നോവലിലെ പ്രമേയം എന്ന വിലയിരുത്തൽ ശരിയാണോ? നമുക്ക് ഒരു മാറ്റവും സ്വപ്നം കാണാനില്ല എന്നാണോ?

ബ്രിട്ടോ: ശരിയാണ്. സ്വപ്നങ്ങൾ അറുത്തുമാറ്റപ്പെട്ട ഒരു കാലമാണിത്. പ്രസ്ഥാനങ്ങളും പ്രത്യയശാസ്ത്രങ്ങളും പരാജയപ്പെടുന്നു. മനുഷ്യൻ കൂടുതൽ കൂടുതൽ ഒറ്റയ്ക്കാവുന്നു. ഭഗത്സിങ്ങിന്റെ സ്വപ്നങ്ങൾ കരിഞ്ഞുപോയ ഇന്ത്യയാണിത്. ദേശീയപ്രസ്ഥാനത്തിന്റെ അപചയം ഇത്തരമൊരു സ്വപ്നങ്ങളില്ലായ്മയിലേക്ക് നമ്മെ എടുത്തെറിഞ്ഞു. ജനാധിപത്യവ്യവസ്ഥയിൽ അപചയപ്പെട്ടു കഴിഞ്ഞ ജനതയ്ക്ക് എന്തു സ്വപ്നങ്ങളാണ്! മഹാരൗദ്രമായൊരു കാലം. ഇതേ അപചയം ഒരു സൗന്ദര്യശാസ്ത്രത്തിന്റെ അഭാവമായി. ലാൻഡ്സ്കേപ്പില്ലായ്മയായി. വീടുകളുടെ ഭംഗിയാർന്ന രൂപങ്ങൾക്കു പകരം ചതുരൻ ഫ്ളാറ്റുകളായി. ചിത്രങ്ങളുടെ ചായക്കൂട്ടുകൾക്കപ്പുറം ഒന്നുമില്ലായ്മയായി ഇത് കടന്നുവരുന്നുണ്ട്. നാം അത് ശ്രദ്ധിക്കാത്തതാണ്. ഈയൊരു തലവും *മഹാരൗദ്ര*ത്തിലുണ്ട്.

ചോദ്യം: സാഹിത്യത്തിലേക്കുള്ള കടന്നുവരവ് എങ്ങനെയാണ്?

ബ്രിട്ടോ: സെന്റ് ജോസഫ്സ് ഹൈസ്കൂളിൽ പഠിക്കുമ്പോൾ എഴുതിയിരുന്നു. പ്രീഡിഗ്രി കാലങ്ങളിൽ *സത്യനാദം* മാസികയിൽ തുടർച്ചയായി എഴുതുമായിരുന്നു. ബീഹാർ ജീവിതസ്മരണകൾ എഴുതാൻ ശ്രമിച്ച് പരാജയപ്പെട്ടതാണ് *അഗ്രഗാമി*യായത്. ആദ്യ നോവൽ വായിച്ച് ഇനിയൊരു നോവൽ എഴുതണം എന്ന സ്നേഹപൂർണ്ണമായ നിർബ്ബന്ധം അനേകരുടെ ഭാഗത്തുനിന്നും ഉണ്ടായി. ഇ എം എസ്, പാലാ നാരായണൻ നായർ, ഐ വി ദാസിന്റെ ഭാര്യ ഇങ്ങനെ സാത്വിക മനസ്സുകളുടെ നന്മകളും ആശീർവാദങ്ങളുമാണ് ഈ രചനയുടെ പ്രചോദനം. ഇപ്പോൾ ഞാൻ താമസിക്കുന്ന വീട്ടിലേക്കുവന്ന ആദ്യകാലങ്ങളിൽ അനുഭവിച്ച ഏകാന്തത എഴുത്തിനൊരു കാരണമായി. തിരുവനന്തപുരത്ത് ഭവാനി ആയുർവ്വേദാശുപത്രിയിലെ ചികിത്സയ്ക്കു ചെന്നപ്പോൾ ഡോ. മോഹൻലാൽ അനുഭവിച്ചിരുന്ന തീവ്രവേദനയോടുള്ള തന്മയീഭാവം ഇതിനെ സ്വാധീനിക്കുന്നുണ്ട്.

ചോദ്യം: എല്ലാ ശാരീരിക പ്രതിസന്ധികളും മറികടന്ന് ഒരുപാട് യാത്രകൾ ബ്രിട്ടോ നടത്തുന്നു. എന്തൊക്കെയാണ് യാത്രയുടെ അനുഭവങ്ങൾ?

ബ്രിട്ടോ: ആദ്യം യാത്രയുടെ മാനസികമായ ഒരു തയ്യാറെടുപ്പു നടത്തുന്നു. പിന്നെ ഭക്ഷണക്രമം ഉണ്ടാക്കിയെടുത്ത് ഭക്ഷണം ചുരുക്കുന്നു. ഇളനീരാണ് യാത്രയിൽ പ്രധാന ഭക്ഷണം. കാറ്റിലിളകാത്ത അഗ്നിപോലെയാണ് യാത്രയിൽ എന്റെ മനസ്സ്. ഞാൻ മനുഷ്യരെ കാണുന്നു. അവരുടെ ജീവിതക്രമം കാണുന്നു. രണ്ടാമത് ഒരു സ്ഥലത്തേക്ക് എത്തുമ്പോൾ വ്യതിയാനങ്ങൾ സൂക്ഷ്മമായി അറിയാൻ ശ്രമിക്കുന്നു. സ്ഥലപരമായി, രാഷ്ട്രീയമായി, ചലനപരമായിപ്പോലും. ബോംബെയിലെ രണ്ടാമത്തെ എത്തിപ്പെടലിൽ ഫാക്ടറി തൊഴിലാളികളുടെ അഭാവം ഞാൻ ശ്രദ്ധിച്ചിരുന്നു. ഫാക്ടറികൾ നഗരപ്രാന്തത്തിലേക്ക് മാറ്റപ്പെടുമ്പോൾ വരുന്ന ചലനമില്ലായ്മ. *മഹാരൗദ്രം* ഈ വ്യതിയാനങ്ങൾ ഉൾക്കൊള്ളുന്നുണ്ട്. *നകുലിന്റെ നോട്ടുപുസ്തകം* അത് പൂർണ്ണമാക്കുന്നു.

ചോദ്യം: നകുലിന്റെ നോട്ടുപുസ്തകത്തെക്കുറിച്ച്...?

ബ്രിട്ടോ: *മഹാരൗദ്രം* പൂർണ്ണമാകുന്നത് *നകുലിന്റെ നോട്ടുപുസ്തക*ത്തിലാണ്. കലാപത്തിന്റെ മുഴുവൻ ഭീകരതകളും പത്രപ്രവർത്തകനായ നകുലിന്റെ ഡയറിക്കുറിപ്പുകൾ ഉൾക്കൊള്ളുന്നു. അത് ബോംബെയിൽ വച്ചാണ് പ്രകാശിപ്പിക്കുന്നത്. മൂന്നുമാസത്തിനകം. അവസാനത്തെ തിരുത്തലുകളിലാണ്.

ചോദ്യം: ഈ കഥാപാത്രങ്ങളിൽ ആരാണ് സൈമൺ ബ്രിട്ടോ?

ബ്രിട്ടോ: ഇതൊരു ആത്മകഥാപരമായ നോവലല്ല. എല്ലാ കഥാപാത്രങ്ങളും എന്റെ അംശങ്ങൾ ഉൾക്കൊള്ളുന്നു. അവരവർക്ക് അവരവരുടേതായ ലോജിക്കുണ്ട്. ഓരോ കഥാപാത്രവും പെർഫെക്ട് ആണ്.

ബ്രിട്ടോ
ചോരച്ചാലുകൾ നീന്തിക്കയറിയ
വിപ്ലവകാരി

ഞങ്ങൾ മഹാരാജകീയ കലാലയത്തിലെ രണ്ടുപെൺകുട്ടികൾ. എസ് എഫ് ഐ പ്രവർത്തകർ. ചുവപ്പു കോട്ടയുടെ ചെയർപേഴ്സൺ മൃദുല ഗോപിയും വൈസ് ചെയർപേഴ്സൺ ഷഹന മൻസൂറും. കൊച്ചി വടുതലയിലെ 'കയം' എന്ന വീട്ടിലേക്ക് കടന്നുചെന്നപ്പോൾ ഒരു കാല ഘട്ടത്തിന്റെ വിപ്ലവ വിദ്യാർത്ഥി പ്രസ്ഥാനത്തിന്റെ സമരപോരാട്ടങ്ങളുടെ ആവേശോജ്ജ്വലമായ ഒരു ഇതിഹാസമാണ് തുറന്നുവെക്കപ്പെട്ടത്. കൈയാമത്തെയും കാരാഗൃഹത്തെയും പുല്ലായി കരുതി കേരളത്തിലെ വിപ്ലവ വിദ്യാർത്ഥി പ്രസ്ഥാനം കെട്ടിപ്പടുക്കാൻ അനവരതം പ്രവർത്തി ക്കുകയും മഹാരാജാസിന്റെ മണ്ണിൽ വെച്ച് കമ്യൂണിസ്റ്റു വിരുദ്ധന്റെ കഠാ രമുനകളാൽ കുത്തിവീഴ്ത്തപ്പെടുകയും ചെയ്ത സൈമൺ ബ്രിട്ടോ ഞങ്ങളോട് വാചാലനായി.

വിദ്യാർത്ഥി രാഷ്ട്രീയത്തിൽ സഖാവ് സജീവമായിരുന്ന കാലഘട്ടത്തെ ക്കുറിച്ച് വിവരിക്കാമോ?

ഞാൻ അറുപതുകളുടെ അവസാനത്തോടെയാണ് കെ എസ് എഫ് എന്ന പ്രസ്ഥാനത്തിലൂടെ എസ് എഫ് ഐയിലേക്ക് വരുന്നത്. ഞങ്ങളു ടെയെല്ലാം കാലഘട്ടം ഇടതുപക്ഷത്തിന്റെ തീവ്രതയുടെ കാലമാണ്. സിപി ഐ (എം) രൂപപ്പെടുന്നു. സി പി ഐ (എം) ൽ തീവ്ര ഇടതുപ ക്ഷവിപ്ലവം, അതിന്റെ ശക്തമായ വേലിയേറ്റം, സാമ്രാജ്യത്വ വിരുദ്ധ സമ രങ്ങൾ, മോഡേണിറ്റി, പുതിയ സാഹിത്യം, പുതിയ സിനിമ, പുതിയ നാടകം അങ്ങനെയുള്ള കാലഘട്ടത്തിൽ ആണ് ഞങ്ങൾ വിദ്യാർത്ഥി പ്രസ്ഥാനം രൂപപ്പെടുത്തിയെടുത്തത്. ആ കാലഘട്ടത്തിന് അനുയോജ്യ മായി ഞങ്ങൾക്ക് പ്രവർത്തിക്കാൻ കഴിഞ്ഞു. നാല്പത്തിയേഴിൽ

സ്വാതന്ത്ര്യം കിട്ടിയ കാലഘട്ടം എന്ന് പറയുന്നത് ഭാരതം ഭരിക്കുന്ന ഭരണാധികാരികളിൽനിന്നും ജനങ്ങൾക്ക് പ്രതീക്ഷ നഷ്ടപ്പെട്ട ഒരു കാലഘട്ടമാണ്. ഞങ്ങൾ ആ കാര്യങ്ങൾ ജനങ്ങളെ ബോദ്ധ്യപ്പെടുത്തി. പിന്നീട് എൺപതുകൾ കഴിഞ്ഞപ്പോൾ അതിനു മാറ്റം വന്നു. ഇന്നിപ്പോൾ പരീക്ഷകൾ ഒഴിഞ്ഞിട്ട് സമയമില്ല. ഇന്റേണൽ, സെമസ്റ്ററൈസേഷൻ, അസൈൻമെന്റ്, അതുമായി ബന്ധപ്പെട്ട നടപടികൾ, ഇതുപോലെ അല്ല, കൂടുതലും സ്വാതന്ത്ര്യം അനുഭവിച്ച ഒരു കാലഘട്ടമാണ് ഞങ്ങളുടേത്. ടി വിയും മൊബൈലും ഇല്ലാതിരുന്ന കാലാഘട്ടമായതുകൊണ്ട് വായന തന്നെ പ്രധാനം. അന്ന് സിനിമകൾ കാണുന്നത് അപൂർവ്വമാണ്. പാട്ടുകൾ റേഡിയോ അല്ലെങ്കിൽ ടേപ്പ് റെക്കോർഡർ വഴിയാണ് കേൾക്കുന്നത്. ആ കാലഘട്ടത്തിൽ ഞങ്ങൾക്ക് ജനങ്ങളെ, വിദ്യാർത്ഥികളെ അഡ്രസ് ചെയ്യുവാൻ എളുപ്പമായിരുന്നു. അവരെ വളരെ പെട്ടെന്ന് കിട്ടും. ആ കാലഘട്ടം എന്താണ് എന്നത് ഞങ്ങൾ തുറന്നു പറയുമായിരുന്നു. ഗ്ലോബലൈസേഷന്റെ ഈ കാലഘട്ടത്തിൽ ഇന്റലക്ച്വൽ വാർ ആണ് നടക്കുന്നത്. ഇന്റലക്ച്വൽസിനെയാണ് അവർ ടാർജെറ്റ് ചെയ്യുന്നത്. സമത്വം എന്ന് പറയുന്നത് അവരുടെ അജണ്ടയിൽ ഇല്ല.

ക്യാമ്പസുകളിൽ രാഷ്ട്രീയം നിരോധിച്ചുകൊണ്ടുള്ള ഹൈക്കോടതിയുടെ ഉത്തരവിനോടുള്ള സഖാവിന്റെ നിലപാട് വ്യക്തമാക്കാമോ?

മുല്ലപ്പൂ വിപ്ലവം എന്ന് പറയുന്നതും അമേരിക്കൻ ജനതയുടെ കൂട്ടായ്മകളും പ്രതിഷേധങ്ങളും സൗദി അറേബ്യ പോലുള്ള ഇസ്ലാം രാജ്യങ്ങളിലെ പ്രതിഷേധങ്ങളും സ്ത്രീ വിമോചന പ്രസ്ഥാനങ്ങളും ദളിത് പ്രസ്ഥാനങ്ങളും തേർഡ് ജെന്റേഴ്സിന്റെ ഇടപെടലുകളും ഒക്കെ തന്നെ സ്വാതന്ത്ര്യപ്രഖ്യാപനങ്ങൾ ആണ്. ന്യൂജനറേഷൻ എന്നു പറഞ്ഞാൽ അവർ ഗ്ലോബൽ വില്ലേജ് ആയിട്ട് ഫേസ് ബുക്കിലൂടെയും ഇന്റർ നെറ്റിലൂടെയും മാറിക്കൊണ്ടിരിക്കുകയാണ്. വിദ്യാഭ്യാസത്തിന്റെ അന്തരീക്ഷം തന്നെ മാറി. ഞങ്ങളുടെ കാലഘട്ടത്തിൽ ക്ലാസ് മുറി, പുസ്തകം, പേന എന്നത് ഇന്ന് നെറ്റ്, ലൈബ്രറി, അസൈൻമെന്റ് ഒക്കെ ആയിട്ടു മാറി. അപ്പോൾ എല്ലാം തന്നെ വളരെ തുറന്നു തുറന്നു വരുമ്പോൾ കുട്ടികളെ അടച്ചിടുന്നത് ഇന്ത്യയുടെ അസംതൃപ്തിയും താല്പര്യങ്ങളും ആണ്. ബന്ധങ്ങളിൽ പോലും വ്യത്യാസം വന്നു. മുൻപ് എല്ലാം കടിച്ചമർത്തി ജീവിച്ചിരുന്ന സ്ത്രീകൾ ഇന്ന് അതിനു മുതിരുന്നില്ല. അതിന്റെ ഫലമായി ഇന്ന് ഡിവോഴ്സ് കൂടിവരുന്നു, പ്രത്യേകിച്ച് കേരളത്തിൽ. ഇന്ത്യയിൽ വിദ്യാഭ്യാസം നേടിയ ദളിതുകൾ പറയുന്നത് കേൾക്കുന്നില്ല. പുതിയ ഒരുസ്വാതന്ത്ര്യ അവബോധത്തെ തളച്ചിടുന്നതിലുള്ള ശ്രമമാണ് രാഷ്ട്രീയ നിരോധനത്തിലൂടെ നടപ്പിലാക്കാൻ ശ്രമിക്കുന്നത്. താല്ക്കാലികമായിട്ടാണെങ്കിലും അത് വൃഥാവിലാണ്.

എസ് എഫ് ഐ/ഡി വൈ എഫ് ഐ പോലുള്ള യുവജന സംഘടനങ്ങളിൽ സജീവമായി പ്രവർത്തിച്ചിരുന്നവർ പലരും തന്നെ പിന്നീട് പാർട്ടിയിൽ സജീവമാകുന്നില്ല. സജീവമാക്കാൻ പാർട്ടി ഇടപെടുന്നുമില്ല. എന്തുകൊണ്ടാണ് ഇങ്ങനെയൊരു മാറ്റം സംഭവിക്കുന്നത്?

വിദ്യാർത്ഥികൾ അല്ലെങ്കിൽ യുവാക്കളുടെ പ്രവർത്തനം അത് പാർട്ടി പ്രവർത്തനം ആണ്. ഓരോ കലാലയങ്ങളിൽ അവർ ഉയർത്തിപ്പിടിക്കുന്ന ചില കൂട്ടായ്മകൾ ഉണ്ട്. വിദ്യാർത്ഥി എന്ന് പറയുന്നത് ഒരു വർഗ്ഗമല്ല, ഒരു കൂട്ടമാണ്. പക്ഷേ, പാർട്ടി എന്നു പറയുമ്പോൾ അത് ഒരു വർഗ്ഗമാണ്. ഒരു വിദ്യാർത്ഥി പ്രസ്ഥാനത്തിൽ പ്രവർത്തിക്കുമ്പോൾ ഒരു വർഗ്ഗ ചേതന (ക്ലാസ് കോൺഷ്യസ്നെസ്) ആവശ്യമില്ല. സ്റ്റുഡന്റ് മൂവ്മെന്റ് എന്ന് പറയുന്നത് സ്പൊണ്ടേനിയസ് ആണ്. അവിടെ അവർക്കു പെട്ടെന്ന് കൂടിച്ചേരാനും ഇണങ്ങാനും പിണങ്ങാനും ഉള്ള ഒരു സ്വാതന്ത്ര്യമുണ്ട്. ഇവിടെനിന്നും അവർ പോകുന്നത് നേരെ ജീവിതത്തിലേക്ക് ആണ്. പിന്നെ അവർക്ക് ജോലി വേണം, കുടുംബമായി, പ്രാരാബ്ധമായി. ഇവിടെ അവർ ഇടതുപക്ഷത്തിന്റേയോ വലതുപക്ഷത്തിന്റേയോ സപ്പോർട്ടേഴ്സ് ആയി മാറുന്നു. പിന്നീട് രാഷ്ട്രീയ തീച്ചൂളയുടെ കാലഘട്ടത്തിൽ അടിയന്തരാവസ്ഥപോലുള്ള അവസ്ഥ വരുമ്പോൾ ഇതെല്ലാം തന്നെ വലിച്ചെറിഞ്ഞിട്ട് ഏതു കാലഘട്ടത്തിലും കുറേപ്പേർ വരും. പിന്നെ മറ്റൊന്ന്, ഇടതുപക്ഷ പ്രസ്ഥാനമായാലും ദേശീയ പ്രസ്ഥാനമായാലും ആരാണ് ഒരു മോഡൽ ഉള്ളത്? പണ്ട് എത്രയോ മോഡലുകൾ ഉണ്ടായിരുന്നു, കമ്യൂണിസ്റ്റ് പ്രസ്ഥാനത്തിലും ഇടതുപക്ഷ പ്രസ്ഥാനത്തിലും ദേശീയ പ്രസ്ഥാനത്തിലും സോഷ്യലിസ്റ്റ് പ്രസ്ഥാനത്തിലും ഒക്കൊത്തന്നെ.

ഇപ്പോൾ ഒരു തീവ്രതയുടെ കാലഘട്ടം അല്ല എന്നാൽ ജീവിത സാഹചര്യങ്ങൾക്ക് തീവ്രതയുണ്ട്. പിന്നെ പാർട്ടിയിൽ പ്രവർത്തിക്കുന്നു എന്നു പറയുമ്പോൾ ഇപ്പോൾ ആവർത്തിച്ചുള്ള തിരഞ്ഞെടുപ്പുകൾ പലർക്കും വിരസത ഉണ്ടാക്കുന്നുണ്ട്. എന്നാൽ ഡെമോക്രസിയുടെ ഭാഗമാണുതാനും. സമരങ്ങൾ തീക്ഷ്ണമായ സമരങ്ങൾ അല്ല. സന്ദിഗ്ദ്ധമായ ഒരു ജൈജാന്റിക് ബാറ്റിൽസ് ഒന്നുമില്ല തന്നെ. യൂത്ത് എപ്പോഴും അതിലേക്കാണ് ആകർഷിക്കപ്പെടുന്നത്. അവർക്ക് വെല്ലുവിളികളെ ആവശ്യമാണ്. പക്ഷേ, അറിയാത്ത വെല്ലുവിളികൾ ഉണ്ട്. അത് നേരിട്ട് നമുക്ക് അനുഭവപ്പെടുന്നില്ല. പ്രസ്ഥാനത്തിന് ഇവരെ ഗൈഡ് ചെയ്യാൻ പഴയതുപോലെ കഴിയുന്നില്ല. കാലത്തിനനുസരിച്ച് ഒന്നുമില്ല.

സഖാവിനെ കുത്തിയ കേസിലെ പ്രതികളെ കാണുകയാണെങ്കിൽ സഖാവിന്റെ പ്രതികരണം എന്തായിരിക്കും?

എറണാകുളം നഗരത്തെ സംബന്ധിച്ച് ഒരുപാട് ആളുകൾ വരികയും പോകുകയും ചെയ്യുന്നുണ്ട്. ചിലപ്പോൾ ഒരാളെ കാണിച്ചു തന്നിട്ട് അത്

എന്റെ കേസുമായി ബന്ധപ്പെട്ട പ്രതിയാണ് എന്നുപറയുമ്പോൾ അയാളെ സ്നേഹിക്കുവാനും വിരോധിക്കുവാനും ഞാൻ അയാളെ എന്റെ മനസ്സിൽ തടുത്തു നിർത്തുന്നില്ല. കുത്തുകൊണ്ടു കിടക്കുമ്പോൾ ഞാൻ പറഞ്ഞത് എനിക്ക് അയാളോട് വിരോധം ഇല്ല എന്ന് തന്നെയാണ്. അത് എന്റെ രാഷ്ട്രീയത്തിന്റെ ഭാഗമാണ്.

സഖാവിന്റെ പ്രണയം, വിവാഹം, കുടുംബം അതേക്കുറിച്ച് ഒന്നു പറയാമോ?

1983 ഒക്ടോബർ 14-ാം തീയതിയാണ് കുത്തുകൊണ്ടത്. 1993 ഒക്ടോബർ 15-ാം തീയതി ഞാനും സീനാ ഭാസ്കറും വിവാഹിതരായി. തിരുവനന്തപുരം കിള്ളിപ്പാലം രജിസ്റ്റർ ഓഫീസിൽ വച്ചായിരുന്നു വിവാഹം. ചടങ്ങുകളും ആചാരങ്ങളും ഇല്ലാതെ ആയിരുന്നു വിവാഹം. എനിക്ക് ജോലിയില്ല. സീന അന്ന് പഠിച്ചു കൊണ്ടിരിക്കുന്നു. ഫാദറിന് പെൻഷൻ പോലും ഇല്ല. 4 സഹോദരിമാർ ഉണ്ട്. രണ്ടുപേരുടെ വിവാഹം മാത്രമേ കഴിഞ്ഞിരുന്നുള്ളൂ. മകളുടെ പേര് കയിനില. കേന്ദ്രീയ വിദ്യാലയത്തിൽ നാലാം ക്ലാസിൽ പഠിക്കുന്നു.

(മഹാരാജാസ് കോളേജ് മാഗസിനിൽ പ്രസിദ്ധീകരിച്ച അഭിമുഖം)

ഒത്തുതീർപ്പിനു തയ്യാറാകുന്നവർ എഴുത്തുകാരല്ല

സൈമൺ ബ്രിട്ടോ/ഇളവൂർ ശ്രീകുമാർ

? താങ്കളുടെ നോവലുകളിലെ പശ്ചാത്തലം പൊതുവേ ഉത്തരേന്ത്യയാണ്. പ്രത്യേകിച്ചും ബീഹാറിനോട് താങ്കൾക്ക് വലിയ ആത്മബന്ധമുള്ളതായി കാണുന്നു. ഒരുപക്ഷേ, കേരളത്തേക്കാൾ കൂടുതലായി താങ്കളെ സ്വാധീനിച്ചിട്ടുള്ളത് ഉത്തരേന്ത്യൻ നാടുകളാണെന്നു പറയാം. എന്തുകൊണ്ടാണിങ്ങനെ.

ഞാൻ ജനിച്ചുവളർന്ന സാഹചര്യം ചെറുപ്പത്തിലെ സാമൂഹ്യമായ ഒരുപാട് എലിയനേഷൻ സൃഷ്ടിച്ചിട്ടുണ്ട്. വടക്കേ ഇന്ത്യയിലെത്തിയപ്പോൾ അവർ എല്ലാം വിട്ടെറിഞ്ഞ് പച്ചയായി എന്നെ സ്നേഹിക്കുകയായിരുന്നു. കേരളത്തിന്റെ പശ്ചാത്തലത്തിലെഴുതിയ ചില ലേഖനങ്ങൾതന്നെ പ്രശ്നമുണ്ടാക്കുന്നുണ്ട്. അപ്പോൾ പിന്നെ കഥയെഴുതിയാലോ? എന്റെ നോവലുകളിൽ ഒരു ഇന്ത്യൻ പശ്ചാത്തലമുണ്ട്. ഇന്ത്യ ചുറ്റുക എന്നത് എന്റെ അടങ്ങാത്ത ആഗ്രഹമാണ്. എന്തോ ഒരു വൈകാരികമായ അടുപ്പം എനിക്ക് വടക്കേ ഇന്ത്യയുമായി നിലനില്ക്കുന്നു.

? ഉത്തരേന്ത്യക്കാർ താങ്കളെ ഉള്ളഴിഞ്ഞ് സ്നേഹിക്കുന്നു എന്നു പറഞ്ഞു. കേരളീയർക്ക് അങ്ങനെ സ്നേഹിക്കാൻ കഴിയുന്നില്ലെന്നല്ലേ അതിന്റെ ധ്വനി.

മലയാളികൾ എപ്പോഴും നമ്മെ ഒബ്സർവ് ചെയ്യും. അതെനിക്ക് ഇഷ്ടമല്ല. മനസ്സിലാകാത്ത തരത്തിലാണ് അവരുടെ ഒബ്സർവേഷൻ. ഞാൻ ഇവിടെ പഠിക്കുമ്പോൾ ഒരു കാക്കി ഷർട്ട് തയ്പിച്ചു. അതിടാൻ എന്നെ ആരും സമ്മതിച്ചില്ല. ബീഹാറിൽ എനിക്ക് എന്തു വേഷവും ധരിക്കാം. അവിടെ അതൊന്നും ശ്രദ്ധിക്കാറില്ല.

? സ്നേഹത്തിനുമുന്നിൽ ഒബ്സർവേഷൻ കടന്നുവരുമ്പോൾ അതിന്റെ ആത്മാർത്ഥത നഷ്ടപ്പെടുന്നുവെന്നാണോ.

അതെ. നാമെന്തിന് ഒബ്സെർവ് ചെയ്യുന്നു. മലയാളിയുടെ ഒബ്സെർവേഷൻ വേണ്ടാത്ത കാര്യങ്ങളിലാണ്. ഇതൊരു ദുശ്ശീലമാണ്.

? ഏതു കാര്യത്തിലും ഒബ്സർവേഷൻ പാടില്ലെന്നാണോ.

മലയാളി എന്തുവെച്ചാണ് ഒബ്സെർവ് ചെയ്യുന്നത്. അവനവനെ വച്ചല്ലേ? അവർക്ക് എന്താ കൈമുതലായുള്ളത്. എല്ലാം നഷ്ടപ്പെട്ടില്ലേ, വായന നഷ്ടപ്പെട്ടില്ലേ, സംഗീതം നഷ്ടപ്പെട്ടില്ലേ. ബീഹാറിൽ ഒരു കുട്ടി ജനിച്ചാൽ അമ്മയുടെ ഏറ്റവും വലിയ ആഗ്രഹം ഒന്നുകിൽ ഒരു പൊളിറ്റീഷ്യനാക്കണം അല്ലെങ്കിൽ ഒരു കൊള്ളക്കാരനാക്കണം. വടക്കേ ഇന്ത്യയിൽ ആരോടും രാഷ്ട്രീയം പറയാം. എന്നാൽ ഇവിടതു പറ്റുമോ? ഇവിടെ എല്ലാവരും പത്രം വായിക്കുകയും രാഷ്ട്രീയം ഒബ്സെർവ് ചെയ്യുകയും ചെയ്യും. എന്നാൽ വടക്കേ ഇന്ത്യാക്കാരൻ തന്റേടത്തോടെ പറയും ഹം നേതാ ഹേ അല്ലെങ്കിൽ ഹം ചോർഹേ. ഞാൻ നേതാവാണ് അല്ലെങ്കിൽ ഞാൻ കള്ളനാണ്. അത് തുറന്നുപറയാനുള്ള ആർജ്ജവം അവർക്കുണ്ട്. മലയാളിക്ക് അതുണ്ടോ? ഇവിടെ ഏറ്റവും വലിയ കള്ളന്മാരുണ്ട്. പക്ഷേ, ആരും അത് തുറന്നുപറയില്ല.

? താങ്കളുടെ ഐഡന്റിറ്റി പ്രകടിപ്പിക്കാൻ മലയാളി തയ്യാറല്ലെന്നല്ലേ.

അതെ. ഞാൻ ബീഹാറിലായിരിക്കുമ്പോൾ നടന്ന ഒരു സംഭവമുണ്ട്. അവർക്ക് കല്ക്കരിയില്ല. അവർ ഓടിക്കൊണ്ടിരിക്കുന്ന ഒരു വണ്ടി തടഞ്ഞുനിർത്തി കല്ക്കരി മുഴുവൻ വാരിയെടുത്തുകൊണ്ട് പോയി. അതാണ് അവരുടെ ധൈര്യം.

? നോവലുകൾക്ക് വടക്കേ ഇന്ത്യൻ പശ്ചാത്തലം സ്വീകരിക്കുമ്പോൾ അതിനൊരു ഇന്ത്യൻ ടച്ച് വരുന്നതായി താങ്കൾ പറയുന്നു. ഇന്ത്യൻ എന്ന് വിശേഷിപ്പിക്കാവുന്ന ഒരംശം കേരളീയ സംസ്കാരത്തിന് ഇല്ലെന്നാണോ.

കുറവാണ്, വടക്കേ ഇന്ത്യക്കാരൻ കാണുന്ന ഇന്ത്യ എവിടെ വരെയാണെന്ന് അറിയാമോ? പഴയ റഷ്യയുടെ അതിർത്തി മുതൽ കാബൂളിനും അപ്പുറം അഫ്ഗാനിസ്ഥാൻ മുതൽ ഏതാണ്ട് ബർമ്മവരെയാണ്, അവരിപ്പോഴും ഇന്ത്യയെ കാണുന്നത്. ആ കാലത്തെ ഓർമ്മിപ്പിക്കുന്ന റോഡ് വരെ ഇപ്പോഴും അവിടെയുണ്ട്- ജി ടി റോഡ്. ആ കാലത്തിന്റെ കുളമ്പടികൾ ഇപ്പോഴും എന്റെ മനസ്സിൽ മുഴങ്ങുന്നു.

? ഇന്ത്യ എന്നാൽ ഇതൊക്കെയാണ്. കേരളീയൻ കാണുന്ന ഇന്ത്യയല്ല യഥാർത്ഥ ഇന്ത്യയെന്നാണോ.

അതെ.

? ഇന്ത്യൻ ദേശീയതയോട് കേരളീയരേക്കാൾ കൂടുതൽ ഇഴുകിച്ചേർന്നു നില്ക്കുന്നത് ഉത്തരേന്ത്യക്കാരാണെന്നർത്ഥം.

ആണ്. ജപ്പാൻകാർ നമ്മെ ആക്രമിക്കാൻ ഇങ്ങോട്ട് കയറിവന്ന സമയമുണ്ടല്ലോ. ഉടനെ ജപ്പാൻ ഭാഷ പഠിച്ചവർ ഇവിടെയുണ്ട്. ഇന്ത്യയുടെ ഏതു ദുരന്തം നമ്മൾ ഏറ്റുവാങ്ങിയിട്ടുണ്ട്? കേരളീയർ എപ്പോഴും സെയ്ഫ് ആകാൻ ബോധപൂർവ്വം ശ്രമിച്ചുകൊണ്ടിരുന്നു. എന്നാൽ അവൻ സുരക്ഷിതനല്ല. വലിയൊരു കുത്തക മുതലാളി കേരളത്തിലുണ്ടോ? അവൻ വെറും മിഡിൽക്ലാസ്. കുറച്ച് വിദ്യാഭ്യാസം കൈയിലുണ്ട്. മറ്റെന്താണ് സ്വന്തമായിട്ടുള്ളത്? ഇലക്ഷൻ പ്രവർത്തനവുമായി ബീഹാറിലെ ചില മണ്ഡലങ്ങളിൽ പോയിരുന്നു. സൈക്കിളിലായിരുന്നു യാത്ര. പച്ചയായ മനുഷ്യനെ കാണുന്നത് അവിടെയാണ്. പാർട്ടിക്ക് സംഭാവനയായി അവരിപ്പോഴും ധാന്യങ്ങളാണ് നല്കുന്നത്. ഞാനിപ്പോൾ ഹരിയാനയിൽ പോയിരുന്നു. അവിടെ മയിലുകളൊക്കെ നിരത്തിലങ്ങനെ സ്വതന്ത്രമായി നടക്കുന്നത് കാണാം. ഇവിടെ നിരത്തിലൂടെ മയിൽ നടക്കുന്നത് സങ്കല്പിക്കാനാകുമോ? ഉടനെ അത് ഷാപ്പിലെത്തും.

? സാംസ്കാരികമായി നമ്മൾ മുന്നിലായെന്നു പറയുമ്പോൾ നാം റിവേഴ്സിൽ യാത്ര ചെയ്യുകയാണെന്നല്ലേ താങ്കളുടെ ധ്വനി.

അതെ. മലയാളി മൂന്നു കാര്യങ്ങൾ മാത്രമാണ് ശ്രദ്ധിക്കുന്നത്. നാവ്, ഉദരം, ജനനേന്ദ്രിയം, അതിനപ്പുറം മറ്റൊന്നുമില്ല അവന്. ഒരു ഹൃദയമുള്ളതു പോലും അവനുവേണ്ടി മാത്രമുള്ളതാണ്. അവന്റെ കുടുംബത്തിനുവേണ്ടിയുള്ളതല്ല.

? ഒരു കടുത്ത കമ്യൂണിസ്റ്റായിട്ടും താങ്കളുടെ നോവലുകളിലെ കഥാപാത്രങ്ങൾ ആത്യന്തികമായി എങ്ങുമെത്താതെ പോവുകയാണല്ലോ? എത്ര ശ്രമിച്ചിട്ടും സുരക്ഷയുടെ വാതിലുകൾ അവർക്കുമുന്നിൽ അടയുകയാണല്ലോ.

ഞാൻ ഇല്ലാത്തതൊന്നും എഴുതാത്തതുകൊണ്ടാണ്. പാർശ്വവല്ക്കരിക്കപ്പെട്ടവരുടെയും അവഗണിക്കപ്പെട്ടവരുടെയും കഥയാണിത്. അവരുടെ ജീവിതം മുഴുവൻ യാദൃച്ഛികതകളാണ്. വിധിയല്ല. ദുരന്തങ്ങളുടെ ഘോഷയാത്രയല്ലേ സമൂഹത്തിൽ മുഴുവൻ. അതിനു നടുവിലും മനുഷ്യൻ പിടിച്ചു നില്ക്കുന്നില്ലേ?

? ഇങ്ങനെയുള്ള മനുഷ്യർക്കു മുന്നിൽ പ്രത്യാശയുടെ നക്ഷത്രങ്ങൾ സൃഷ്ടിക്കാൻ രാഷ്ട്രീയത്തിനു കഴിയുന്നില്ലല്ലോ.

രാഷ്ട്രീയം ഓരോ കാലവുമായി ബന്ധപ്പെട്ടതാണ്. ചരിത്രം ഇടത്തോട്ടും വലത്തോട്ടും ചരിഞ്ഞ് പൊയ്ക്കൊണ്ടിരിക്കുകയാണ്. സോവിയറ്റ് തകർച്ചയ്ക്കും ശേഷം ഇന്ന് വലതുപക്ഷത്തിന് മുൻതൂക്കമുള്ള ഒരു

കാലഘട്ടമാണ്. അതിന്റെ പരിമിതികളും പിന്നോക്കാവസ്ഥകളും ഒക്കെ നാം കാണണം.

? പലപ്പോഴും രാഷ്ട്രീയക്കാരായ എഴുത്തുകാർ തങ്ങളുടെ വിശ്വാസങ്ങളുടെ ഇരകളായി കഥാപാത്രങ്ങളെ മാറ്റാറുണ്ട്. താങ്കളുടെ രാഷ്ട്രീയവും കഥാപാത്രങ്ങളും തമ്മിലുള്ള ബന്ധമെങ്ങനെയാണ്.

എന്റെ വിശ്വാസങ്ങൾ ഞാൻ കഥാപാത്രങ്ങളുടെ മേൽ അടിച്ചേല്പിക്കില്ല. അവർ പരസ്പരം സംസാരിച്ച് ഇടപെട്ട് മുന്നോട്ടുപോവുകയാണ്. ഞാനതിൽ ആരുമല്ല.

? വളർന്ന ചുറ്റുപാടുകൾ എഴുത്തിനെയും വായനയെയും സ്വാധീനിച്ചത് എങ്ങനെയാണ്.

വീട്ടിൽ വായനയ്ക്ക് പറ്റിയ അന്തരീക്ഷമായിരുന്നില്ല. ഞാൻ പാഠപുസ്തകം മാത്രം വായിച്ചാൽ മതിയെന്ന് നിശ്ചയിച്ച ആളായിരുന്നു എന്റെ പിതാവ്. ഞാൻ ഏഴിൽ പഠിക്കുമ്പോൾ കെ സുരേന്ദ്രന്റെ *താളം* എന്ന നോവൽ വായിക്കുന്നതറിഞ്ഞ് അന്ന് അദ്ദേഹം അത് കത്തിച്ചുകളഞ്ഞു. കുട്ടികൾ പഠിക്കുമ്പോൾ ഇത്തരം പുസ്തകങ്ങൾ വഴിതെറ്റിക്കുമെന്നായിരുന്നു ഫാദറിന്റെ നിലപാട്. എന്റെ വീട്ടിൽ വായന നിരോധിതമായിരുന്നു. ഞാൻ സാഹചര്യങ്ങളോട് ഏറ്റുമുട്ടിയാണ് വളർന്നത്.

? താങ്കളുടെ സ്വത്വം പ്രതിഫലിപ്പിക്കുന്ന എല്ലാ കലകളോടും ഉത്തരേന്ത്യക്കാർക്ക് വല്ലാത്തൊരു അഡിക്ഷൻ ഉള്ളതായി തോന്നുന്നു.

അവർക്ക് അവരുടേതായ താളബോധമുണ്ട്. താളബോധം നഷ്ടപ്പെട്ട മനസ്സാണ് കേരളീയന്റേത്. നമ്മുടെ തനത് കലകളിലെല്ലാം കർണ്ണാട്ടിക് സംഗീതം കടന്നുകയറുകയാണ്. എല്ലാവർക്കും ബ്രാഹ്മണനാകണം. കുറെ കഴിയുമ്പോൾ വെസ്റ്റേൺ കൂടി കയറും.

? അപ്പോൾ പുതിയതൊന്നും വേണ്ടെന്നാണോ.

അല്ല. പഴയതിന്റെ തനിമ അതേ പടി നിലനിർത്തണം. ഷെഹനായിയും ഡോലക്കുമൊക്കെ ബീഹാറുകാരന്റെ ജീവിതത്തിന്റെ ഭാഗമാണ്. അതിലവൻ മതിമറന്നാണ് ജീവിക്കുന്നത്. വലിയ വംശവൃക്ഷങ്ങളുടെ ചുവട്ടിൽ ഡോലക്കും കൊട്ടി അവർ പാടിത്തിമിർക്കുന്നത് ഇപ്പോഴുമുള്ള കാഴ്ചയാണ്. വൈശാലിയിൽ ഒരു നക്സലൈറ്റ് നേതാവ് കൊല്ലപ്പെട്ട ഗ്രാമത്തിൽ ഞങ്ങൾ ഇലക്ഷൻ പ്രവർത്തനത്തിന് പോയിരുന്നു. രാത്രി മുഴുവൻ അവിടെയിരുന്ന് ചർച്ച നടത്തി. ആറു വയസ്സുള്ള കുഞ്ഞും രാത്രി മുഴുവൻ ഉറങ്ങാതിരുന്നു എന്നിട്ട് പുലർച്ചവരെ വിപ്ലവഗാനങ്ങൾ കേട്ടു കിടന്നു. അത്തരം താളമൊക്കെ നമുക്ക് നഷ്ടപ്പെട്ടുപോയി. ഗ്വാളിയോ

റിൽ ഞാൻ താമസിക്കുമ്പോൾ അവിടെ മുറികളിൽ സ്ത്രീകളെല്ലാം ചേർന്ന് ലോഗിത് പാടിക്കൊണ്ടിരിക്കുന്നത് കേൾക്കാമായിരുന്നു. ഇവിടെ എത്രസ്ത്രീകൾ നാടൻ പാട്ടുകൾ പാടുന്നു?

? ഗംഗ, വാരണാസി, ഗോമുഖ് തുടങ്ങിയ സ്ഥലങ്ങൾ താങ്കളുടെ നോവലുകളുടെ പശ്ചാത്തലമായി വരുന്നു. കഥാപാത്രങ്ങളുടെ പേരുകളിൽ പോലും പൗരാണിക ധ്വനികൾ കാണാം. ഭാരതീയമായ ഒരു ആത്മീയ ധാര താങ്കളെ അബോധപരമായി പിന്തുടർന്നുകൊണ്ടേയിരിക്കുന്നുവെന്നല്ലേ ഇത് സൂചിപ്പിക്കുന്നത്.

ഞാൻ യോഗ എടുക്കുന്നുണ്ട്. ധ്യാനം ശീലിക്കുന്നുണ്ട്. ഇതു രണ്ടും ആത്മീയമല്ല. ഭൗതികമാണെന്ന് വിശ്വസിക്കുന്നയാളാണ് ഞാൻ. ഞാൻ കഴിഞ്ഞ ദിവസം ബീമാപള്ളിയിൽ പോയിരുന്നു. മുറിവേറ്റ, ആർക്കും വേണ്ടാത്ത കുറേ മനുഷ്യരെയാണ് ഞാൻ അവിടെ കണ്ടത്. വ്യഥകൾ വരുമ്പോൾ നാം എവിടെപ്പോയിരിക്കും? മരച്ചുവടുകൾ പോലും ഇല്ലാതായി. നമ്മുടെ ജനതയുടെ ശ്വാസകോശമായിരുന്നു നദികൾ ഇല്ലാതായി. ഗംഗ പവിത്രമെന്നല്ലേ നാം പറയുന്നത്. നമ്മുടെ കൾച്ചർ ആണത്. എന്റെ ഉള്ളിന്റെയുള്ളിൽ അതില്ലെന്ന് പറയാൻ കഴിയുമോ? എന്റെ അബോധത്തിൽ പലതുമുണ്ട്. അത് എഴുത്തിൽ പ്രതിഫലിച്ചേക്കാം.

? ഭാരതീയ സംസ്കാരത്തിന് ദൈവിക പരിവേഷം നല്കേണ്ടെന്നല്ലേ.

അതെ. സാംഖ്യം, ന്യായം, ജൈനം, ബുദ്ധം, വൈശേഷികം, കണാദം, ഇവയൊക്കെ ദൈവികമാണോ? ബുദ്ധനും ജൈനനും ദൈവമില്ലെന്നാണ് പറഞ്ഞത്. വേദാന്തത്തിൽ മാത്രമാണ് ദൈവികതയുള്ളത്. ഞാനൊരു ദൈവവിശ്വാസിയല്ല.

? പക്ഷേ, താങ്കളുടെ കഥാപാത്രങ്ങളിൽ വിശ്വാസികളുണ്ടല്ലോ.

ഞാൻ പറഞ്ഞില്ലേ, എന്റെ വിശ്വാസം ഞാൻ കഥാപാത്രങ്ങളിൽ അടിച്ചേല്പിക്കില്ലെന്ന്. അവനവന്റെ സാഹചര്യങ്ങൾക്കനുസരിച്ച് അവരിൽ വിശ്വാസങ്ങൾ രൂപപ്പെടുകയാണ്.

? ദൈവികപരിവേഷമുള്ള സ്ഥലങ്ങൾക്ക് പലപ്പോഴും നമ്മെ സാന്ത്വനിപ്പിക്കാൻ കഴിയുന്നല്ലോ.

തീർച്ചയായും. മറ്റൊരു ബദലെവിടെ? ഭൗതികവാദികൾക്കായുള്ള അമ്പലമോ മറ്റോ ഉണ്ടോ? ദൈവമില്ലാത്ത ആശ്രമങ്ങളും ക്ഷേത്രങ്ങളുമാണ് എന്നെ ആകർഷിക്കുന്നത്. പണ്ട് അങ്ങനെയുള്ള ആശ്രമങ്ങളുണ്ടായിരുന്നു. ഇന്ന് സ്റ്റഡി സെന്ററുകളല്ലേ. നമുക്ക് ഒരു മാസ്റ്ററുടെ ആവശ്യമില്ല. ഞാൻ ആരെയും ഗുരുവായി അംഗീകരിക്കുന്നതേയില്ല.

? മാസ്റ്റർ സങ്കല്പത്തെ നമുക്ക് പൂർണ്ണമായും നിരാകരിക്കാനാകുമോ. ഏതു മൂവ്മെന്റിനും പിന്നിലും ഒരു മാസ്റ്ററില്ലേ? രാഷ്ട്രീയത്തിലും മുന്നോട്ടുപോക്കിൽ ഒരു മാസ്റ്റർ ആവശ്യമില്ലേ.

മാസ്റ്ററെ വേണം എന്നു തീരുമാനിക്കുന്നതും വേണ്ട എന്നു തീരുമാനിക്കുന്നതും നമ്മളാണ്. അതിനുള്ള അവകാശം നമുക്കുണ്ട്. ഇന്ത്യ വളരെ കോസ്മിക് ആണ്. ഫേസ് ടു ഫേസ്. മൗത്ത് ടു മൗത്ത് എന്നതാണ് നമ്മുടെ രീതി. ലിറ്ററേച്ചർ പോലും അങ്ങനെയാണ്.

? നേരിട്ടു മാത്രം വിദ്യ അഭ്യസിച്ചിരുന്ന ഗുരുകുല സമ്പ്രദായം ഇന്നത്തെ രീതിയേക്കാൾ മെച്ചമായിരുന്നു എന്നു അഭിപ്രായമുണ്ടോ.

നേരിട്ട് വിദ്യ ആർജ്ജിക്കുന്നതും പുസ്തകത്തിലൂടെ വിദ്യ ആർജ്ജിക്കുന്നതും രണ്ടു ഇഫക്ടാണ് ഉണ്ടാക്കുന്നത് ഇന്ന് തലച്ചോറുകൾ തമ്മിലുള്ള ആശയവിനിമയമാണ് നടക്കുന്നത്. ഹൃദയങ്ങൾ തമ്മിലുള്ള ആശയവിനിമയം അസാദ്ധ്യമാവുകയാണ്. ഗുരുകുല വിദ്യാഭ്യാസത്തെ നാം പാടെ നിഷേധിക്കരുത്. ടെക്നോക്രാറ്റുകളെയും ബ്യൂറോക്രാറ്റുകളെയും സൃഷ്ടിക്കുകയാണ് നാം ഇന്ന്. സാഹിത്യം എവിടെയാണ് പഠിപ്പിക്കുന്നത്. ഭാഷ അറിയാതെ നാം എങ്ങനെ എക്സ്പ്രസ് ചെയ്യും?

?ഇന്ത്യൻ കൾച്ചറും ഹിന്ദു കൾച്ചറും താങ്കൾ എങ്ങനെ ബന്ധപ്പെടുത്തുന്നു.

ഹിന്ദുയിസം ഈസ് എ വേ ഓഫ് കൾച്ചർ. അതെന്റെ മനസ്സിൽ ഉണ്ട്. അത് ലോകം അംഗീകരിക്കുന്നുണ്ട്. പക്ഷേ, ഹിന്ദുത്വം അപകടമാണ്.

? ഇന്ന് കേരളത്തിൽ നിലനില്ക്കുന്ന വിദ്യാഭ്യാസരീതിയെക്കുറിച്ച്.

ഇന്നത്തെ വിദ്യാഭ്യാസരീതിയിൽ കുറേയെണ്ണത്തിന്റെ ജീവിതം കട്ടപ്പൊകയാണ്. ഈ സമൂഹം തന്നെ നശിക്കാൻ പോകുകയാണ്. കുട്ടികൾ തമ്മിൽ ഇന്ററാക്ഷൻ നടക്കണം. ഇന്നെന്താ? വിദ്യാഭ്യാസ സ്ഥാപനങ്ങളിൽ രാഷ്ട്രീയം പാടില്ല. നീ അവനെ നോക്കാൻ പാടില്ല. അവൻ നിന്റെ ശത്രു. പഠിക്കുക, പോവുക, ഞങ്ങൾ കുറച്ചുപേർ ഇവിടെ ആധിപത്യം പുലർത്തും. നീയൊക്കെ നശിച്ചോ എന്ന മനോഭാവമല്ലേ. വലിയൊരു സ്വാതന്ത്ര്യത്തിന്റെ കാലഘട്ടമല്ലേ വിദ്യാഭ്യാസം. ആ സ്വാതന്ത്ര്യം ഏറ്റവും കൂടുതലുള്ളത് ഇന്ത്യൻ സാഹചര്യത്തിലാണ്. ഇന്ന് അൺ എയ്ഡഡ് സ്കൂളുകളും മറ്റും ചേർന്ന് അപകടകരമായ ഒരുതലമുറയെ വാർത്തെടുക്കുകയാണ്.

? ഭാവി കേരളത്തിന്റെ ഏറ്റവും വലിയ ഭീഷണി ഇന്നത്തെ വിദ്യാഭ്യാസ രീതിയിലൂടെ പുറത്തുവരുന്ന സമൂഹമായിരിക്കുമെന്നു പറഞ്ഞാൽ ശരിയാണോ.

ശരിയാണ്. അതേസമയം ഇപ്പോഴും നന്നായി വായിക്കുന്ന, വായനയുടെ സ്വാതന്ത്ര്യം അനുഭവിക്കുന്ന കുട്ടികളുണ്ട്. പുസ്തകം വായിക്കുമ്പോൾ നമ്മുടെ മനസ്സ് കുറേ തരളിതമാവും. നമ്മൾ ഓപ്ടിമിസ്റ്റാവും.

? നമ്മുടെ സ്കൂൾ കരിക്കുലത്തിൽ ക്രിയാത്മകമായ ഒരു ഇടപെടൽ നടത്താൻ ഇടതുപക്ഷ ഗവൺമെന്റിനു പോലും കഴിയുന്നില്ലല്ലോ.

എങ്ങനെ കഴിയും? നിലത്തു കാൽകുത്തണ്ടേ. ഒരു വിദ്യാഭ്യാസം ബില്ല് കൊണ്ടുവന്ന് എങ്ങുമെത്തിയിട്ടില്ല.

? ഗവൺമെന്റിനുപോലും നിയന്ത്രിക്കാൻ പറ്റാത്ത തരത്തിൽ വിദ്യാഭ്യാസ മാഫിയകൾ വളർന്നുകഴിഞ്ഞുവെന്നല്ലേ അതിനർത്ഥം?

മുഖ്യ രാഷ്ട്രീയകക്ഷികൾ എത്രകാലമായി വിദ്യാഭ്യാസവകുപ്പ് ഏറ്റെടുത്തിട്ട്. ഒന്നുകിൽ കേരള കോൺഗ്രസ് അല്ലെങ്കിൽ മുസ്ലീം ലീഗ്. അപ്പനാ അപ്പനാ, അതുകൊണ്ടല്ലേ എല്ലാം പോയത്. അതല്ലേ കോളേജിൽ ചെന്നപ്പോൾ പ്രിൻസിപ്പാൾ എന്നോട് പറഞ്ഞത് എം എൽ എ ആയാലും മന്ത്രി ആയാലും ഞങ്ങൾ വിളിച്ചിട്ട് ഇങ്ങോട്ട് വന്നാൽ മതിയെന്ന്. തേവര കോളേജിൽ 30 ലക്ഷം രൂപയാണ് ഗവൺമെന്റ് ഒരു മാസം ശമ്പളം കൊടുക്കുന്നത്. ഒരു വർഷം 3 കോടി 60 ലക്ഷം രൂപ. ആ ഗവൺമെന്റിന്റെ ഒരു പ്രതിനിധിയായിട്ടാണ് ഞാൻ കോളേജിൽ പോയത്. എന്നിട്ടും അവർ പറയുന്നത് ഞങ്ങൾ തീരുമാനിച്ചിട്ട് ഇങ്ങോട്ടു വന്നാൽ മതി എന്നാണ്. 50 ലക്ഷം രൂപ യു ജി സി ഗ്രാന്റായും അവർക്ക് കിട്ടുന്നുണ്ട്.

? കോളേജിൽ താങ്കളെ സംസാരിക്കാൻ അനുവദിക്കാതെ മടക്കി അയച്ചതിനോട് നമ്മുടെ സാംസ്കാരിക ലോകം പൊതുവെ മൗനം പാലിക്കുകയായിരുന്നല്ലോ.

അതെന്റെ വിഷയമല്ല. അത് അവർ ചെയ്യേണ്ടതാണ്. നിങ്ങൾക്കിത് വേണമെങ്കിൽ അനുവാചകരോട് ചോദിക്കാം. സാംസ്കാരിക കേരളം എന്തു ചെയ്യുന്നു എന്നല്ല ഞാൻ എന്തു ചെയ്യുന്നു എന്നതാണ് ഞാൻ ശ്രദ്ധിക്കേണ്ടത്. ആരും ഇല്ലെങ്കിലും ഞാനെന്റെ വഴിക്കുപോകും.

? രാഷ്ട്രീയ പ്രവർത്തകനായ സൈമൺ ബ്രിട്ടോയാണോ അഗ്രഗാമിയും മഹാരൗദ്രവും എഴുതിയത്.

അല്ല. വെറും സാധാരണമനുഷ്യൻ. എന്റെ രാഷ്ട്രീയപ്രവർത്തനവും സാഹിത്യപ്രവർത്തനവും രണ്ടാണ്. വാള് എടുക്കേണ്ടപ്പോൾ വാളെടുക്കണം. ഏറ്റുമുട്ടേണ്ടപ്പോൾ ഏറ്റുമുട്ടണം. അതാണെന്റെ രാഷ്ട്രീയപ്രവർത്തനം. ഞാൻ കണ്ടതും കേട്ടതും അനുഭവിച്ചതുമാണ് എന്റെ സാഹിത്യം. അതിൽ ഞാൻ സ്വാംശീകരിച്ചിട്ടുള്ള രാഷ്ട്രീയം ഞാൻ അറി

യാതെ ഉണ്ടാകും. അബോധപരമായി തന്നെ വരുന്ന അത് എനിക്ക് ഒഴി വാക്കാൻ കഴിയില്ല.

? സജീവ രാഷ്ട്രീയം എഴുത്തിന്റെ തീവ്രതയെ പ്രതികൂലമായി ബാധി ക്കാറുണ്ടെന്ന് പറയാറുണ്ടല്ലോ.

അതൊക്കെ വെറുതെ പറയുന്നതാണ്? ഡോസ്റ്റോവ്സ്കി വലി യൊരു പൊളിറ്റീഷ്യൻ കൂടിയായിരുന്നല്ലോ? നെരൂദ. ഞാനിഷ്ടപ്പെടുന്ന ലോകത്തിലെ ഏറ്റവും വലിയ കവി ഷോളോഖോവ് ഇവരൊക്കെ രാഷ്ട്രീ യത്തിൽ നിന്നവരല്ലേ.

? ലോകത്തിന് ഏറ്റവും വലിയ എഴുത്തുകാരെ സംഭാവന ചെയ്ത റഷ്യ തന്നെയല്ലേ കലാകാരന്മാരുടെ സ്വാതന്ത്ര്യത്തിന് ഏറ്റവും വലിയ വില ങ്ങിട്ടത്.

ഞാൻ സാഹിത്യകാരനായതുകൊണ്ട് സിപി ഐ (എം) ൽ എനിക്ക് സ്ഥാനം തരണമെന്ന് പറഞ്ഞാൽ നടക്കുമോ. രാഷ്ട്രീയത്തിന് അതിന്റേ തായ ഒരു ഐഡിയോളജി ഉണ്ട്.

? സാഹിത്യവും രാഷ്ട്രീയവും രണ്ടാണെന്ന് താങ്കൾ പറഞ്ഞു.

ഡയലറ്റിക്കൽ റിലേഷനാണ്. പക്ഷേ, അത് ഒന്നിക്കുന്ന സന്ദർഭ ങ്ങളും ഉണ്ടായിട്ടുണ്ട്.

? എന്നിട്ടും സ്റ്റാലിന്റെ ഭരണകാലത്ത് ഭരണകൂടം എന്തിനാണ് എഴു ത്തുകാരെ ഇത്രമാത്രം ഭയപ്പെട്ടത്.

സ്റ്റാലിന് ചില കാഴ്ചപ്പാടുകളുണ്ടായിരുന്നു. റഷ്യ എന്ന രാജ്യത്തെ പുതിയ രീതിയിൽ കൊണ്ടുവരണം. അതിനനുസരിച്ച് സ്റ്റാലിൻ ചില കാര്യങ്ങൾ ചെയ്തു. സ്റ്റാലിന്റെ പ്രസക്തിയെ നമുക്ക് തള്ളിക്കളയുവാൻ കഴിയുമോ. സ്റ്റാലിന് തെറ്റുകളില്ലായിരുന്നു എന്നു പറയുന്നില്ല. എന്നാൽ സ്റ്റാലിനെ അംഗീകരിക്കാത്ത റഷ്യയില്ല. അന്ന അഹ്മത്തോവയെ നോക്കൂ. 'ഞാൻ എന്റെ റഷ്യവിട്ട് എങ്ങും പോവില്ല' എന്നാണവർ പറ ഞ്ഞത്. എഴുത്തുകാർക്കും ശാസ്ത്രജ്ഞന്മാർക്കും നേരെ മാത്രമല്ല പാർട്ടി പോളിറ്റ് ബ്യൂറോ അംഗങ്ങൾക്ക് നേരെയും സ്റ്റാലിന്റെ കാലത്ത് നടപടി ഉണ്ടായിട്ടുണ്ട്. കമ്യൂണിസത്തെ രക്ഷിക്കാൻ ഞാൻ മാത്രമേ ഉള്ളൂ എന്ന് അങ്ങേർക്കു തോന്നി. ആ ഒരു സന്ദർഭത്തിൽ മറ്റൊരു ചിന്തയും ഉണ്ടായിരുന്നില്ല.

? ആധുനികതയോട് ഇടതുപക്ഷം കൈക്കൊണ്ട നിലപാടിനെ താങ്കൾ ഇന്ന് എങ്ങനെ വിലയിരുത്തുന്നു.

അവിടെ നമുക്ക് വലിയൊരു തെറ്റു പറ്റി. സാർത്രിനെ നമ്മൾ ശരി

യായിട്ടല്ല വായിച്ചത്. എന്റെ യൗവനകാലങ്ങളിൽ ഞാനറിഞ്ഞ സാർത്രും പിന്നീട് ഞാനറിഞ്ഞ സാർത്രും രണ്ടായിരുന്നു. സാർത്ര് ഒരു പോസിറ്റീവ് തിങ്കറായിരുന്നു. ഇപ്പോഴാണ് എനിക്ക് സത്യം മനസ്സിലായത്. ഞങ്ങളുടെയൊക്കെ യൗവനം ചതിക്കപ്പെടുകയായിരുന്നു. മലയാളത്തിലെ മാർക്സിസ്റ്റു വിമർശനം സാർത്രിനേയും മറ്റും തെറ്റായി വായിപ്പിക്കുകയായിരുന്നു. ഔട്ട് സൈഡറിൽ പള്ളിയിലെ പട്ടക്കാരനുമായി ഒരു കഥാപാത്രത്തിന്റെ ഏറ്റുമുട്ടൽ ഉണ്ട്. ഇവിടുത്തെ ആധുനികർ പള്ളിക്കെതിരെ, മതത്തിനെതിരെ എവിടെ ഏറ്റുമുട്ടി. അവർ രാഷ്ട്രീയക്കാരോടല്ലേ ഏറ്റുമുട്ടാൻ വന്നത്.

? നമ്മുടെ സാഹിത്യത്തിൽ ഏറ്റവും തീവ്രതയുള്ള ഒരു കാലഘട്ടമായിരുന്നു നക്സലൈറ്റ് മൂവ്മെന്റിന്റേത്.

അതെ. അവരുടെ രാഷ്ട്രീയത്തിന് ഒരു ഇന്റൻസിറ്റി ഉണ്ടായിരുന്നു അവർ ജീവിതത്തിലും സാഹിത്യത്തിലും അത് പ്രകടിപ്പിച്ചു. ഇന്നതൊന്നുമില്ല. എവിടെ ഷെയർ മാർക്കറ്റിന് വില കൂടുന്നു എന്നു നോക്കിയിരിക്കുകയാണ്. മലയാളികൾക്ക് ഇപ്പോൾ കച്ചവടം മതിയെന്നായിരിക്കുന്നു. ഞാനും ഫിലിപ്പ് എം പ്രസാദും ഒന്നിച്ച് കുറച്ചുദിവസം ആശുപത്രിയിലുണ്ടായിരുന്നു. അന്ന് ഫിലിപ്പ് എം പ്രസാദ് എന്റെ കൈക്കു പിടിച്ച് പറഞ്ഞതെന്താണെന്നോ? പാർട്ടി വിട്ട് പോകരുത് എന്ന്. എന്റെ ചങ്കിൽ കൊണ്ടു അത്.

? ഫിലിപ്പ് എം പ്രസാദ് സംഘടന വിട്ട് പോയ ആൾ ആണല്ലോ.

ഞാൻ പിന്നെ എന്തുചെയ്യും എന്നാണ് അയാൾ ചോദിക്കുന്നത്. രാഷ്ട്രീയത്തിൽ വിട്ടുവീഴ്ചകൾ വേണ്ടിവരും. ഒരുപാടുപേർ ഇടപഴകുന്നതാണത്. ഭൂരിപക്ഷമാണ് അവിടെ തീരുമാനമെടുക്കുന്നത്. സാഹിത്യത്തിൽ വിട്ടുവീഴ്ച പാടില്ല. ഒരു വാക്യം എഴുതിയിട്ട് ഇത് പ്രശ്നമാണ് വെട്ടിക്കളയാം എന്നു തീരുമാനിക്കാൻ പാടില്ല. ഒത്തുതീർപ്പ് നടത്തേണ്ടിവന്നാൽ അവർ എഴുതാൻ പാടില്ല. അവർ എഴുത്തുകാരല്ല. എന്റെ കഥയിലെ ഒരുവരിപോലും വെട്ടിയാൽ ഞാൻ സഹിക്കില്ല. ഒരു രാഷ്ട്രീയക്കാരനെന്ന നിലയിൽ പാർട്ടി എന്നോട് ഈ വരി വെട്ടണമെന്നു പറഞ്ഞാൽ ഞാൻ വേണമെങ്കിൽ പുസ്തകം ഇറക്കാതിരിക്കാം. പക്ഷേ, വരി ഞാൻ വെട്ടില്ല.

? പാർട്ടി പറഞ്ഞാൽ വേണമെങ്കിൽ പുസ്തകം ഇറക്കാതിരിക്കാം എന്നു പറയുന്നതിനർത്ഥം എഴുത്തുകാരനായ താങ്കൾ പാർട്ടിക്കു കീഴടങ്ങുന്നു എന്നല്ലേ.

അല്ല. ഞാനെഴുതുന്നതിന് ഭേദഗതികൾ വരുത്തുമ്പോഴാണ് എഴുത്തുകാരൻ കീഴടങ്ങുന്നത്. കാഫ്ക എഴുതിയ നോവൽ എത്രകാലം

കഴിഞ്ഞാണ് പുറത്തുവന്നത്. അതേസമയം ഞാനിനി ഇങ്ങനെ എഴുതിക്കൊള്ളാം എന്നു പറയുമ്പോഴാണ് കീഴടങ്ങലാകുന്നത്. ലേഖനങ്ങളിലൊക്കെ മാറ്റങ്ങൾ വരുത്താം. അതുപോലെയല്ലാ ഒരു കലാസൃഷ്ടിയിൽ. പിന്നെ *ആവേ മരിയ* പോലൊരു കഥയെഴുതിയിട്ടാണെങ്കിൽ ഞാൻ പിന്നെ പാർട്ടിയിൽ കാണില്ല. ഞാൻ സെക്രട്ടറിയാണെങ്കിൽ അത്തരമൊരാളെ പാർട്ടിയിൽ വച്ചേക്കില്ല. ഞാനാണെഴുതുന്നതെങ്കിൽ ഞാൻ തന്നെ എന്നെ പുറത്താക്കും. ചെകിടത്ത് രണ്ട് അടിയും കൊടുക്കും.

? ഇത്തരം രചനകളിലേക്ക് എഴുത്തുകാർ പോകുന്നത് എന്തുകൊണ്ടാണ്.

അതിനു ശേഷമല്ലേ മീരയുടെ ഭംഗിയുള്ള മുഖവും ശരീരവും തലമുടിയുമൊക്കെ കാണിച്ചുകൊണ്ടുള്ള നല്ല മനോഹരമായ ചിത്രങ്ങൾ മാധ്യമങ്ങൾ ബൂസ്റ്റ് ചെയ്ത് മാർക്കറ്റു ചെയ്തത്. *ആവേ മരിയ* എഴുതിയതുകൊണ്ടാണ് ഇതൊക്കെ സാദ്ധ്യമായത്. മീര ചെയ്തത് തന്നെയാണ് നളിനി ജമീലയും ചെയ്തത്. നളിനി ജമീലയുടെ പുസ്തകം വായിച്ചിട്ട് പലരും എന്നോടു പറഞ്ഞു 'പറ്റ് പറ്റിപ്പോയി' എന്ന്. അതിൽ മറ്റെന്തൊക്കെയോ പ്രതീക്ഷിച്ചാണ് അവർ വാങ്ങിയത്. എന്നാൽ വളരെ ടച്ചിങ്ങായ കുറേ രംഗങ്ങൾ.

? പ്രതിലോമകരമായ രാഷ്ട്രീയമുണ്ടായിരുന്നിട്ടും മീരയുടെ പുസ്തകത്തെ മലയാളികൾ സ്വീകരിച്ചില്ലേ.

മലയാളികൾ സ്വീകരിച്ചെന്ന് ആരാ പറഞ്ഞത്? എസ്റ്റാബ്ലിഷ്മെന്റ് പ്രോത്സാഹിപ്പിച്ചാൽ പുസ്തകം കുറെ വിറ്റു പോകില്ലേ? പക്ഷേ, എത്ര പേർ അത് വായിച്ചിട്ടുണ്ട്. കമ്യൂണിസ്റ്റുകാരെ വിമർശിച്ച് എഴുതാൻ പാടില്ല എന്ന് ഞാൻ പറയില്ല. പക്ഷേ, അത് സത്യസന്ധമായിരിക്കണം. *ആവേ മരിയ* ഞാൻ വായിച്ചതാണ്. ഞാൻ മനോഹരമായ ഹൃദയം നിങ്ങൾക്കുണ്ടാക്കിത്തരാമെന്ന് പറഞ്ഞിട്ട് വ്യണിതമായ ഹൃദയത്തെ കീറിമുറിച്ച് അവനവന്റെ മലം ചാലിച്ച് ബ്രഷ് മുക്കി പെയിന്റടിച്ച് വർണ്ണഭംഗിയുണ്ടാക്കുന്ന പണിയാണ് കെ ആർ മീര *ആവേ മരിയ*യിൽ ചെയ്തിരിക്കുന്നത്. *ലെനിൻ* വളരെയേറെ ക്രിട്ടിസൈസ് ചെയ്തയാളാണ് ദസ്തയേവ്സ്കി. എന്നാൽ എനിക്കേറ്റവുമിഷ്ടം ദസ്തയേവ്സ്കിയെയാണ്. വിജയന്റെ രാഷ്ട്രീയത്തോട് എനിക്ക് യോജിക്കാൻ കഴിയില്ല. എന്നാൽ വിജയന്റെ ക്രാഫ്റ്റ് എനിക്കിഷ്ടമാണ്.

? കമ്യൂണിസ്റ്റുകൾ വിജയനെ വായിച്ചതിലും തെറ്റുപറയില്ലേ.

മുമ്പു *ചിന്ത*യിൽ എസ് സുധീഷ് രണ്ട് ലക്കങ്ങളിലായി എഴുതി. വിജയൻ സി ഐ എ ചാരനാണെന്നായിരുന്നു സുധീഷിന്റെ നിലപാട്. അതിനെ കൗണ്ടർ ചെയ്ത് ഞാൻ ലേഖനം എഴുതിയിരുന്നു. സുധീഷ് അതിന് വീണ്ടും മറുപടി എഴുതി. ഒടുവിൽ ഞങ്ങൾ സംസാരിച്ച് പ്രശ്നം

തീർന്നു. ഞങ്ങളിപ്പോഴും നല്ലബന്ധത്തിലാണ്. എഴുത്തുകാരെ വിലയിരുത്തുന്നതിൽ നമുക്ക് തെറ്റുപറ്റാം. മനുഷ്യരല്ലേ, തെറ്റു പറ്റും.

വിജയന്റെ ഗുരുവായിരുന്നല്ലോ കരുണാകര ഗുരു. ഞാനൊരിക്കൽ അവിടെപ്പോയി. എന്നെ അവർ അകത്തു കയറ്റിയില്ല. കാരണം ഞാനാരാണെന്ന് അവർക്ക് മനസ്സിലായി. അതേസമയം ഞാൻ നിത്യചൈതന്യയതിയുടെ ഗുരുകുലത്തിൽ പോയിരുന്നു. അവിടെ ചെന്നപ്പോൾ ഒരു എസ് എഫ് ഐ ആപ്പീസിൽ ചെന്നപോലെയേ എനിക്കു തോന്നിയുള്ളൂ. ഞാൻ ഈശ്വരവിശ്വാസിയല്ല. ഞാൻ ചെല്ലുന്നിടത്ത് എന്നെ സ്വീകരിക്കാൻ കഴിയുന്നവർ സ്വീകരിച്ചാൽ മതി. ക്ഷേത്രത്തിൽ പോകുന്നത് ഒരു സാംസ്കാരത്തിന്റെ ഭാഗമാണ്. അതിന് ഈശ്വരവിശ്വാസിയാകണമെന്നില്ല.

? ഈയൊരു സ്വാതന്ത്ര്യം എല്ലാ മതങ്ങളിലും നിലനില്ക്കുന്നതായി തോന്നുന്നുണ്ടോ.

ഒരു ഹിന്ദു 100 കൊല്ലം അമ്പലത്തിൽ പോയില്ല. 101-ാമത്തെ കൊല്ലം പോയി. അവിടെ ഒരു പ്രശ്നവുമില്ല. പക്ഷേ, പള്ളിയിലാണെങ്കിലോ? അവർ കയറ്റുകയില്ല. അതാണ് ഇന്ത്യൻ തോട്ടെന്നു പറയുന്നത്. ക്ഷേത്രത്തിന് അങ്ങനെയൊരു വിഷയവുമില്ല. പ്രാർത്ഥിക്കാൻ മാത്രമല്ല പ്രാർത്ഥിക്കാതിരിക്കാനും അമ്പലത്തിൽ പോകാം. ചന്ദനം നെറ്റിയിൽ ഇടാം അത് ഒരു ഔഷധമാണ്. അതേസമയം എനിക്കൊരു വിശ്വാസവുമില്ല എന്നു പറഞ്ഞിട്ട് രഹസ്യമായി അമ്പലത്തിൽ പോകുന്ന കമ്യൂണിസ്റ്റുകളുമുണ്ട്. ഡയലിറ്റിക്കൽ മെറ്റീരിയലിസത്തിൽ വിശ്വസിക്കുന്ന ഒരാൾ തികച്ചും ഭൗതികവാദിയായിരിക്കും. അപ്പോഴും അയാൾക്ക് എല്ലാം ആസ്വദിക്കാം.

? പുതിയ രചന.

നകുലിന്റെ നോട്ടു പുസ്തകം. ഒരു നോവൽ ദ്വയത്തിന്റെ ഭാഗമാണത്. അതിൽ ആദ്യത്തേതാണ് *മഹാരൗദ്രം.* ബോംബെയാണ് പശ്ചാത്തലം.

നോവൽ പഠനം

നഗരജീവിതത്തിന്റെ രൗദ്രസംഗീതം

ജൂലിയറ്റ് കെ

സൈമൺ ബ്രിട്ടോയുടെ മഹാരൗദ്രം എന്ന നോവലിനെക്കുറിച്ചുള്ള വിശകലനം

പ്രവാസം എന്നും മലയാളിയുടെ ജൈവതാളമാണ്. ജീവിത മഹാദുരിതങ്ങൾ വേട്ടയാടുമ്പോൾ അവൻ മറുകര താണ്ടുന്നു. ഗൾഫ് കുടിയേറ്റങ്ങൾക്കു മുമ്പ് ബോംബെയിലേക്ക് പറിച്ചെറിയപ്പെട്ട ജീവിതങ്ങൾ അവരുടെ സമരഗാഥകൾ, പ്രണയങ്ങൾ, സൗഹൃദങ്ങൾ, ആശയ സമര സംഘർഷങ്ങൾ അങ്ങനെ സമരസ്വാതന്ത്ര്യ ചരിത്രത്തിന്റെ രാഷ്ട്രീയ അടിയൊഴുക്കുകൾ സസൂക്ഷ്മം വിശകലനം ചെയ്യപ്പെടുന്ന നോവലാണ് സൈമൺ ബ്രിട്ടോയുടെ *മഹാരൗദ്രം.* കമ്യൂണിസ്റ്റു പാർട്ടിയുടെ കൊടിക്കീഴിൽ അണിനിരന്ന തുണിമിൽ തൊഴിലാളികൾ, ഇതിനിടയിൽ പിളരുന്ന കമ്യൂണിസ്റ്റ് പാർട്ടി, മുന്നേറ്റം നടത്തുന്ന സായുധ വിപ്ലവകാരികൾ, തുടർന്ന് അധോലോക നായകന്മാരാലും മതവർഗ്ഗീയ ശക്തികളാലും ധ്രുവീകരിക്കപ്പെടുന്ന ബോംബെ, ഇങ്ങനെ ഈ മഹാനഗരത്തിന്റെ ചിത്രീകരണം ഇന്ത്യയിലെ ഇടതുപക്ഷത്തിന്റെ ജയപരാജയങ്ങളെക്കുറിച്ചു കൂടിയുള്ള ഒരു സൂക്ഷ്മാന്വേഷണമാവുന്നു. ആശയ സമരങ്ങളിൽ ജീവിതം ഹോമിച്ചവർ, കറകളയാത്ത രാഷ്ട്രീയ ഇച്ഛാശക്തിയുള്ള കമ്യൂണിസ്റ്റുകൾ, രക്തസാക്ഷിത്വങ്ങൾ, അവരുടെ കുടുംബങ്ങൾ, കലാകാരന്മാർ, അപൂർവ്വ സൗഹൃദങ്ങൾ, മഹാമനസ്സുകൾ അങ്ങനെ കേരളത്തിൽനിന്നും മുംബൈയിലേക്കുള്ള ദൂരങ്ങളിൽ സൂക്ഷ്മദൃക്കായി ബ്രിട്ടോയുടെ കലാ കൗശലം ഈ നോവലിൽ നിറഞ്ഞു നില്ക്കുന്നു. രാമൻ നായർ എന്ന രാമേട്ടനിൽ നിന്നാണ് ഇതിവൃത്തം വികസിച്ചുവരുന്നത്. രാമൻ നായർ, ഈനാശു, കബീർ, ബഷീർ ഇവർ ഉറ്റ കൂട്ടുകാർ. പ്രതികരിക്കാനും നിഷേധിക്കാനുമുള്ള ആർജ്ജവം ഈ ചെറുപ്പക്കാരിലുണ്ട്. അഹിന്ദുക്കൾക്ക് പ്രവേശനമില്ല എന്ന ബോർഡിൽ കരിഓയിലൊഴിക്കാനും ഈനാശുവെന്ന ക്രിസ്ത്യാനി ചെറുക്കനെക്കൂട്ടി അമ്പല

ത്തിനകത്ത് കഥകളി കാണാനും യാഥാസ്ഥിതികരായ സമുദായ പ്രമാണിമാരിൽനിന്ന് അടികൊള്ളാനും തയ്യാറാക്കുന്നുണ്ട് രാമൻനായർ. രാമൻനായർ എന്ന യുവാവ് ജാതിമതങ്ങൾക്കതീതനായി, മനുഷ്യനാക്കപ്പെടുന്ന ഒരു പ്രക്രിയ നോവലിൽ നമുക്ക് ദർശിക്കാം. രാത്രിയിൽ തൊഴിലാളികളുടെ വീടുകൾ ആക്രമിക്കുന്ന പൊലീസുകാരുമായി സംഘട്ടനം ഉണ്ടാക്കുകയും രാമേട്ടൻ ഒരു പൊലീസുകാരനെ വെട്ടിക്കൊല്ലുകയും ചെയ്യുന്നു. ഈ നാട് രാമേട്ടനെപ്പോലുള്ളവർക്ക് നന്നല്ല എന്ന് പറഞ്ഞ് പണവും ബോംബെക്കാരന്റെ മേൽവിലാസവും ബോംബെക്കുള്ള ട്രെയിൻ ടിക്കറ്റും കൊടുത്ത് ഈനാശു അദ്ദേഹത്തെ വണ്ടികയറ്റി വിടുന്നു. തുടർന്ന് കഥ ഒരേ സമയം ബോംബെയിലും കേരളത്തിലുമായി വികസിക്കുന്നു. രാമേട്ടന്റെയും ഈനാശുവിന്റെയും ജീവിതത്തിലൂടെയും മുംബെയിലെ ട്രേഡ് യൂണിയൻ മുന്നേറ്റത്തിലൂടെയും മറ്റനേകം ജീവിത സംഘർഷങ്ങളിലൂടെയും വൈവിദ്ധ്യമാർന്ന കഥാപാത്ര ചിത്രീകരണത്തിലൂടെയും നോവൽ വളരെ സജീവമായി മുന്നോട്ട് ചലിക്കുന്നു.

ജനിച്ചുവളർന്ന സാഹചര്യങ്ങളിൽ നിന്ന് കുതറിമാറി പ്രലോഭനങ്ങളെയെല്ലാം അതിജീവിച്ച് ഒരു ഇടതുപക്ഷ ജീവിതത്തിലേക്ക് രൂപാന്തരം പ്രാപിക്കുന്ന ഒരു ആവാസവ്യവസ്ഥ സൃഷ്ടിച്ചെടുക്കാൻ നോവലിസ്റ്റിന്റെ രാഷ്ട്രീയ ഇച്ഛാശക്തി തീർത്തും യാദൃച്ഛികമായി ജാഗ്രത്തായിട്ടുണ്ടെന്ന് ഏത് വായനക്കാരനും വളരെപ്പെട്ടെന്നു തന്നെ ഗ്രഹിക്കാനാവും. ഈനാശു എന്ന കഥാപാത്രം നാട്ടിലെ പണക്കാരന്റെ മകനാണ്. പക്ഷേ, അച്ഛനെ അനുസരിക്കാനാവാതെ ആശാരിപ്പണി പഠിക്കാനാണവൻ പോകുന്നത്. കുലത്തൊഴിൽ അന്യമതസ്ഥർക്ക് പഠിപ്പിച്ചു കൊടുക്കാത്ത ആശാരിയെ പറഞ്ഞ് ബോദ്ധ്യപ്പെടുത്തുന്നത് സഖാവ് കേശവനാണ്. ചെറുപ്പക്കാരുടെ ഇടയിൽ മതിപ്പുള്ള കമ്യൂണിസ്റ്റുകാരൻ ഈനാശു ആശാരിയുടെ മകൾ സുഭതയെ പ്രണയിക്കുന്നു. പിന്നീട് പ്രണയം തകർന്ന് മുംബൈയിലേക്ക് രാമേട്ടനെ കാണാൻ ഈനാശു വണ്ടികയറുകയും ചെയ്യുന്നു. ആശാരിപ്പണി പഠിക്കാൻ മാത്രമല്ല അയാളുടെ മകളെ എന്തു ത്യാഗം ചെയ്തും വിവാഹം കഴിക്കാൻ തയ്യാറാവുന്ന ഈനാശു കാലത്തിനൊത്ത് നവീകരിക്കപ്പെടുന്ന കഥാപാത്രമാണ്. സഖാവ് കേശവൻ കുട്ടിയാകട്ടെ നന്മയുടെ പ്രതിരൂപം തന്നെയാണ്. വലിയ കപ്പൽച്ചേതങ്ങൾക്കിടയിൽ ജീവിതം നുറുങ്ങിപ്പോയ സഖാവിനെയും നാം പിന്നീട് ബോംബെ മഹാനഗരത്തിൽ വെച്ചു കണ്ടുമുട്ടുന്നു. ഗൾഫിൽ പോയി പണക്കാരനായ മകന്റെ കൂടെയാണ് താമസിക്കുന്നതെങ്കിലും ലൈബ്രറി നടത്തിയും സാംസ്കാരിക പ്രവർത്തനങ്ങൾ സംഘടിപ്പിച്ചും സമൂഹത്തിനൊപ്പം ജീവിക്കുന്ന രാഷ്ട്രീയമനസ്സ് അദ്ദേഹത്തിനുണ്ട്. ഭാര്യ മകന്റെ സുഹൃത്തുമൊത്ത് ഒളിച്ചോടിപ്പോയി. വളരെക്കാലത്തിനുശേഷം ഒരു മുസ്ലീം ദേവാലയത്തിൽവെച്ച് രോഗിണിയായ ഭാര്യയെ വീണ്ടും കണ്ടെത്തി വീട്ടിലേക്ക് കൂട്ടിക്കൊണ്ടുവന്ന് മകന്റെ എതിർപ്പിനെ വകവെക്കാതെ അവളെ സ്നേഹിക്കാനും ബഹുമാനിക്കാനും തയ്യാറാവുന്ന

സഖാവ് കേശവൻ കുട്ടി കമ്യൂണിസ്റ്റ് മാനവികതയുടെ ഐക്കണായി മാറുന്നു.

വൈവിദ്ധ്യങ്ങളായ കഥാപാത്രങ്ങളിലൂടെ മനസ്സിന്റെ സൂക്ഷ്മതലങ്ങളെ ആവിഷ്കരിച്ച് കഥാപാത്രങ്ങളുടെ ആഴവും പരപ്പും മാത്രമല്ല അവരുടെ ജീവിതോന്മുഖതയും സഹജീവി സ്നേഹവും ആഖ്യാനം ചെയ്യാൻ കഴിയുന്ന ശൈലി നോവലിസ്റ്റിനുണ്ട്. ദിവാൻ എന്ന ചിത്രകാരനും വസന്ത് ചൗഹാനെന്ന രത്നവ്യാപാരിയായ സഹൃദയനും ഇതിന് ദൃഷ്ടാന്തങ്ങളാണ്. ദിവാൻ തികഞ്ഞ കലാകാരനാണ്. മുൻപരിചയമില്ലെങ്കിലും ബോംബെയിലെത്തിയ ഈനാശുവിനെ കൂടെ താമസിപ്പിക്കുകയും ജോലി തരപ്പെടുത്തിക്കൊടുക്കുകയും ചെയ്യുന്നുണ്ട്. രക്തബന്ധങ്ങൾക്കപ്പുറം മാനവികമായ ചില അർത്ഥതലങ്ങളാണ് നോവലിലെ എല്ലാ കഥാപാത്രങ്ങളെയും തമ്മിൽ കണ്ണിചേർക്കുന്നത്. മുഴുക്കുടിയനും ചിത്രകലാദ്ധ്യാപകനുമായ അച്ഛൻ. കാണുന്ന പുരുഷന്മാരെയൊക്കെ പ്രണയിക്കുകയും ബന്ധം പുലർത്തുകയും ചെയ്യുന്ന അമ്മ. ഇത്തരം ജീവിതസാഹചര്യത്തിൽ കൂട്ടുകാരന്റെ പെങ്ങളുടെ മാനം കാക്കാൻ പണക്കാരനായ തോമസുകുട്ടിക്കു പകരം പാവം ജോർജുകുട്ടിയെ കൊല്ലുകയും നദിയിൽ കെട്ടിത്താഴ്ത്തുകയും ചെയ്യേണ്ടിവരുന്നു. ഈയൊരവസ്ഥയിലാണ് പ്രവാസം ദിവാകറിന് അനുഗ്രഹമാകുന്നത്. കുറ്റബോധം വേട്ടയാടുമ്പോഴും തന്റെ കലാപ്രവർത്തനങ്ങളിൽ അഭിരമിക്കുകയും അതിൽനിന്ന് ലഭിക്കുന്ന അനുഭൂതിയിൽ അയാൾ ലയിക്കുകയും ചെയ്യുന്നു. പണമല്ല കലതന്നെയാണ് അയാളുടെ പരമമായ ലക്ഷ്യം. മനോവിഭ്രാന്തിയും കുറ്റബോധവും മദ്യാസക്തിയും നുകർന്ന് ആളില്ലാത്തദ്വീപിൽ കാൽവഴുതി കടലിലേക്ക് വീണ ദിവാകറിന്റെ ജീവിതദുരന്തം നമ്മെ അലട്ടിക്കൊണ്ടേയിരിക്കും. ജീവിതസാഹചര്യങ്ങളും യാദൃച്ഛികമായി വന്നുചേരുന്ന സംഭവപരമ്പരകളും മനുഷ്യനെ മഹാദുരന്തങ്ങളുടെ മുൾമുനയിൽ കോർക്കുന്നു. കൊളാബ കടപ്പുറത്തെ ഭൂത് ബംഗ്ലാവിൽ ഒറ്റയ്ക്ക് താമസിക്കുന്ന വസന്ത് ചൗഹാൻ എന്ന രത്നവ്യാപാരി സൗന്ദര്യത്തിന്റെ ദൃശ്യരൂപമാക്കി തന്റെ ബംഗ്ലാവ് മാറ്റണം എന്നു പറയുന്ന കലാ സ്നേഹിയാണ്. പണക്കൊഴുപ്പിന്റെ ആഢ്യാഹങ്കാരത്തിൽ നില്ക്കുമ്പോഴും സുഹൃത്തുക്കൾക്കും കലാകാരന്മാർക്കും ആദരവും ഇടവും നല്കുന്ന ഉദാരനായ ഒരാൾ. പലപ്പോഴും രാമേട്ടൻ ജയിലിൽ കിടക്കുമ്പോൾ അദ്ദേഹത്തെ ജയിലിൽ നിന്ന് മോചിപ്പിക്കുന്നത് ഈ മനുഷ്യന്റെ ഉന്നതങ്ങളിലേക്കുള്ള ബന്ധം ഒന്നുകൊണ്ടുമാത്രമാണ്. ഇങ്ങനെ മനുഷ്യ സ്നേഹികളായ കഥാപാത്രങ്ങളുടെ സജീവത ഈ നോവലിന്റെ മറ്റൊരു സവിശേഷതയാണ്. പ്രഭാത് പട്കർ എന്ന സായുധ വിപ്ലവകാരി, രക്തസാക്ഷി മഹേന്ദ്ര ബോസ്ലെയുടെ മകൾ ഉജ്ജ്വല, രാംധൻ, കല്ലൂജി ശങ്കർ റാം, സഫറുള്ള ഖാൻ, ചന്ദലാൽ, ഡോക്ടർ സുമൻ, നകുലൻ അങ്ങനെ കഥാപാത്രങ്ങളുടെ ഒരു വലിയ നിരതന്നെയുണ്ട് ഈ നോവലിൽ. ഇങ്ങനെ കഥാപാത്രങ്ങളുടെ ധാരാളിത്തം ഉണ്ടെങ്കിലും ഓരോ കഥാപാത്ര

ങ്ങൾക്കും സവിശേഷമായ വ്യക്തിത്വം നല്കാൻ ബ്രിട്ടോയ്ക്ക് കഴിയുന്നുണ്ട്. രക്തബന്ധങ്ങൾക്കപ്പുറം ജീവിതമെന്ന വിശാലമായ ക്യാൻവാസിലെ കടുംനിറങ്ങളായി ഇഴുകിച്ചേർന്ന് കലരാൻ അവരെ പ്രാപ്തരാക്കുന്നത് ജീവിതത്തിന്റെ രൗദ്രഭാവങ്ങളായിരിക്കാം. സ്നേഹബന്ധം കൊണ്ടാണ് ഇവരെല്ലാം ഒറ്റക്കെട്ടായി നില്ക്കുന്നത് പണത്തിനും അധികാരത്തിനും ജീവിതസുഖമെന്ന സ്വാർത്ഥതയ്ക്കുമപ്പുറം അന്യന്റെ പ്രശ്നങ്ങൾ പരിഹരിക്കാനും കേൾക്കാനുമുള്ള സൗമനസ്യം, രാഷ്ട്രീയമായ ഇച്ഛാശക്തി, ഇടതുപക്ഷ മനസ്സ് ഇതെല്ലാം മിക്ക കഥാപാത്രങ്ങളുടെയും അന്തർദ്ധാരമായി വർത്തിക്കുന്നു.

ഇന്ദ്രാണി നായിക്, ഉജ്ജ്വല, നജ്മ എന്നിവരാണ് ഇതിൽ സജീവമാകുന്ന പെൺവേഷങ്ങൾ. സിംഗപ്പൂരിൽ സ്ഥിരതാമസക്കാരായ മാതാപിതാക്കളുടെ മകളാണ് ഇന്ദ്രാണി നായിക്. ഇന്ദ്രാണി നായിക്കും ഈനാശുവും തമ്മിൽ ഗാഢപ്രണയം ഉണ്ടാകുകയും അവർ ഒരുമിച്ച് ജീവിക്കുകയും ചെയ്യുന്നു. ഈനാശുവിന്റെ സഹായത്തോടെ പി എച്ച് ഡി നേടുന്നു. പി എച്ച് ഡി സബ്ജക്റ്റിന്റെ പ്രത്യേകതകൊണ്ട് നായിക് പ്രസിദ്ധയാകുന്നു. പ്രസിദ്ധി പല മോഹവലയങ്ങളിലേയും പ്രണയബന്ധങ്ങളിലേക്കും ഈനാശുവുമായുള്ള ബന്ധം തകരുന്നതിലേക്കും നയിക്കുന്നു. ഏത് രാഷ്ട്രീയക്കാരും വിളിച്ചാൽ വിളികേൾക്കുന്ന കോർപ്പറേറ്റ് മാധ്യമപ്രവർത്തക, സംഘപരിവാറിന്റെ വക്താവ് ഒക്കെ ആയിത്തീരുന്നു ഇന്ദ്രാണി നായിക്. കാലത്തിനൊത്ത് ഏത് തിരച്ചുഴികളിലും അനായാസം സ്വന്തം ഇടം കൃത്യമായി കണ്ടെത്തുന്ന ആഗോളവല്ക്കരണകാലത്തെ ഇന്ത്യൻ കരിയറിസ്റ്റുകളെ പ്രതിനിധീകരിക്കുന്നു നായിക്. എല്ലാ ബന്ധങ്ങളെയും നിഷ്കരുണം അറുത്തുമാറ്റാനും അധികാരത്തിന്റെ ദന്തഗോപുരങ്ങളിൽ വസിക്കാനും പടുത്വമുള്ളവരാണ് നമ്മുടെ ഭരണചക്രത്തെ നയിക്കുന്നതെന്ന് സത്യമായിത്തീർന്ന കാലത്താണല്ലോ നാം ജീവിക്കുന്നത്.

ഒരു രക്തസാക്ഷിയുടെ മകൾക്കനുഗുണമായ സവിശേഷ വ്യക്തിത്വമാണ് രക്തസാക്ഷി മഹേന്ദ്ര ബോസ്ലെയുടെ മകൾ ഉജ്ജ്വലയ്ക്കുള്ളത്. ഒരുരാഷ്ട്രീയ പാർട്ടിയിലും അംഗമല്ലെങ്കിലും പലപ്പോഴും സായുധ വിപ്ലവകാരികളെ സഹായിക്കുകയും ജീവിതത്തെ സധൈര്യം നേരിടുകയും ചെയ്യുന്ന പെൺകുട്ടി. ഇടതുപക്ഷ ജീവിതശൈലിയുടെ ഉടമ. നോവലിലുടനീളം ഉജ്ജ്വല എന്ന പെൺകുട്ടിയുടെ സാന്നിദ്ധ്യം ഒരു വലിയ ഊർജ്ജസ്രോതസ്സാകുന്നുണ്ട്. അവൾ ഡോ. സുമൻ ധൗളയെന്ന ചെറുപ്പക്കാരനെ വിവാഹം കഴിക്കുന്നു സാമ്പത്തികമായി ഉയർന്ന നിലവാരത്തിൽ ജനിച്ചു ജീവിച്ച ഡോക്ടർ കമ്യൂണിസ്റ്റ് ആദർശങ്ങളുടെ സ്വാധീനത്തിൽ ഏറ്റവും സാധാരണക്കാരനായി ജീവിക്കാൻ തയ്യാറാകുന്നു. വിവാഹശേഷം അച്ഛന്റെ മഹാസൗധത്തിൽനിന്ന് ഉജ്ജ്വലയുടെ ഒറ്റ മുറി വീട്ടിലേക്ക് താമസം മാറ്റാനും ചേരിയിൽ ക്ലിനിക് തുടങ്ങി പ്രതിഫലം

കൂടാതെ ജോലി ചെയ്യാനും അയാൾ തയ്യാറാവുന്നു. ഉജ്ജ്വലയും ഡോക്ടറും പിന്നീട് അമേരിക്കയിലേക്ക് എത്തിപ്പെടുന്നു.

നോവലിലെ മറ്റൊരു പെൺകഥാപാത്രമായ നജ്മ പുതുകാലത്തിന്റെ പ്രതിനിധിയാണ്. ഉല്ലാസ് എന്ന ചെറുപ്പക്കാരനുമായി ഒളിച്ചോടുകയും ഒടുവിൽ കരിസ്മാറ്റിക് ധ്യാനക്കാരുടെ മാസ്മരികതയിൽ അകപ്പെട്ട് ഒരു സുവിശേഷകനെ വിവാഹം കഴിച്ച് ജീവിക്കുന്നു. കാല്പനിക വ്യാമോഹങ്ങളിൽ അകപ്പെട്ട് സ്വയം തിരിച്ചറിയാനാവാത്ത ഏതെങ്കിലും ഓരങ്ങളിൽ ചെന്നടിയുന്ന ഒട്ടേറെ നജ്മമാരെ നാം സമൂഹത്തിൽ കണ്ടുമുട്ടുന്നുണ്ട്.

നോവലിലെ ഏറ്റവും തെളിച്ചമാർന്ന കഥാപാത്രം രാമേട്ടൻ തന്നെ. ജീവിതം കമ്യൂണിസ്റ്റ് പ്രസ്ഥാനത്തിനുവേണ്ടി സമർപ്പിച്ചവൻ. ചേരിയിലെ തൊഴിലാളികളുടെ മക്കൾക്ക് സ്കൂൾ തുറക്കാനും അങ്ങനെ ട്രേഡ് യൂണിയൻ പ്രവർത്തനങ്ങൾക്ക് ശക്തിപകരാനും ശ്രമിച്ച തികഞ്ഞ മനുഷ്യസ്നേഹി. സായുധ വിപ്ലവകാരിയെന്ന് മുദ്രകുത്തി ജയിലിലടയ്ക്കപ്പെട്ട് ക്രൂരമായി മർദ്ദിക്കപ്പെട്ടവൻ. പാർട്ടിയിൽനിന്ന് പുറത്താക്കിയിട്ടും ആദർശങ്ങളിൽ കടുകിട വ്യതിചലിക്കാതെ മരണം വരെ കമ്യൂണിസ്റ്റാകണം എന്ന് ദൃഢനിശ്ചയമുള്ളവൻ. ചേരികളിൽ സൗജന്യ മെഡിക്കൽ ക്യാമ്പുകൾ നടത്തി ദരിദ്രരെ സഹായിക്കുന്ന മികച്ച സംഘാടകൻ. ഇങ്ങനെ രാമേട്ടൻ എന്ന കഥാപാത്രത്തിന് ഒട്ടേറെ സവിശേഷതകളുണ്ട്. രാമൻ നായരിൽ നിന്ന് രാമേട്ടനിലേക്കെത്തുമ്പോൾ ജാതിമതങ്ങൾക്കതീതമായി മനുഷ്യസ്നേഹമെന്ന മഹത്തായ ആശയത്തെ സ്വാംശീകരിച്ച് തീർത്തും സെക്യുലർ ലെഫ്റ്റ് ആയ ജീവിതപ്പാത തെരഞ്ഞെടുത്തത് മഹത്തായ ഒരു പരിവർത്തന പ്രക്രിയയുടെ ഉദാത്തമായ സാക്ഷ്യപ്പെടുത്തലാകുന്നു.

ട്രേഡ് യൂണിയൻ രംഗത്തെ വളർച്ച മുതൽ കമ്യൂണിസ്റ്റ് പാർട്ടിയുടെ പിളർപ്പും അതിനു ശേഷമുണ്ടാകുന്ന നക്സൽ മൂവ്മെന്റും തുടർന്ന് വർഗ്ഗീയമായി ശിഥിലീകരിക്കപ്പെടുന്ന തൊഴിലാളികളുമൊക്കെ ഈ നോവലിൽ ചിത്രീകരിക്കപ്പെടുന്നുണ്ട്. പാർട്ടി നേതൃത്വങ്ങളുടെ ഉൾക്കാഴ്ചയില്ലായ്മയിൽ ചിന്നിച്ചിതറിപ്പോകുന്ന ജനക്കൂട്ടത്തെക്കണ്ട് നേതൃത്വത്തിന്റെ പിടിപ്പുകേടുകളെ ചോദ്യം ചെയ്ത മനുഷ്യർ ഒറ്റപ്പെടുകയും പാർട്ടിയിൽ നിന്ന് പുറത്താക്കപ്പെടുകയും ചെയ്യുന്ന ഒരവസ്ഥയെക്കൂടി ഈ നോവൽ വിചിന്തനം ചെയ്യുന്നു. രാമേട്ടൻ അത്തരത്തിൽ ആത്മസംഘർഷങ്ങളിലും ധർമ്മ സങ്കടങ്ങളിലും അകപ്പെടുകയും അവഗണിക്കപ്പെടുകയും ചെയ്യുന്നുണ്ട്. ഭരണകൂടത്തിനെതിരെയുള്ള സമരങ്ങളിൽ ഒരുമിച്ചു നില്ക്കേണ്ട കമ്യൂണിസ്റ്റു പാർട്ടികൾ ശത്രുവിനേക്കാളുപരി പരസ്പരം സംശയിക്കുകയും ഒന്നിച്ചു നില്ക്കേണ്ട സന്ദർഭങ്ങളിൽ വിഘടിച്ചു നില്ക്കുകയും ചെയ്യുന്നൊരവസ്ഥയുണ്ട്. സമൂഹത്തിന്റെ അടിത്തട്ടിൽ നിസ്സഹായരായി അമർന്നു കിടക്കുന്ന മനുഷ്യരെ സഹായിക്കാനായി ഒരുമിച്ചുനിന്ന ഉജ്ജ്വലയും രാമേട്ടനും കടുത്ത വിമർശനത്തിന് വിധേയ

മാകുന്നുണ്ട്. അവർ ശത്രുപക്ഷത്തുള്ളവരാണ്, എന്തിനാണ് അവർക്കൊപ്പം എന്ന ചോദ്യം അവർ രണ്ടുപേരും നേരിടുന്നുണ്ട്. ഇങ്ങനെ ഐഡിയോളജിയും പ്രാക്സിസും തമ്മിലുള്ള വൈരുദ്ധ്യം തീർച്ചയായും ചർച്ച ചെയ്യപ്പെടണം. കാലഹരണപ്പെട്ടത് കമ്യൂണിസ്റ്റ് ആദർശങ്ങളല്ല. അതിനോടുള്ള നമ്മുടെ സമീപനമാണ്. അതുകൊണ്ടു തന്നെയാണ് യുവതീയുവാക്കൾ രാഷ്ട്രീയത്തിൽ നിന്നുതന്നെ അകന്നകന്നു പോകുന്നത്. കാതടപ്പിക്കുന്ന മാസ്മരിക സംഗീതത്തിനും ചടുലനൃത്തങ്ങൾക്കുമൊപ്പം മനസ്സുറപ്പിക്കുന്ന യുവതലമുറയെ തിരിച്ചുപിടിക്കണമെങ്കിൽ കാതലായ പ്രശ്നങ്ങൾ അഡ്രസ്സ് ചെയ്യുക മാത്രമല്ല അവരുമായി സംവദിക്കാൻ നവമാധ്യമങ്ങളുടെ, സംഗീതത്തിന്റെ, ദൃശ്യാനുഭവങ്ങളുടെ ശക്തി തിരിച്ചറിഞ്ഞേ മതിയാകൂ. മതവർഗ്ഗീയ ശക്തികൾ ഈ സാദ്ധ്യതകളെ തിരിച്ചറിയുകയും ഉപയോഗിക്കുകയും ചെയ്യുന്നുണ്ടെങ്കിൽ അത് നമുക്ക് സാദ്ധ്യമാകാത്തത് എന്തുകൊണ്ടാണ്? നീറുന്ന ഒട്ടേറെ പ്രശ്നങ്ങൾ നമുക്കുണ്ട്. അവ രാഷ്ട്രീയ ഊർജ്ജമാക്കി മാറ്റാനുള്ള ഇച്ഛാശക്തി നമുക്ക് ഉണ്ടാകുകതന്നെ വേണമെന്ന ചരിത്രപരമായ ഓർമ്മപ്പെടുത്തൽ സൈമൺ ബ്രിട്ടോ നടത്തുന്നുണ്ട്.

നോവലിന്റെ അവസാനം നകുലൻ എന്ന യുവാവ് ജോലി രാജിവെച്ച് കമ്യൂണിസ്റ്റ് പ്രസ്ഥാനത്തിൽ സജീവമാകാൻ തീരുമാനിച്ചുകൊണ്ട് രാമേട്ടനെയും പാർട്ടി നേതാവായ ചന്ദൻലാലിനെയും ചെന്നുകാണുന്നു. പ്രത്യാശയുടെ ഈ ശുഭമുഹൂർത്തത്തിലേക്ക് ഉജ്ജ്വലയുടെ ഫോൺ. ഉജ്ജ്വലയുടെ കരച്ചിൽ. സംഭവത്തിന്റെ വിശദീകരണങ്ങളില്ല. 'ഭൂമി ആകെ ഇരുളുംപോലെ മഹാദുരന്തത്തിന്റെ ഇടിനാദങ്ങൾ കേട്ടു' എന്നെഴുതിക്കൊണ്ടാണ് നോവൽ അവസാനിപ്പിക്കുന്നത്. കൃത്യമായി എന്താണെന്ന് സൂചിപ്പിക്കാതെ ഒരു ദുരന്തത്തിന്റെ രൗദ്രതാളമായാണ് നോവൽ അവസാനിക്കുന്നത്.

ആഴംകൊണ്ടും വൈവിദ്ധ്യംകൊണ്ടും രാഷ്ട്രീയ ഇച്ഛാശക്തികൊണ്ടും ഈ നോവൽ മലയാള സാഹിത്യത്തിൽ വേറിട്ടു നില്ക്കുക തന്നെ ചെയ്യും. മുദ്രാവാക്യ കവിതകളോ, അതിന് സമാനമായ കഥകളോ എഴുതുന്നവരാണ് പുരോഗമനപക്ഷത്തു നില നില്ക്കുന്നവരെന്ന മനോഭാവം സാഹിത്യലോകത്ത് നിലനില്ക്കുന്ന സാഹചര്യത്തിൽ ബ്രിട്ടോയുടെ രചനകൾ ആശയ സ്വീകരണത്തിൽ മാത്രമല്ല ഭാവുകത്വത്തിനും പുതുമയുള്ള അനുഭവമാകുന്നു. ഒട്ടും വിട്ടുവീഴ്ചയില്ലാത്ത ഇടതുപക്ഷ രാഷ്ട്രീയത്തിൽ വിശ്വസിക്കുന്നുണ്ടെങ്കിലും ക്രാഫ്റ്റിലും ആഖ്യാനരീതിയിലും പാത്രചിത്രീകരണത്തിലും മലയാളത്തിലെ ഉൽകൃഷ്ടമായ രചനകൾക്കൊപ്പം നില്ക്കുന്ന നോവലാണ് *മഹാരൗദ്രം*.

●

ബ്രിട്ടോ രാഷ്ട്രീയ വായന

സൈമൺ ബ്രിട്ടോ: പോരാട്ടത്തിന്റെ കാൽ നൂറ്റാണ്ട്

ചെറായി രാമദാസ്

സൈമൺ ബ്രിട്ടോ, കൊലയാളി രാഷ്ട്രീയക്കാരുടെ കുത്തേറ്റു വീണിട്ട് കാൽ നൂറ്റാണ്ട് തികയും വരുന്ന ഒക്ടോബർ 14 ന്. ഇന്ന് ബ്രിട്ടോ കേരള നിയമസഭാംഗമാണ്. ഇത്തരം ഒരു ഉയർച്ചയെപ്പറ്റി മറ്റുള്ളവർക്ക് ചിന്തിക്കാൻ പോലുമാവില്ലായിരുന്നു ബ്രിട്ടോ 'അർദ്ധപ്രാണ'നുമായി ചലനമറ്റുകിടക്കുമ്പോൾ. അന്നൊരിക്കൽ ഈ ലേഖകൻ ബ്രിട്ടോയെക്കുറിച്ച് ഒരു ഫീച്ചർ വാരികയിൽ (1984 ഡിസംബർ 16) എഴുതി നിർത്തിയത് ഇങ്ങനെയാണ്: 'ബ്രിട്ടോ, ഇങ്ങനെയാണ് നിന്റെ നാളെകൾക്കുവേണ്ടി കാലം കാതോർത്തിരിക്കുന്നു!' വിശ്വാസത്തിനും അവിശ്വാസത്തിനുമിടയിലുള്ള ഒരാശംസയായിരുന്നു അത്. എന്നാൽ 'അവിശ്വാസി'കളെയെല്ലാം അത്ഭുതപ്പെടുത്തിക്കൊണ്ട് ബ്രിട്ടോ മരണത്തെ കീഴടക്കി; ജീവിതത്തിന്റെ മാത്രമല്ല, ജീവിതവിജയത്തിന്റെയും കൊടിയുയർത്തി. (കൊല്ലാൻ നോക്കിയിട്ടും മരണത്തെ കീഴടക്കി മുന്നേറിയ ബ്രിട്ടോയെ, തന്റെ റേഡിയോ നാടകത്തിലൂടെ കഴുത്തു ഞെരിച്ചുകൊന്ന് കൊലയാളി പക്ഷത്തെ സന്തോഷിപ്പിക്കാനുമുണ്ടായി മലയാളത്തിൽ ഒരെഴുത്തുകാരൻ. പി എഫ് മാത്യൂസിന്റെ *മണ്ണിലേക്ക് മടക്കം* ആകാശവാണി പ്രക്ഷേപണം ചെയ്ത ദുർദ്ദിനമായിരുന്നു 1998 ഒക്ടോബർ 15. ബ്രിട്ടോയെ കുത്തി വീഴ്ത്തി 15 കൊല്ലം പൂർത്തിയായതിന്റെ പിറ്റേന്ന്. (അതിനും കാൽ നൂറ്റാണ്ട് മുമ്പ് റെയിൽവേ സമരകാലത്ത് 'പ്രതി' എന്ന കഥയിലൂടെ എ കെ ജിയെ ആക്രമിച്ച എഴുത്തുകാരൻ ജെ കെ വിക്ക് ഒരു പിൻഗാമി വേണമായിരുന്നല്ലോ!)

മരണത്തിന് മുന്നിൽ ബ്രിട്ടോ നടത്തിയ ഇതിഹാസതുല്യമായ ചെറുത്തുനില്പ് പുതിയ തലമുറയ്ക്ക് അത്ര പരിചിതമാകാനിടയില്ല. എൽ എൽ ബി പഠനം പൂർത്തിയാക്കിയ ബ്രിട്ടോ എസ് എഫ് ഐ സംസ്ഥാന

നേതാവും ഉജ്ജ്വല സംഘാടകനുമായിരുന്നു. വിപ്ലവ വിദ്യാർത്ഥി പ്രസ്ഥാനത്തിന്റെ പക്വതയും പാടവവും തികഞ്ഞ നായകനാണ് ബ്രിട്ടോ എന്നതാണ് രാഷ്ട്രീയഗുണ്ടകളെ പ്രകോപിപ്പിച്ചത്. കുത്തേറ്റ് അരയ്ക്ക് കീഴ്പോട്ട് ചലനമറ്റുപോയ ബ്രിട്ടോ, പിറ്റേക്കൊല്ലം കോളേജ് തിരഞ്ഞെടുപ്പ് വേളയിൽ വിദ്യാർത്ഥി ലോകത്തോട് പറഞ്ഞു.

"എന്റെ കഥ നിങ്ങൾക്കറിയാം. 1983 ഒക്ടോബർ 14 ഇന്ദിരാ കെ എസ് യു കാർ ആക്രമിച്ചു. പരിക്കേല്പിച്ച വിദ്യാർത്ഥികളെ കാണാൻ ഞാൻ എറണാകുളം ജനറൽ ആശുപത്രിയിലെത്തി. അത്യാഹിത വിഭാഗത്തിന്റെ മുൻവശംവരെ പോകാനേ എനിക്കു കഴിഞ്ഞുള്ളൂ. മർദ്ദനമേറ്റുകിടന്ന എന്റെ സഖാക്കളെയും സുഹൃത്തുക്കളെയും എനിക്ക് കാണാനായില്ല. അതിനുമുമ്പേ കാഷ്വാലിറ്റിക്ക് സമീപം പതിയിരുന്ന ഇന്ദിരാ കെ എസ് യുകാർ എന്നെ കടന്നാക്രമിച്ചു. എന്റെ രണ്ടു കൈകളും അവർ പിന്നിലേക്ക് വലിച്ചുനിർത്തി. പിന്നീട് പിന്നിൽ നിന്ന് കെ എസ് യു (ഇ) നേതാവ് ജിയോമാത്യു കഠാരക്കൊണ്ട് എന്നെ കുത്തി. നാലു കുത്തുകൾ മുതുകിലേറ്റു. നട്ടെല്ലു തകരാറിലായി. പിന്നീട് അവരെന്നെ ദൂരെ വലിച്ചെറിഞ്ഞു."

ആ സംഭവത്തിന്റെ ഭയങ്കരമായ വിശദാംശങ്ങൾ ബ്രിട്ടോ പിന്നീടൊരിക്കൽ വെളിപ്പെടുത്തി. "ആദ്യത്തെ കുത്ത് നട്ടെല്ലിനായിരുന്നു. നെഞ്ചുഭാഗത്തെ നട്ടെല്ലിൽ നാലാമത്തേത്. ശ്വാസകോശത്തിനും ഹൃദത്തിനും കരളിനുമടുത്തെത്തി മറ്റു കുത്തുകൾ (...) ഉടനെ എന്നെ മെഡിക്കൽ ട്രസ്റ്റ് ആശുപത്രിയിലേക്കു കൊണ്ടുപോയി. മൂന്നുദിവസം ഇന്റൻസീവ് കെയർ യൂണിറ്റിൽ കിടന്നു. ഏഴാം ദിവസം രണ്ടു കാലും തളർന്നു. പിന്നെ നാല്പത് ദിവസം ഒരുപോള കണ്ണടയ്ക്കാനാവാതെ കിടപ്പ്. ഉന്മാദത്തിന്റെ പല അവസ്ഥകൾ ഞാനനുഭവിച്ചു. ഭ്രാന്തുപിടിക്കുന്ന അവസ്ഥ. ഞാനൊരു തീവണ്ടിയിൽ കയറി യാത്ര ചെയ്യുകയാണ്. ഒറ്റയ്ക്ക്. ഫോർട്ട് കൊച്ചിയിൽ നിന്ന് തുടക്കം. ട്രെയിൻ ഒരുപാട് സ്ഥലങ്ങളിൽ പോയി. എനിക്ക് ഭയങ്കര കൗതുകം, സന്തോഷം. പക്ഷേ, ട്രെയിനിന് അതിഭയങ്കരമായ സ്പീഡ് വർദ്ധിക്കുന്നു. എത്രയായിട്ടും, എനിക്ക് യാത്ര മതിയായിട്ടും ട്രെയിൻ നില്ക്കുന്നില്ല. ഞാനൊടുവിൽ യാത്രയ്ക്ക് ഒരവസാനമില്ലാതെ കാറ്റും പുകയുമടിച്ച് വലഞ്ഞ്... ആകെ ശ്വാസംമുട്ടുന്ന അനുഭവം. ഇത്തരം നൂറുനൂറനുഭവങ്ങളിലൂടെ കടന്ന് പോയി ഇക്കാലത്ത്" (*വനിത* 1995 ഒക്ടോബർ 10)

"മാസങ്ങളോളം ആരെയും കാണാതെ മുറിക്ക് വെളിയിൽ മകന്റെ നാഡീ സ്പന്ദനങ്ങൾ നെഞ്ചിലേറ്റുവാങ്ങി വിതുമ്പി നില്ക്കുന്ന അമ്മയെ കാണാതെ, അച്ഛനെക്കാണാതെ, സ്വന്തം സഖാക്കളെ കാണാതെ ബ്രിട്ടോ മരണവുമായി പോരാടിക്കൊണ്ടിരുന്നു. നിശ്ശബ്ദവും സംഘർഷപൂരിതവും ഐതിഹാസികവുമായ യുദ്ധം. കേരള വിദ്യാർത്ഥി ചരിത്രത്തിന്റെ താളുകളിലെ മറക്കാനാവാത്ത രേഖകളായി മാറിയ യുദ്ധം! ഒടുങ്ങാത്ത ജീവി

സൈമൺ ബ്രിട്ടോ

താസക്തിയും തളരാത്ത ആത്മവീര്യവും മരണത്തിനോടേറ്റു മുട്ടിയ ചരിത്രം!" (എസ് എഫ് ഐ സംസ്ഥാന കമ്മിറ്റി ലഘുലേഖ, 1984)

1986 ൽ വിജയവാഡയിൽ ചേർന്ന എസ് എഫ് ഐ അഖിലേന്ത്യാ സമ്മേളനത്തിന് അയച്ച സ്നേഹസന്ദേശത്തിൽ ബ്രിട്ടോ പറഞ്ഞു. "ഇരുണ്ട തീവ്രയാതനയുടെ ദിവസങ്ങളിലൂടെയാണ് ഞാൻ കടന്നുപോകുന്നത്. ഇപ്പോഴും എനിക്ക് സ്വതന്ത്രമായി നടക്കാൻ വയ്യ. പക്ഷേ, സഖാക്കളേ, എന്റെ മനക്കരുത്തും ആത്മവിശ്വാസവും നമ്മുടെ ആശയത്തിന്റെ സത്തപോലെ രൂഢമാണ്. ഉറച്ചതാണ്. നിങ്ങൾക്കെന്റെ വിപ്ലവാഭിവാദങ്ങൾ" (*ദേശാഭിമാനി* കൊച്ചി, 1986 ഡിസംബർ 10)

മരണക്കുരുക്കിൽ നിന്ന് ബ്രിട്ടോ വിജയശ്രീയോടെ പുറത്തുകടന്നത്, വൈദ്യശാസ്ത്രത്തിന്റെ തുണകൊണ്ട് മാത്രമാകാൻ ഇടയില്ല (ഉവ്വ്, ഒട്ടുമിക്ക ചികിത്സാരീതികളും ബ്രിട്ടോയെ തുണച്ചിട്ടുണ്ട്. ഒരു വ്യാഴവട്ടകാലം തന്റെ ചിന്തകളെ ചൂടുപിടിപ്പിച്ച ചുവന്ന പ്രഭാതം എന്ന സ്വപ്നം, എന്തും നേരിടാൻ വേണ്ട മനക്കരുത്ത് ബ്രിട്ടോയ്ക്ക് നല്കിയിരുന്നു. അതിരില്ലാത്ത ആ ജീവിതാസക്തിയുടെ അടിത്തറ തന്നെ, അനുപമമായ ഈ രാഷ്ട്രീയ ആദർശദാർഢ്യമാണ്. ഞാൻ ആദ്യം പരിചയപ്പെടുമ്പോൾ ബ്രിട്ടോ എന്തായിരുന്നോ അതിൽനിന്ന് അണുവിടയെങ്കിലും അദ്ദേഹം മാറിയതായി കഴിഞ്ഞ കാൽ നൂറ്റാണ്ടിന്റെ സമ്പർക്കത്തിനിടയിൽ എനിക്ക് ഒരിക്കലും തോന്നിയിട്ടില്ല. മറിച്ച് നിലപാടുകൾ കുറേക്കൂടെ ദൃഢവും സമീപനം പക്വവുമാവുകയാണുണ്ടായത്. സ്വന്തം കാലിൽ നടക്കാനാവാത്ത ചലനമറ്റ പാതി മെയ്യും അതിന്റെ അനവധി ആധികളുമുള്ള ഒരു മനുഷ്യനാണ് അമ്പരപ്പിക്കുന്ന ഈ വിശിഷ്ട വ്യക്തിത്വത്തിനുടമ എന്നത് നാം പേർത്തും പേർത്തും ഓർക്കേണ്ടതുണ്ട്. ഉരുകിത്തീരാത്ത മനക്കരുത്തോടെ മുന്നോട്ടുപോകാൻ ബ്രിട്ടോയ്ക്ക് ഊർജ്ജമാകുന്നത്, കമ്യൂ

ണിസ്റ്റ് വിപ്ലവകാരികളുടെയെല്ലാം മനസ്സിൽ ജ്വലിച്ചു നില്ക്കുന്ന വിമോചനത്തിന്റെ നാളെ എന്ന സ്വപ്നം തന്നെയാണ്.

നടക്കുമ്പോൾ ഏറ്റെടുത്തിരുന്ന ഉത്തരവാദിത്വങ്ങളേക്കാൾ കൂടുതലാണ്, പാർട്ടി പ്രവർത്തനം സംബന്ധമായി ബ്രിട്ടോ ഇപ്പോൾ കിടന്നുകൊണ്ട് നിർവ്വഹിക്കുന്നത്. എറണാകുളം വടുതല ജെട്ടി റോഡിലെ 'കയം' എന്ന വീട് ഒരു പാർട്ടി ഓഫീസാണെന്നു പറയാം. നിരന്തര വായനയും എഴുത്തും യാത്രകളും വേറെ. ഇന്ത്യയൊട്ടുക്കുള്ള സഖാക്കൾ ചെന്ന് കാണാൻ ആഗ്രഹിക്കുന്ന ഒരുതീർത്ഥാടന കേന്ദ്രമാണ് ബ്രിട്ടോ. നാനാ നാടുകളിൽനിന്ന് ഈ പോരാളിയെക്കണ്ട് അഭിവാദ്യമർപ്പിക്കാൻ കയത്തിലെത്തുന്ന സഖാക്കൾ കുറച്ചൊന്നുമല്ല. ഏത് പൊതുകാര്യത്തിനായാലും കുടുംബപ്രശ്നങ്ങളുടെ കുരുക്കഴിക്കാനായാലും പ്രദേശത്തെ ജനങ്ങൾക്ക് ബ്രിട്ടോ ഉത്തമനായ സഖാവും മനുഷ്യപ്പറ്റുള്ള തുണയാളുമാണ്.

25 വർഷം ഇവിടെ വീൽച്ചെയറിൽ നിരങ്ങിനീങ്ങിയ ബ്രിട്ടോ ഇതിനിടയ്ക്ക് ഇന്ത്യയുടെ പല വിദൂര സ്ഥലങ്ങളിലും സഞ്ചരിച്ചു. എവിടെയും സഖാക്കൾ ഒരുക്കുന്ന ഏത് പരിപാടിയിലും ബ്രിട്ടോ ഹാജരുണ്ട്. മറ്റുള്ളവരും ബ്രിട്ടോയെ ക്ഷണിച്ചുകൊണ്ടുപോയി ആദരിക്കാൻ മടിക്കുന്നില്ല ഇന്ന്.

ഇത്തരം തിരക്കുകൾക്കിടയിലാണ് ബ്രിട്ടോ മറ്റൊരു മാധ്യമം കൈയടക്കിയത്, എഴുത്തുകാരനായത്. മുമ്പ് നിയമവിദ്യാർത്ഥിയായി ബീഹാറിൽ കഴിഞ്ഞ കാലത്തെ അനുഭവങ്ങൾവെച്ച് എഴുതിയ ആദ്യ നോവൽ. *അഗ്രഗാമി* 1994 ലാണ് പരമ്പരയായി *ദേശാഭിമാനി* വാരികയിലൂടെ പുറത്തുവന്നത്. കുത്തേറ്റ് വീണതിന്റെ 11-ാം വർഷം. പിന്നീടത് എൻ ബി എസ് പുസ്തകമായി പ്രസിദ്ധീകരിച്ചു. (2003 ൽ നോവലിനുള്ള അബുദാബി ശക്തി അവാർഡ് നേടി ആ കൃതി) വീണ്ടും പതിനൊന്നുകൊല്ലം കഴിഞ്ഞപ്പോൾ *മഹാരൗദ്രം* എന്ന നോവൽ തൃശൂർ കറന്റ് ബുക്സ് വഴി പുറത്തുവന്നു. അതിന്റെ നാലാം അച്ചടിപ്പതിപ്പാണ് കഴിഞ്ഞയാണ്ടിൽ ഇറങ്ങിയത്. തന്റെ പഴയ ബോംബെ ജീവിതാനുഭവങ്ങളാണ് ആ കഥയ്ക്ക് അടിസ്ഥാനം. എഴുതിത്തുടങ്ങിയപ്പോൾ ഓർമ്മകൾക്ക് വ്യക്തത വരുത്താൻ വീണ്ടും ബോംബെ സന്ദർശിച്ചു. മൂന്നാം നോവലായ *നകുലിന്റെ നോട്ടുപുസ്തകം* പുറത്തുവരാൻ ഒരുങ്ങുന്നു.

ഇത്രയും പടവുകൾ അർദ്ധശരീരനായ ബ്രിട്ടോ കയറിപ്പോയതിനു പിന്നിൽ ആരുടേയും ആദരം നേടാൻ പോന്ന ഒരു യുവതിയുമുണ്ട്. അവരുടെ മഹിതമായ മനസ്സും ജീവിതാർപ്പണവുമാണ് കുത്തേറ്റു വീണതിന്റെ പത്താമാണ്ട് മുതൽ ബ്രിട്ടോയെ താങ്ങിനിർത്തുന്നത്. തിരുവനന്തപുരത്ത് എസ് എഫ് ഐയുടെ നേതൃനിരയിലുണ്ടായിരുന്ന സീന ഭാസ്കർ ബ്രിട്ടോയുടെ ജീവിതസഖിയായത് 1993 ലാണ് (സീന ഇപ്പോൾ *ദേശാഭിമാനി*യുടെ കൊച്ചി യൂണിറ്റിലെ ജീവനക്കാരിയും വടുതലയിലെ സി പി ഐ (എം) ബ്രാഞ്ച് സെക്രട്ടറിയുമാണ്. തിരുവനന്തപുരം ഗവ. വിമൻസ്

കോളേജ് ചെയർപേഴ്സണായിരുന്നു സീന. “ബ്രിട്ടോയെ തിരിച്ച് ജീവിതത്തിലേക്കു കൊണ്ടുവരുന്നത് രാഷ്ട്രീയ ദൗത്യമായാണ് ഞാൻ കണ്ടത്.” ഒരഭിമുഖത്തിൽ അവർ പറഞ്ഞു. (*വനിത*, 1995 ഒക്ടോബർ 15) സ്വന്തം ബന്ധുമിത്രാദികളിൽ ഒട്ടേറെപ്പേരെ എതിർചേരിയിലാക്കിയ ആ ബന്ധത്തെപ്പറ്റി, കത്തുകളിലൂടെ വളർന്ന ഈ പ്രണയത്തെക്കുറിച്ച് സീന മറ്റൊരിക്കൽ വിശദമാക്കി: “ആ കത്തുകളുടെ വരികൾക്കിടയിൽ ഞാൻ കണ്ട ബ്രിട്ടോ സഖാവിന്റെ തന്നെ ആത്മവിശ്വാസം നിറഞ്ഞ, പ്രത്യാശ നിറഞ്ഞ ജീവിതം എന്നെ പിടിച്ചു നില്ക്കാൻ പ്രേരിപ്പിച്ചു. ഞങ്ങൾ ഒരുമിച്ചാണെങ്കിൽ ഇനിയും ഒരുപാട് കാര്യങ്ങൾ ചെയ്യാൻ കഴിയുമെന്ന ആഗ്രഹം എന്റെ ഭാഗത്തുനിന്നാണ് ആദ്യമുണ്ടായത്. (....) സൈമൺ ബ്രിട്ടോ എന്ന സഖാവിനോട് അന്നെനിക്ക് തോന്നിയത് സഹതാപമായിരുന്നില്ല, ബഹുമാനം. അതായിരുന്നു. ശരീരം തളർന്നുപോയെങ്കിലും ബ്രിട്ടോ സഖാവിന്റെ മനസ്സും തലച്ചോറും തളർന്നിട്ടില്ല. ബ്രിട്ടോയ്ക്ക് ഒരു കൂട്ട് ആവശ്യമുണ്ടെന്ന് എനിക്ക് തോന്നി. മാനസികമായി ബ്രിട്ടോ സഖാവിന്റെ സാമീപ്യം ഞാനുമാഗ്രഹിച്ചു (...) സ്ത്രീയുടേതായ എല്ലാ വികാരങ്ങളും വിചാരങ്ങളുമുള്ള ഒരാളാണ് ഞാൻ. കൗമാരത്തിൽ ഒരുപാട് സ്വപ്നങ്ങളും കണ്ടിരുന്നു. പക്ഷേ, ജീവിതത്തെപ്പറ്റിയും നമ്മുടെ സമൂഹത്തെപ്പറ്റിയും ഒരുപാട് അറിഞ്ഞപ്പോൾ പലതും പലതും ചെയ്യാനുണ്ടെന്ന് തോന്നി. സഖാവ് ബ്രിട്ടോയ്ക്കു തന്റെ വ്യക്തിപരമായ കാരണത്താലല്ല കുത്തേറ്റത്. രാഷ്ട്രീയപ്രവർത്തനത്തിന്റെ ഭാഗമായിട്ടായിരുന്നു. അദ്ദേഹമുയർത്തുന്ന രാഷ്ട്രീയ മൂല്യങ്ങളോടും അതിന്റെ വിശാലമായ കാഴ്ചപ്പാടുകളോടുമാണ് എന്റെ പ്രതിപത്തി.” (*സമകാലിക മലയാളം! വാരിക*, 2006 ജൂലൈ 28)

സവർണ്ണ സമ്പന്ന കുടുംബാംഗം, സൗന്ദര്യവും വിദ്യാഭ്യാസവും വേണ്ടുവോളം. പ്രായത്തിൽ ഏറെ ചെറുപ്പം. ആദർശങ്ങൾക്കും വ്യക്തി

ബന്ധങ്ങൾക്കും ഒത്തിരി വിലയിടിഞ്ഞുപോയ കാലഘട്ടം. എന്നിട്ടും ആ കാലഘട്ടത്തിൽ പുറംതിരിഞ്ഞുനില്ക്കുന്നതരം ധീരതയും ത്യാഗസന്നദ്ധതയുമാണ് ഇവിടെ നാം കാണുന്നത്. ഈ ഗുണങ്ങൾക്ക് അടിസ്ഥാനമായതോ ആദ്യകാല കമ്യൂണിസ്റ്റുകാരിൽ കണ്ടുതുടങ്ങിയ മഹത്തായ രാഷ്ട്രീയ പ്രതിജ്ഞാബദ്ധതയും.

സമകാലികർക്ക് അഭിമാനത്തോടെ ഓർക്കാൻ തോന്നുന്നത്ര ആദർശപൂർണ്ണമായ ദാമ്പത്യം. സഹനത്തിന്റെയും സമർപ്പണത്തിന്റെയും സമ്മേളനം. വിജയിയായ ഈ ജീവിത പരീക്ഷണത്തിന്റെ മാറ്റ് അറിഞ്ഞുതുടങ്ങുന്നതേയുള്ളൂ പൊതുസമൂഹം.

2008 -ാമാണ്ടിന് മറ്റൊരു സവിശേഷതയുമുണ്ട്. ബ്രിട്ടോ-സീന ദമ്പതിമാർക്ക് നാലുമാസംമുമ്പ് ഒരു കുഞ്ഞ് പിറന്നു. ഒന്നര പതിറ്റാണ്ട് ഈ അച്ഛനുമമ്മയും സഹിച്ചുതീർത്ത ദുരിതങ്ങൾക്കൊടുവിൽ, നറുനിലാകുളിർമ്മ പകരുന്ന ഒരു പൈതൽ. പല ദുർവിശ്വാസങ്ങളെയും ചങ്കൂറ്റത്തോടെ നേരിട്ട ജീവിത സഖാക്കൾ മകൾക്ക് നല്കിയ പേരിനു പുതുമ. 'കയി നിലാവ്' കയം വീട്ടിൽ ഉദിച്ച നിലാവ് എന്ന് അർത്ഥം പറഞ്ഞുതരുന്നു ബ്രിട്ടോ. സി പി ഐ (എം) ഹരിയാന സംസ്ഥാന സെക്രട്ടറി ഇന്ദ്രജിത് സിങ്ങും ഭാര്യ ജഗ്മതിയും (അഖിലേന്ത്യാ ജോയിന്റ് സെക്രട്ടറി) കയം വീട്ടിൽ വന്ന് കുഞ്ഞിന് പേരുവിളിച്ചു. നാളത്തെ തലമുറയ്ക്ക് ഈ മകൾ പറഞ്ഞുകൊടുക്കട്ടെ. തനിക്ക് ജന്മം നല്കിയവർ നീന്തിക്കയറിയ ദുരിതക്കയത്തിന്റെ ആഴമെത്രയെന്ന്.

അരാഷ്ട്രീയതയുടെ നീർത്തടങ്ങളിൽ വർഗ്ഗീയതയുടെ വിഷപുഷ്പങ്ങൾ

മിൽജിത്ത് രവീന്ദ്രൻ

ഭൂതകാലത്തെ തോണ്ടിവിളിക്കുന്നത് മനുഷ്യസഹജമായ കുസൃതിയാണ്. പക്ഷേ, മനസ്സിനെ ഭൂതകാലത്തിൽ തളച്ചിടരുത്. വർത്തമാനകാലത്തിന്റെ ചൂടും പ്രസരിപ്പുമാണ് ജീവന്റെ ലക്ഷണം. കാലം കടന്നുപോകുമ്പോൾ ഭൂതകാലം മുഴുവൻ നന്മയും സമൃദ്ധവും ആയിരുന്നെന്നും വർത്തമാനം മുഴുവൻ തെറ്റിൽ ദ്രവിക്കുകയാണെന്നും വിലപിക്കുന്നത് വാർദ്ധക്യത്തിന്റെ ലക്ഷണമാണ്. എന്നാൽ ഭൂതകാലപ്രശ്നങ്ങളോട് പ്രതികരിച്ചവർക്ക് വർത്തമാനത്തോട് പ്രതികരിക്കുമ്പോൾ അസ്വസ്ഥതകൾ സ്വാഭാവികം. സ്വാതന്ത്ര്യസമരകാലത്ത് അഖിലേന്ത്യാ വിദ്യാർത്ഥി ഫെഡറേഷൻ നിയോഗിച്ച സമാധാനം പരമേശ്വരൻപിള്ള ബനാറസിൽ നിന്ന് എത്തുന്നതോടെ കേരളത്തിൽ സംഘടിത വിദ്യാർത്ഥിപ്രസ്ഥാനത്തിന് രൂപംകൊടുത്തെങ്കിലും ആധുനിക വിദ്യാർത്ഥി പ്രസ്ഥാനം അഥവാ വിദ്യാർത്ഥിശക്തി എന്ന സംജ്ഞ പാകമാകുന്നത് വിമോചനസമരത്തോടെയാണ്. ആ സമരം കേരള സ്റ്റുഡന്റ്സ് യൂണിയന്റെ പിറവിയിൽ ചെന്നുനിന്നു. എന്നാൽ അഖിലേന്ത്യാ വിദ്യാർത്ഥി ഫെഡറേഷന്റെ പാരമ്പര്യം ഉൾക്കൊണ്ട് കേരള സ്റ്റുഡന്റ്സ് ഫെഡറേഷന് രൂപം നല്കിയതോടെ മലയാളക്കരയിലെ വിദ്യാർത്ഥി പ്രസ്ഥാനത്തിന് പുതുമാനം കൈ വന്നു.

2006 ലെ കലാലയ രാഷ്ട്രീയ നിരോധനത്തിനു മുന്നേതന്നെ ഈ ആവശ്യവുമായി ചില സംഘടിത ശക്തികൾ കേരളത്തിൽ തലപൊക്കാൻ തുടങ്ങി. ആഗോളവല്ക്കരണത്തിന്റെ ഇന്ത്യൻ സാഹചര്യംകൂടി ഒത്തുചേർന്നപ്പോൾ കലാലയ രാഷ്ട്രീയം മാനേജുമെന്റുകളുടെ ഇഷ്ടം അഥവാ തന്നിഷ്ടപ്രകാരം ഏത് ക്യാമ്പസിലും നിരോധിക്കാമെന്ന് കോടതി വിധിച്ചു.

ഈ കാലത്തിനുള്ളിൽ പഠനകാര്യങ്ങളിലും ചില മാറ്റങ്ങളുണ്ടായി. തിരുവനന്തപുരം യൂണിവേഴ്സിറ്റി കോളേജിൽ പ്രീഡിഗ്രി വിഭജിച്ചുമാറ്റാൻ ക്യാമ്പസിനടുത്ത് സ്ഥലം വാങ്ങി കെട്ടിടം പണിതെങ്കിലും എസ് എഫ് ഐ സമരത്തിനു മുന്നിൽ തീരുമാനം മാറ്റേണ്ടിവന്നു. എറണാകുളം മഹാരാജാസ് കോളേജ് കാക്കനാട്ടേക്ക് മാറ്റാനുള്ള യു ഡി എഫ് സർക്കാരിന്റെ തീരുമാനവും വിദ്യാർത്ഥി സമരത്തിൽ വിഫലമായി. എങ്കിലും ഹയർ സെക്കന്ററിയായി കേരളം മുഴുവൻ മറ്റൊരു തരത്തിലുള്ള വിഭജനം ഇന്നൊരു സത്യമാണ്. മറ്റൊന്ന് പാഠ്യപദ്ധതിയിൽ വരുത്തിയ വ്യത്യാസമാണ്. വിദ്യാഭ്യാസത്തിന്റെ ഗുണനിലവാരമുയർത്താൻ ഇന്റേണൽ സെമസ്റ്റർ സമ്പ്രദായം കേരളത്തിലെ ക്യാമ്പസുകളിലവതരിപ്പിച്ചതും ഇക്കാലത്താണ്. ക്യാമ്പസുകളിൽ മെത്തഡോളജിക് പ്രാധാന്യം നല്കുമ്പോൾ വിദ്യാർത്ഥിക്ക് കൂടുതൽ സ്വാതന്ത്ര്യം കിട്ടേണ്ടതാണ്. അത് തടസ്സപ്പെട്ട് കിടക്കുന്ന കാര്യം നാം ഇനിയെങ്കിലും തിരിച്ചറിയേണ്ടിയിരിക്കുന്നു. ഉള്ളടക്കവും പഠനസമ്പ്രദായവും ജനാധിപത്യം അന്തരീക്ഷത്തിൽ ഒരുമിച്ചു പോയാലേ വിദ്യാഭ്യാസം അർത്ഥപൂർണ്ണമാകൂ. അദ്ധ്യാപകൻ വിദ്യാർത്ഥിയെ നിരന്തരം മൂല്യ നിർണ്ണയം നടത്തുമ്പോൾ വർഷത്തിലൊരിക്കലെങ്കിലും അദ്ധ്യാപകരുടെയും മാനേജ്മെന്റിന്റെയും മൂല്യം നിർണ്ണയിക്കാനുള്ള അവകാശം വിദ്യാർത്ഥിക്കില്ല. പിന്നെ ക്യാമ്പസ് എങ്ങനെയാണ് ജനാധിപത്യവല്ക്കരിക്കപ്പെടുക?

പോയകാലത്ത് വിദ്യാർത്ഥി പ്രസ്ഥാനം നടത്തിയത് അവകാശസമരങ്ങളായിരുന്നു. അത് വിദ്യാർത്ഥി ശക്തിയെന്ന സംജ്ഞയിൽ കൊണ്ടെത്തിച്ചു. അപ്രകാരം നേടിയെടുത്തതാണ് ബസ് കൺസഷൻ, ഫീസ് ഏകീകരണം, കോളേജ് യൂണിയൻ തിരഞ്ഞെടുപ്പുകൾ, വിദ്യാർത്ഥി യൂണിയനുകൾ- അങ്ങനെ പലതും. എഴുപതുകളിൽ കോളേജുകളുടെ സർഗ്ഗാത്മകതയായി മാറിയ എസ് എഫ് ഐയുടെ നേർക്കുള്ള ആക്രമണമാണ് നാം കണ്ടത്. കെ എസ് യു മാനേജ്മെന്റുകളോട് അല്പസമയങ്ങളിൽ പിണങ്ങിയെങ്കിലും ഏറിയ സമയവും രഞ്ജിപ്പിലായിരുന്നു. വിമോചന സമരത്തിലെ ജാതിമത ശക്തികൾ രൂപംകൊടുത്ത വിദ്യാർത്ഥി പ്രസ്ഥാനമായിരുന്നു കെ എസ് യു. എസ് എഫ് ഐയെ എന്നും മാനേജ്മെന്റുകൾ നഖശിഖാന്തം എതിർത്തിട്ടേയുള്ളൂ. എൺപതുകളിൽ കെ എസ് യുവിനെ ദുർബ്ബലമാക്കി കേരളത്തിലെ ഏറ്റവും വലിയ വിദ്യാർത്ഥി സംഘടനയായി എസ് എഫ് ഐ മാറി. ഈ കാലഘട്ടത്തിലാണ് കലാലയ രാഷ്ട്രീയ നിരോധനം എന്ന ആശയം സമൂഹത്തിൽ പ്രത്യക്ഷപ്പെടാൻ തുടങ്ങിയത്.

വിദ്യാഭ്യാസം കച്ചവടച്ചരക്കായി മാറിയത് ആഗോളവല്ക്കരണത്തിന്റെ കടന്നുവരവോടെയാണ്. അത് മാനേജ്മെന്റുകളെ അത്യധികം ആഹ്ലാദിപ്പിച്ചു. ഇതിനിടയിലുണ്ടായ ഉണ്ണികൃഷ്ണൻ കേസ് വിദ്യാർത്ഥി സമൂഹത്തിന് അനുകൂലമായെങ്കിലും ടി എം എ പൈ കേസ്, ഇസ്ലാമിക് അക്കാദമി കേസ് ഇവയ്ക്ക് ശേഷം ഇനാംദാർ കേസിലെത്തുമ്പോൾ

വിദ്യാഭ്യാസരംഗത്ത് പണം മുടക്കുന്നവന് ഇഷ്ടംപോലെ കച്ചവടം നടത്താമെന്നായി. 93-ാം ഭരണഘടനാ ഭേദഗതിയോടെ കോടതികൾക്ക് ന്യൂനപക്ഷ സംരക്ഷണം എന്ന വിദ്യാഭ്യാസ കച്ചവടം വ്യാഖ്യാനിച്ച് ഉറപ്പാക്കാൻ കഴിയുന്ന അവസ്ഥയായി.

1970 കളും 80 കളും വിദ്യാർത്ഥികൾ തമ്മിലുള്ള സംഘട്ടനമായിരുന്നു മുഖ്യമെങ്കിൽ 90 കളുടെ പകുതിയിൽ പ്രത്യേകിച്ച് 2000 ത്തിൽ മാനേജ്മെന്റുകളുമായുള്ള ഏറ്റുമുട്ടലായി. മാനേജ്മെന്റിന്റെ പരാതി കലാലയത്തിന്റെ അച്ചടക്കം വിദ്യാർത്ഥികൾ കാത്തുസൂക്ഷിക്കുന്നില്ല എന്നതാണ്. 1970-75 കാലഘട്ടത്തിൽ ഞാൻ എറണാകുളം സെന്റ് ആൽബർട്സ് കോളേജിൽ പഠിക്കുമ്പോൾ കോളേജ് കലണ്ടറിൽ കമ്യൂണിസ്റ്റ് ആശയങ്ങൾ പ്രചരിപ്പിക്കാൻ പാടില്ലെന്ന് വകുപ്പ് എഴുതിച്ചേർത്തിരുന്നു. ഇടതുപക്ഷ വിദ്യാർത്ഥി സംഘടനകളുടെ സംയുക്ത സമരം കൊണ്ടാണ് കലണ്ടറിൽ നിന്ന് ഇത് നീക്കം ചെയ്യാൻ കഴിഞ്ഞത്. അന്ന് കോളേജിൽ ഡിറ്റൻസ് സമ്പ്രദായം ഉണ്ടായിരുന്നു. അതുപയോഗിച്ച നിരവധി കുട്ടികളുടെ വിദ്യാഭ്യാസം മുടക്കിയിട്ടുണ്ട്. ഇന്നത്തെ മാനേജ്മെന്റ് അച്ചടക്കം എന്നുവിളിക്കുന്നത് ഇത്തരം കരിനിയമങ്ങളെ ക്യാമ്പസിൽ പുനരുജ്ജീവിപ്പിക്കാനാണ്. ഒരു വിദ്യാർത്ഥി സ്ഥാപനം വിദ്യാർത്ഥി, കെട്ടിടം, അദ്ധ്യാപകൻ ഒപ്പം അതിനെ സഹായിക്കുന്ന ഘടകങ്ങളായ അനദ്ധ്യാപകരും മാനേജ്മെന്റും ചേർന്നതാണ്. ഇതിൽ ആരാണ് മുഖ്യമെന്നു ചോദിച്ചാൽ ഇന്ന് മാനേജ്മെന്റ് എന്നു മാത്രമേ ഉത്തരം പറയാൻ കഴിയൂ. പഠിക്കാൻ വിദ്യാർത്ഥിയും പഠിപ്പിക്കാൻ അദ്ധ്യാപകനും ചേർന്നാൽ ഒരു വിദ്യാഭ്യാസ കേന്ദ്രം ആരും അറിയാതെ പിറക്കും. ഞങ്ങളുടെ കാലത്ത് കൃത്യമായ ഹാജർ സംവിധാനം കുറവായിരുന്നു. സംഘടനാ പ്രവർത്തനത്തിനിടയിൽ ക്ലാസിൽ കയറാതെ വന്ന നിരവധി കുട്ടികൾ സ്വയം പഠിച്ച് പരീക്ഷ എഴുതിയിട്ടില്ലേ. ഇതിൽ ക്ലാസും റാങ്കും നേടി ജയിച്ചവരും നിരവധി. ഇനി മാനേജ്മന്റുകൾ എഴുന്നള്ളിക്കുന്നത് ഞങ്ങൾക്ക് പഠിപ്പിക്കാൻ ഊർജ്ജസ്വലരായ വിദ്യാർത്ഥികളെയല്ല ആവശ്യം ആജ്ഞാനുവർത്തികളാകുന്ന മനുഷ്യയന്ത്രങ്ങളെയാണെന്നാണ്. മാനേജ്മെന്റിന്റെ പ്രധാന കണക്കുകൂട്ടൽ ഒരു വിദ്യാഭ്യാസ സ്ഥാപനത്തിൽനിന്ന് തനിക്ക് എന്തു കിട്ടുന്നു എന്നാണ്. കേരളത്തിലെ എയ്ഡഡ് കോളേജുകളുടെ കഥയെടുക്കുക. സാമാന്യം വലിയ കോളേജിൽ ഒരു വകുപ്പിൽ പത്ത് അദ്ധ്യാപകർ ഉണ്ടെങ്കിൽ പത്ത് വകുപ്പുള്ള കോളേജിൽ നൂറ് അദ്ധ്യാപകരായി. ശരാശരി ഒരു അദ്ധ്യാപകന് കൊടുക്കുന്ന ശമ്പളം 80,000 രൂപയാണെങ്കിൽ സർക്കാരിനെ നിരന്തരം ചീത്ത വിളിക്കുന്ന മാനേജ്മെന്റിന് അദ്ധ്യാപകർക്ക് മാത്രമായി 60,000 രൂപ സർക്കാരിൽനിന്ന് ലഭിക്കുന്നു. അനദ്ധ്യാപകരും മെയിന്റനൻസും ചേർന്നാൽ മാസം ഏതാണ്ട് ഒരുകോടി രൂപ. ഇങ്ങനെ ഒരു വർഷം പന്ത്രണ്ട് കോടി രൂപയാണ് വാങ്ങുന്നത്. ഇങ്ങനെ വാങ്ങുന്ന മാനേജ്മെന്റ് ബികോം ക്ലാസിൽ രണ്ട് ലക്ഷം രൂപ തലവരി വാങ്ങുന്നുണ്ട്. അതു

പോലെ മറ്റ് ക്ലാസുകളിലേക്ക് കണക്കുകൂട്ടിയാൽ എത്ര ലക്ഷം രൂപയാണ് ഒരു വർഷം വാങ്ങുന്നത്. ഈ സത്യം ഏതെങ്കിലും വിദ്യാർത്ഥി തിരിച്ചറിഞ്ഞാൽ അവൻ അനുസരണക്കേടും അച്ചടക്കമില്ലാത്തവനുമായി തീരുന്നതാണ് ഇന്നത്തെ മാനേജ്മെന്റിന്റെ കാമ്പസ്. അതിനെ സംഘടിതമായി ചോദ്യം ചെയ്താൽ അവരെ ക്രിമിനലുകളായി പ്രഖ്യാപിക്കും.

അടുത്തിടെ മാനേജ്മെന്റിനെതിരെ നാലിടത്ത് വിദ്യാർത്ഥിസമരം നടന്നു. കോട്ടയം സി എം എസ് കോളേജിലും തൊടുപുഴ ന്യൂമാൻസ് കോളേജിലും നൂറനാട് അർച്ചന കോളേജിലും റാന്നി സെന്റ് തോമസ് കോളേജിലും. അർച്ചനാകോളേജിൽ ക്ലാസ് മുറികളിലും ക്യാമ്പസിലും ഷോർട്ട് സർക്യൂട്ട് ക്യാമറകൾ ഘടിപ്പിച്ചതിനെ ചോദ്യം ചെയ്തതിനാണ് വിദ്യാർത്ഥികളെ പുറത്താക്കിയത്. റാന്നിയിലെ കോളേജിൽ പുറത്തു നാട്ടിയ വിദ്യാർത്ഥിസംഘടനയുടെ കൊടി അഴിപ്പിച്ച് ഓഫീസ് മുറിയിൽ വച്ച പ്രിൻസിപ്പാളിനോട് പ്രതിഷേധിച്ച കുട്ടികൾ ഒരു ജനൽച്ചില്ല് പൊട്ടിച്ചു എന്ന കാരണത്താൽ വിദ്യാർത്ഥികളെ പുറത്താക്കുകയായിരുന്നു. കോട്ടയം സി എം എസ് കോളേജിൽ പുറത്തുനിന്ന് മദ്യപിച്ചുവന്നവരെ ചോദ്യം ചെയ്ത എസ് എഫ് ഐ നേതാക്കളെയാണ് പുറത്താക്കിയത്. നാളെ പുറത്തുനിന്ന് ആഭാസന്മാരും ഞരമ്പുരോഗികളും ക്യാമ്പസിൽ കടന്നുവന്ന് പെൺകുട്ടികളെ മാനഭംഗപ്പെടുത്താൻ ശ്രമിക്കുമ്പോൾ മറ്റ് വിദ്യാർത്ഥികൾ അച്ചടക്കത്തോടെ ക്ലാസ്മുറിയിൽ നോക്കിയിരിക്കണമെന്നല്ലേ മാനേജ്മെന്റുകളുടെ വാദം. സമാധാനപരമായി മാർച്ച് നടത്തിയ എസ് എഫ് ഐ വിദ്യാർത്ഥികളും മാനേജ്മെന്റിന്റെ ഗുണ്ടകളുമായുണ്ടായ കശപിശയല്ലേ ഓഫീസ് കെട്ടിടം തല്ലിത്തകർത്തതിൽ അവസാനിച്ചത്. സ്വാതന്ത്ര നിഷേധത്തിൽ തകരുന്ന കുട്ടികളുടെ ഹൃദയത്തിലും വലുതല്ല ഫാക്ടറിയിൽ ഉല്പാദിപ്പിക്കുന്ന ചില്ലുപാളികൾ.

അടുത്തകാലത്ത് നടന്ന വിദ്യാർത്ഥി സമരങ്ങളെല്ലാം മാനേജ്മെന്റുകൾക്കെതിരായിരുന്നു. അത് എസ് എഫ് ഐ മാത്രമല്ല പരസ്പരം തമ്മിലടിക്കുന്നുവെന്ന് കുറ്റപ്പെടുത്തുന്ന കെ എസ് യുവും എ ബി വി പിയും നടത്തിയിട്ടുണ്ട്. വർഷങ്ങൾക്കു മുമ്പ് വന്ദനാ മേനോൻ എന്ന കുട്ടിയുടെ അമ്മ രമണി മേനോൻ ആത്മഹത്യചെയ്തപ്പോൾ തിരുവനന്തപുരം കാർമൽ കോൺവെന്റിലേക്ക് മാർച്ച് ചെയ്ത എസ് എഫ് ഐ പ്രവർത്തകരെ മാനേജ്മെന്റിന്റെ ഗുണ്ടകൾ കടപ്പുറത്തുനിന്ന് കൊണ്ടുവന്ന തെമ്മാടികളെക്കൊണ്ട് ആയിരം ചൂണ്ടയെറിഞ്ഞ് കുട്ടികളുടെ മുതുക് കീറിയ കാര്യം കേരളീയ സമൂഹം മറന്നിട്ടില്ല. ഇന്ന് വിദ്യാഭ്യാസ സംരക്ഷണ സമിതിയുടെ പേരിൽ മിക്കവാറും എല്ലാ മാനേജ്മെന്റുകൾക്കും ഗുണ്ടാപ്പടയുണ്ട്.

ഇടവേളകളില്ലാത്ത വിദ്യാഭ്യാസത്തിൽ കുട്ടികൾക്ക് എക്സ്ട്രാ കരിക്കുലർ എന്നോ നഷ്ടപ്പെട്ടു. കോച്ചിങ് സെന്ററുകളിലും പ്രൊഫഷണൽ കോളേജുകളിലും ആധുനിക സെൻട്രൽ ജയിൽ സംവിധാനംപോലെ ഷോർട്ട് സർക്യൂട്ട് ടി വികളാണ് കുട്ടികൾക്കാവശ്യം ജയിലറകളല്ല, മറിച്ച്

പാഠശാലകളാണ്. പുതിയ തലമുറയെക്കുറിച്ചുള്ള മുഖ്യ ആരോപണം മദ്യത്തിനും മയക്കുമരുന്നിനും ഏറെ വിധേയമാകുന്നുവെന്നതാണ്. മുണ്ടും മടക്കിക്കുത്തി പുകവലിച്ചാൽ ഷോർട്ട് സർക്യൂട്ട് ടി വിയിൽ കാണാം. എന്നാൽ കുടിവെള്ളക്കുപ്പിയിൽ ജിൻ നിറച്ച് കുടിച്ചാൽ ഒരു ടി വിയിലും കാണില്ല. ക്ലാസ് മുറികളിൽ വീർപ്പുമുട്ടി പുറത്തിറങ്ങുന്ന കുട്ടികളെ എതിരേല്ക്കുന്നത് മദ്യവും മയക്കുമരുന്നുമാണ്. ഡിസ്ട്രിക്റ്റീവ് കോംപറ്റീഷന്റെ അല്പവിരാമങ്ങളിൽ അവർ അഭയം തേടുന്നത് ഈ മദ്യത്തിനും മയക്കുമരുന്നിലുമാണ്. ഇതാണ് മാനേജ്മെന്റ് വിതറിക്കൊടുത്ത അച്ചടക്കത്തിൽ വിളയുന്ന വിഷവൃക്ഷങ്ങൾ.

കാമ്പസ് അരാഷ്ട്രീയ മാനേജ്മെന്റുകൾക്ക് ഏറെ സന്തോഷകരമാണ്. അരാഷ്ട്രീയത്തിൽ നിന്ന് അരാജകത്വമുണ്ടായാലും മാനേജ്മെന്റുകൾ പൊറുക്കും. ഞങ്ങളുടെ കാലഘട്ടത്തിൽ അരാഷ്ട്രീയതയെ ഞങ്ങൾ ചെറുത്തത് ജനാധിപത്യ രാഷ്ട്രീയംകൊണ്ടാണ്. ക്രിസ്റ്റഫർ കോൾഡ് വെല്ലിന്റെ Story of a dying culture വിദ്യാർത്ഥി മനസ്സിലേക്ക് പകർത്തിക്കൊണ്ട് ഞങ്ങൾ പറഞ്ഞു. 'No politics is the politics of bourgeois' എന്നും കാലഹരണപ്പെട്ട മുതലാളിത്ത രാഷ്ട്രീയത്തിന്റെ സന്തതിയാണ് അരാഷ്ട്രീയമെന്ന് ഞങ്ങൾ യുക്തിയും ഹൃദയവും കൊണ്ട് സ്ഥാപിച്ചു.

പുതിയ നൂറ്റാണ്ടിന്റെ ആശയപ്രചാരണമാണ് പോസ്റ്റ് മോഡേണിറ്റി. സാമ്രാജ്യത്വത്തിൽനിന്നും വികസിച്ച ആഗോളവല്ക്കരണത്തിന്റെ തുറുപ്പു ചീട്ടാണ് പോസ്റ്റ് മോഡേണിസം എന്ന അരാജകത്വവാദം. അതിരുകളില്ലാത്ത സ്വാതന്ത്ര്യം പ്രഖ്യാപിക്കുന്ന, അറിയാതെ പാടുന്ന അടിമത്തമാണ് ഉത്തരാധുനികത. വ്യവസായശാലകൾ നിറഞ്ഞ മോഡേണിറ്റി കാലഹരണപ്പെട്ടെന്നും മൈക്രോചിപ്പ് കൊണ്ട് നിറഞ്ഞ ഗ്ലോബൽ വില്ലേജിൽ ജനാധിപത്യ തൊഴിലാളിവർഗ്ഗ ആശയങ്ങൾക്ക് ഇടമില്ലെന്നുമാണ് ഇവർ സിദ്ധാന്തിക്കുന്നത്. ചരിത്രം അവസാനിച്ചെന്നും മൈക്രോച്ചിപ്പുകൾ മനുഷ്യജീവിതത്തെ ഡിജിറ്റലൈസ് ചെയ്തെന്നും സ്ഥാപിക്കാൻ ഇവർ വെമ്പൽ കൊള്ളുന്നു. ഡിജിറ്റലൈസ് ചെയ്ത ലോകത്ത് മണ്ണിരയെപ്പോലെ ഏകനായി നിർവൃതിയടയാൻ ഇവർ ആവശ്യപ്പെടുന്നു. ഇന്നത്തെ ലോകം മുന്നിൽ കാണുന്നത് രണ്ടുതരം തൊഴിലാളികളെയാണ്, ഒരു ഭാഗത്ത് കൃഷിയിടങ്ങളിൽ തൊഴിൽരഹിതരായ കുടിയേറ്റ തൊഴിലാളികളാണെങ്കിൽ മറുവശത്ത് ഐ ടി മേഖലയിലെ തൊഴിൽശാലകളിൽ ബലിയാടുകളാകുന്ന വിദ്യാസമ്പന്നർ. രണ്ട് കൈയിലും സെൽഫോൺ കാതിൽ തൂക്കിയിട്ട മൈക്രോവയർ, ലാപ്ടോപ്പ്, ഇന്റർനെറ്റ് സെമിനാറുകൾ. ഒന്നിനും സമയമില്ല. ഇവനെ ആകർഷിക്കുന്നത് മാസം 40000–50000 രൂപ. ഇവന് പിന്നീട് പുറംലോകവുമായി ബന്ധപ്പെടേണ്ട മനസ്സ് മരവിക്കുന്നു. കടംകൊണ്ട ഫ്ളാറ്റ്, കടംകൊണ്ട കാറ്, സാമ്രാജ്യത്വത്തിന്റെ ഇൻഫർമേഷനുകൾ, തിമിർത്താടുന്ന യൗവനത്തിൽ യുവമിഥുനങ്ങൾക്ക് വേർപിരിയാൻ മിന്നായംപോലെ ഒരു നിമിഷം

പഠിക്കുന്ന വിദ്യാർത്ഥി മുന്നിൽ കാണുന്നത് കോൾസെന്ററുകളിലെയും ഐ ടി മേഖലകളിലെയും പ്രതിഫലമാണ്. ഇതിനിടയിൽ ശ്വാസം

മുട്ടി അറിയാതെ പുകഞ്ഞുകയറുന്നതാണ് കാമ്പസ് അരാഷ്ട്രീയം. ഒന്നുകിൽ ഐ ടി അല്ലെങ്കിൽ എൻ ജി ഒ. പുതിയ തലമുറയെ അരാഷ്ട്രീയമായി പതിച്ചിടേണ്ട ചിഹ്ന ബോധങ്ങളെ സംബന്ധിച്ച് ആഗോളവല്ക്കരണത്തിന് നല്ല തിരിച്ചറിവുണ്ട്. മദ്യവും മയക്കുമരുന്നും നീലച്ചിത്രങ്ങളും സെക്ഷ്വാലിറ്റിയും ഇറോട്ടിക് മൂഡുമെല്ലാം അരാജകത്വവാദിയുടെ മുന്നിൽ വിരിച്ചിട്ട സുന്ദര പരവതാനികളാണ്. അരാജകത്വത്തിന്റെ നീർത്തടങ്ങളിൽ വിരിയുന്ന യുവത്വത്തിന്റെ സ്വപ്നങ്ങൾ നാളെയുടെ നെടുവീർപ്പുകളായി കലാശിക്കാതിരിക്കണം. അതിനാണ് കാമ്പസ് രാഷ്ട്രീയം.

വർത്തമാനകാല കേരളത്തിന്റെ മറ്റൊരു ഭീകര മുഖമായ വർഗ്ഗീയ ഭീകരവാദത്തിലേക്ക് കേരളം പോയത് ഒറ്റദിവസം കൊണ്ടല്ല. തൃശൂർ പാവറട്ടിയിൽ തൊപ്പിയിട്ടുവന്ന കുട്ടിയെ ക്ലാസിൽ ഇരുത്താത്തതും ശിരോവസ്ത്രവിവാദവും ഒരുവശത്ത് നടക്കുമ്പോൾ മറുവശത്ത് ഇന്ദുലേഖയെയും പാലാ സെന്റ് തോമസ് കോളേജിലെ സോജൻ ഫ്രാൻസിസിനേയും മാനേജ്മെന്റ് പരീക്ഷയ്ക്കിരുത്തുന്നില്ല. കുട്ടികൾ മാനേജ്മെന്റ് പറയുന്നത് കേൾക്കണമെന്ന് ശഠിക്കുമ്പോൾ സെന്റ് ആൽബർട്സ് കോളേജ് യൂണിവേഴ്സിറ്റിയെ ധിക്കരിച്ച് പഠനസമയം മാറ്റി. ഈ ധിക്കാരം ഇന്ന് പല സ്വകാര്യ മാനേജ്മെന്റുകളും തുടരുന്നു. തങ്ങൾക്കിഷ്ടമില്ലാത്ത വിദ്യാർത്ഥി സംഘടനയ്ക്ക് മാനേജ്മെന്റിന്റെ വിലക്കും ഇഷ്ടമുള്ളവർക്ക് പ്രോത്സാഹനവും. അങ്ങനെ എത്രയെത്ര സാമൂഹ്യ വിരുദ്ധരാണ് കാമ്പസിനുള്ളിലെ വിദ്യാർത്ഥികളായി മാറിയത്. തിരുവനന്തപുരം എം ജി കോളേജിലും ധനുവച്ചപുരം കോളേജിലും ഹിന്ദുത്വക്രിമിനലുകൾക്ക് ഇടംകൊടുത്തപ്പോൾ ക്രിസ്ത്യൻ മാനേജ്മെന്റ് സ്വന്തം മതക്കാരായ തെമ്മാടികളെ പ്രോത്സാഹിപ്പിച്ചു. മുസ്ലീം മാനേജുമെന്റുകൾ കാമ്പസ് ഫ്രണ്ട് പോലുള്ള ഭീകരവാദികൾക്ക് തഴച്ചുവളരാൻ വെള്ളവും വളവും നല്കി. ചുരുക്കത്തിൽ സ്വാതന്ത്ര്യത്തിന്റെയും ജനാധിപത്യത്തിന്റെയും സോഷ്യലിസത്തിന്റെയും പ്രാണവായുവിൽ കിളിർത്തുനിന്ന കാമ്പസുകളെ വർഗ്ഗീയവല്ക്കരിച്ച് അദ്ധ്യാപകന്റെ കൈ വെട്ടിച്ചതിനു പിറകിലും ഇത്തരം മാനേജ്മെന്റുകൾ മുളപ്പിച്ച വിദ്വേഷത്തിന്റെ വിത്തുകളാണ്. വിദ്യാഭ്യാസത്തിന്റെ ഒരുവശത്ത് പലവിധ കച്ചവടവും മറുവശത്ത് വർഗ്ഗീയതയുടെ മൾട്ടി കുശിനിയുമാണ്. ഇതിനിടയിൽപ്പെട്ടാണ് കേരളത്തിലെ യുവത്വം പിടയുന്നത്.

വിദ്യാഭ്യാസ സംരക്ഷകരെന്ന് അവകാശപ്പെടുന്നവർ കലാലയ രാഷ്ട്രീയത്തിനു നേരെ ആദ്യം തൊടുത്തുവിട്ട പ്രചാരണം കാമ്പസിൽ കൊലപാതകങ്ങൾ നടക്കുന്നുവെന്നാണ്. ഇന്ത്യൻ വിദ്യാർത്ഥി ഫെഡറേഷന്റെ 32 കുരുന്നു ജീവനാണ് നാല്പത് വർഷത്തിനുള്ളിൽ കൊഴിഞ്ഞുവീണത്. കൊല്ലം എസ് എൻ കോളേജിൽ ശ്രീകുമാറിനെ കുത്തിക്കൊന്നപ്പോഴും തലശ്ശേരി ബ്രണ്ണൻ കോളേജിൽ അഷ്റഫിനെ കൊന്നപ്പോഴും പട്ടാമ്പി സംസ്കൃത കോളേജിനു മുന്നിലിട്ട് സെയ്താലിയെ വക വരുത്തിയപ്പോഴും ക്ലാസ്മുറിയിലിട്ട് തൃപ്പൂണിത്തുറ ആയുർവ്വേദ കോളേജിലെ പി കെ രാജനെ കൊന്നപ്പോഴും പന്തളം എൻ എസ് എസ്

കോളേജിൽ ബെഞ്ച് ഒടിച്ച് ഭുവനേശ്വരനെ തലയ്ക്കടിച്ചു കൊന്നപ്പോഴും ഒരു വിദ്യാഭ്യാസ സംരക്ഷകനും കാമ്പസ് കൊലയ്ക്കെതിരെ പ്രതിഷേധസ്വരമുയർത്തിയില്ല.

സി വി ജോസിന്റെ കൊലപാതകത്തിന് ദൃക്സാക്ഷിയായ ചിറ്റാറിലെ എം എസ് പ്രസാദിനെ തിരുവോണ ദിവസം കൊന്നപ്പോഴും കാലിക്കറ്റ് വാഴ്സിറ്റി യുവജനോത്സവവേദിയിൽ കൂട്ടുകാർക്ക് പാസ് വാങ്ങാൻ പോയ കൊച്ചനിയനെ കുത്തിയിട്ടിട്ടും കോളേജ് യൂണിയൻ ചെയർമാനായിരുന്ന് കെ ആർ തോമസിനെ കണിമംഗലത്ത് ഇരുട്ടിന്റെ മറവിൽ ആക്രമിച്ച് കൊന്നപ്പോഴും എസ് എഫ് ഐ സംസ്ഥാന വൈസ് പ്രസിഡന്റായിരുന്ന കെ വി സുധീഷിനെ തൊക്കിലങ്ങാടിയിലെ കൊച്ചുവീട്ടിലിട്ട് അച്ഛന്റെയും അമ്മയുടെയും മുന്നിലിട്ട് വെട്ടിനുറുക്കിയപ്പോഴും ഒരു വിദ്യാഭ്യാസ സംരക്ഷകനും പ്രതികരിച്ചില്ല.

എഴുപതുകളിൽ കെ എസ് യു ആക്രമണത്തിനിരയായ എത്രയെത്ര കാമ്പസുകൾ. പഠിക്കാൻ പുസ്തകവുമായി ഇറങ്ങിത്തിരിച്ച് കാമ്പസിൽ മാനഭംഗത്തിനിരയായ എത്രയെത്ര പെൺകുട്ടികൾ കാമ്പസ് അരാജകത്വത്തിന്റെയും കോപ്പിയടിയുടെയും മൂർദ്ധന്യത്തിലായ അക്കാലത്തും ഒരു വിദ്യാഭ്യാസ സംരക്ഷകന്റെയും ശബ്ദം കേട്ടില്ല. ആ ശബ്ദം മുഴങ്ങാൻ തുടങ്ങിയത് ആഗോളവല്ക്കരണത്തിന് ആരംഭം കുറിച്ച തൊണ്ണൂറുകളിലാണ്.

പുതിയകാലം, ആഗോളവല്ക്കരണത്തിന്റെ പുതിയ നിയമങ്ങൾ സംഘടിതമായ ശക്തികളെ വിഭജനത്തിന്റെ നൂൽകൊണ്ട് അളക്കാനും മുറിക്കാനും എല്ലാം പണംകൊണ്ട് തൂക്കാനും മൂല്യങ്ങൾക്കു നേരെ കണ്ണടയ്ക്കാനും ദൈവത്തെ വില്പനച്ചരക്കാക്കി മാറ്റാനും തുടങ്ങിയ പുതിയ നൂറ്റാണ്ടിൽ മാനേജ്മെന്റുകൾ സർവ്വകലാശാലകൾക്കും സർക്കാരിനും എതിരെ നെഞ്ചുനിവർത്തി കലഹപ്രിയരായി മാറി. അവർ എറിയുന്ന ഓരോ കുന്തമുനയും ജനാധിപത്യത്തിന്റെ നേർക്കാണ്. കാമ്പസ് ജനാധിപത്യത്തിന്റെ നെഞ്ചിൽ വീഴുന്ന ഓരോ മുനയിൽനിന്നും വീഴുന്ന രക്തത്തിൽ കിളിർക്കുന്നത് വർഗ്ഗീയ ഭീകരതയുടെ വിഷസന്തതികളാണ്. ആത്യന്തികമായി കാമ്പസുകളിൽ വിദ്യാർത്ഥികളാണ് വലുതെന്ന തിരിച്ചറിവ് നമുക്കുണ്ടാകണം.

മൂല്യം നഷ്ടപ്പെട്ട ഒരുസമൂഹത്തിൽ നിർത്താതെ പെയ്യുന്ന മഴയുടെ നിറം കറുപ്പായിരിക്കും. കറുപ്പിൽ ഇടതൂർന്നൊഴുകുന്ന നിഷ്കളങ്ക രക്തം ഇരുട്ടിൽ തിരിച്ചറിയില്ല. കാലത്തിന്റെ ഓരോ സ്വർഗ്ഗവും നിറവും സ്പന്ദനവും ഒരു ജനാധിപത്യ സമൂഹം മനസ്സിലാക്കണം. ആധികാരിക പ്രഘോഷണങ്ങളുടെയും ധാർമ്മികതയുടെയും മൊത്തക്കച്ചവടക്കാരെ പാവം ജനങ്ങൾക്കൊപ്പം തിരിച്ചറിയാതെ പോയാൽ നഷ്ടപ്പെടുന്നത് ക്യാമ്പസ് ജനാധിപത്യം മാത്രമല്ല, വളരുന്ന നാടിന്റെ ഭാവികൂടിയാണ്. സ്വാതന്ത്ര്യം നഷ്ടപ്പെട്ട വിദ്യാലയ കവാടങ്ങളിൽ പ്രാണവായുവിന്റെ തിരി കൊളുത്തേണ്ടത് മതേതര ജനാധിപത്യ മൂല്യങ്ങളാണ്.

നിവേദനം

From

സൈമൺ ബ്രിട്ടോ
എക്സ് എം എൽ എ
കയം
വടുതല
കൊച്ചി - 682023
ഫോൺ നമ്പർ - 9446655034

To

ജില്ലാ കളക്ടർ
എറണാകുളം

സർ,

കൊച്ചിൻ കോർപ്പറേഷനിൽ 41-ാം ഡിവിഷനിൽ വടുതല വളവിൽ 34 വർഷം പഴക്കമുള്ള ഒരു തണൽ മരം 7-11-2017 ൽ കോർപ്പറേഷന്റെ അധികാരികൾ യാതൊരു ശാസ്ത്രീയ വിലയിരുത്തലുകൾ ഇല്ലാതെ വെട്ടി നശിപ്പിച്ചു. ഏതാണ്ട് 12 അടി മാത്രം ഉയരമുള്ള ഒരു തണൽമരമായിരുന്നു അത്. അതിന്റെ ഉൾഭാഗം പൊള്ളയായതെന്ന് കോർപ്പറേഷൻ അധികാരികൾ പറഞ്ഞെങ്കിലും വെട്ടിനീക്കിയപ്പോൾ അത് നല്ല കരുത്തുള്ള തടിയായിരുന്നു. 34 വർഷം മുൻപ് *മാതൃഭൂമി* ദിനപത്രത്തിൽ ജോലി ചെയ്തിരുന്ന കെ എം അഗസ്റ്റിൻ എന്ന അച്ചായ് ചേട്ടനാണ് നട്ടുവച്ചത്. അടുത്തുള്ളവർ വെള്ളമൊഴിച്ച് വളർത്തി. അതുകൊണ്ട് ഇത്തരത്തിൽ കോർപ്പറേഷന് തെറ്റിദ്ധരിപ്പിച്ച് കൊമ്പുകൾ മാത്രം വെട്ടിനിർത്തേണ്ട മരത്തെ വെട്ടിനശിപ്പിച്ച ഉദ്യോഗസ്ഥന്റെ പേരിൽ തക്കതായ ശിക്ഷ നല്കണമെന്ന് അപേക്ഷിക്കുന്നു. ഒപ്പം കേസെടുക്കുകയും പകരം മരം നട്ടുവളർത്തുകയും വേണമെന്ന് താഴ്മയോടെ അപേക്ഷിക്കുന്നു.

വടുതല
11-11-2017

വിശ്വസ്തതയോടെ
സൈമൺ ബ്രിട്ടോ

www.ingramcontent.com/pod-product-compliance
Lightning Source LLC
LaVergne TN
LVHW100250051026
849517LV00006B/2045
9789390301201